கீதாரி

சு. தமிழ்ச்செல்வி

நியூ செஞ்சுரி புக் ஹவுஸ் (பி) லிட்.,
41-பி, சிட்கோ இண்டஸ்டிரியல் எஸ்டேட்,
அம்பத்தூர், சென்னை- 600 050.
☎ : 044 - 26251968, 26258410, 48601884

Language: Tamil
KEETHARI
(Novel)

Author : **Su. Thamizh Selvi**
First Edition : December, 2008
Fifteenth Edition: August, 2022
Sixteenth Edition: August, 2023
Copyright : Author
No. of Pages : iv + 176 = 180
Publisher:
New Century Book House Pvt. Ltd.,
41-B, SIDCO Industrial Estate,
Ambattur, Chennai - 600 050.
Tamilnadu State, India.
email: info@ncbh.in
Online: www.ncbhpublisher.in

ISBN. 978 - 81 - 2341 - 469 - 0
Code No. A 1866

₹ 210/-

Branches

Ambattur 044 - 26359906 **Spenzer Plaza (Chennai)** 044-28490027
Trichy 0431-2700885 **Pudukkottai** 04322- 227773 **Thanjavur** 04362-231371
Tirunelveli 0462-4210990, 2323990 **Madurai** 0452 2344106, 4374106
Dindigul 0451-2432172 **Coimbatore** 0422-2380554 **Erode** 0424-2256667
Salem 0427-2450817 **Hosur** 04344-245726 **Krishnagiri** 04343-234387
Ooty 0423 - 2441743 **Vellore** 0416-2234495 **Villupuram** 04146-227800
Pondicherry 0413-2280101 **Nagercoil** 04652 - 234990

கீதாரி (நாவல்)

ஆசிரியர் : சு. தமிழ்ச்செல்வி
முதல் பதிப்பு : டிசம்பர், 2008
பதினைந்தாம் பதிப்பு : ஆகஸ்ட், 2022
பதினாறாம் பதிப்பு : ஆகஸ்ட், 2023

அச்சிட்டோர்: **பாவை பிரிண்டர்ஸ் (பி) லிட்.,**
16 (142), ஜானி ஜான் கான் சாலை, இராயப்பேட்டை, சென்னை - 14
☎: 044-28482441

All rights reserved. No part of this book may be reprinted or reproduced or utilised in any form or by any electronic, mechanical, or other means, now known or hereafter invented, including photocopying and recording, or in any information storage or retrieval system, without permission in writing from the publishers.

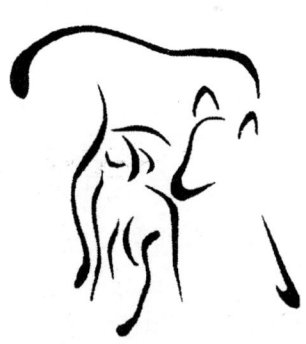

தங்களது ஆடுகளுடன்
வெட்ட வெளிதனை
மெய்யெனக் கொண்டுவாழும்
கீதாரிகளுக்கு.

பதிப்புரை

கோடிக்கணக்கான ரூபாய் செலவழித்துத் திரைப்படம் எடுக்கிறார்கள். அதில் குலுக்கல் காட்சிகளைத்தான் பார்க்கமுடிகிறது. கண்களைப் பதப்படுத்தி இதயத்தைப் பக்குவப்படுத்தும் காட்சிகளைத் திரைப்படங்களில் பார்ப்பது அரிதாகிவிட்டது. டாஸ்மாக் வந்த பிறகு குடி வாசனை அறியாத மாணவர்களைப் பார்ப்பது அரிதாகிப்போனது. இப்போதுள்ள திரைப்படங்களைப் பார்த்து ஆண்-பெண் சீண்டல்கள் இல்லாத இளைஞர் உலகத்தைப் பார்ப்பது அரிதாகிவிட்டது.

பல திரைப்படங்களில் மாயக் கவர்ச்சி உலகம் காட்டப்படுகிறது. ஆனால் **கீதாரி** என்ற இந்நாவலில் ஒரு யதார்த்த உலகம் படைத்துக் காட்டப்படுகிறது. அறுவடையான வயல்களில் செம்மறியாட்டுக் கிடை கட்டும் ஆட்டுக்காரர்களின் மனநிலை, தன் வயிறு காய்ந்தாலும்கூட ஆடுகள், குட்டிகளின் வயிறு எப்போதும் நிறைந்திருக்க வேண்டும் என்று என்னும் ஒரு பெண்ணின் மனநிலை, மனநிலை பாதிக்கப்பட்ட அனாதைப் பெண்ணுக்கு மனமிரங்கிப் பிரசவம் பார்த்த இன்னொரு பெண்ணின் இளகிய மனம், பிறந்த இரண்டு பெண் பிள்ளைகளையும் யாரும் எடுத்து வளர்க்க முன்வராத நிலையில் நாமே வளர்ப்போம் என்று துணிந்த கணவன் - மனைவியின் கருணை உள்ளம், ஆடுகளையே சொத்தாக நினைத்துச் சாக்குக்குள் கால் நுழைத்துப் படுத்துத் தூங்கும் பரிதாப நிலை போன்ற ஆடு மேய்ப்பவர்களின் அவல நிலை நூலில் பின்னப்பட்டுள்ளன. மழை, பனியில் வாடுகின்ற ஆடு மேய்ப்பவர்களுக்கு ஒரு போர்வை பெரிய கம்பீரமாகத் தெரிகிறது.

“பொழுதோட தூங்குறவனுக்குப் பொண்டாட்டி இல்ல... விடிஞ்சி தூங்குறவனுக்கு வெள்ளாமை இல்ல” இந்தப் பழமொழி கதை மாந்தரில் ஒருவனின் வாழ்வுக்குப் பொருத்தமாகிறது. மனைவியின் உடல் உணர்வைக் கவனிக்காமல் அவள்

மாற்றானுடன் தொடர்பு கொண்டு பிள்ளை பெற்றபின், பிள்ளை அச்சு அசல் மாற்றான்போல் இருந்ததைக் கண்டு கொதிப்படைந்து மனைவியையும் குழந்தையையும் கொலை செய்து, தனது சொத்தான மாடுகளை இழந்து, தூக்குப்போட்டுச் செத்துப்போகும் நிலை, தந்தைபட்ட கடனுக்காகத் தாயுடன் கள்ளத்தொடர்பு வைத்திருந்த பணக்காரனுக்கு அடிமையாகிப்போகும் பிள்ளைகள், அடிமையாக இருந்த பிள்ளைகளைக் கடத்திச்சென்று ஆடு மேய்க்கச் செய்த மனிதநேயம் மறந்தவர்கள்... இப்படி ஆடு-மாடுகளுக்கிடையில் வாழும் ஒரு மனிதகுலத்தின் மனப்பாங்கு இந்நூலில் படம் பிடித்துக்காட்டப்படுகிறது.

செம்மறி ஆடுகளுக்குச் சென்ற வழியில் திரும்பி வரத் தெரியாது. வழி தவறிவிட்ட ஆடுகளை வெள்ளாடுகள்தான் கிடையில் கொண்டு சேர்க்கும். வழிகாட்டுவதற்கென்றே இரண்டு மூன்று வெள்ளாடுகளைச் செம்மறி ஆடுகளுடன் சேர்த்து வளர்ப்பார்கள். அதைப்போல் உலக நடைமுறைகளை அறியாமல் காடுகளில் காலம் கழிக்கும். ஆடு மேய்ப்பவர்களுக்கு வழிகாட்டப் புதிய வெள்ளாடுகள் தோன்றவேண்டும். சாய்ஞ்சா சாய்ற பக்கம் சாய்ற செம்மறி ஆடுகளாக இல்லாமல் புத்திக் கூர்மையால் புது உலகம் படைக்கத் தூண்ட வேண்டும்.

அரிக்கன் விளக்கின் வெளிச்சத்திடம் தோற்றுப்போவதுபோல் சூரியன் மங்கிப் போகிறதாம். ஆம்.. ஆடு மேய்ப்பவர்கள் அரிக்கன் விளக்கில் காட்டுக்குள் சூரியனைக் காண்கிறார்கள். இரவிலும் திருடர்கள், விலங்குகளிடமிருந்து ஆடுகளைக் காப்பதற்காக விழித்திருக்கிறார்கள். எதிலோ படுத்து ஏதோ ஒரு தூக்கம் தூங்குகிறார்கள். காட்டுக்குள் வாழும் அவர்களின் காதுகளில் பக்கத்து ஊர்க்கோழிகள் கூவும் குரல் கேட்பதில்லை. நட்சத்திரங்களைப் பார்த்து நேரத்தைக் கணக்கிடுகிறார்கள். அப்போது அவர்கள் விஞ்ஞானிகளாகிவிடுகிறார்கள்.

மீண்டும் கதைக்குள் போவோம்... இரண்டு பெண்டாட்டிக் காரன் கையில் ஒப்படைக்கும் எதற்கும் இரண்டும் கெட்டான் நிலைதான் ஏற்படும் என்பது நிரூபிக்கப்படுகிறது. "நீ படிச்சி

என்னத்த கிழிக்கப் போறே" என்று படிப்பின் அருமை தெரியாமல் பேசும் பேச்சு தொனிக்கிறது. ஒருவனுடன் சிரித்துப் பேசியதற்காக இளம்பெண்ணை அப்பனும் அண்ணனும் சேர்ந்து அடித்துக் கொன்று குளத்தில் தண்ணீருக்குள் அமுக்கிப் புதைத்து வைத்த கொடூரம் பெண்ணின் சுதந்திரத்தைக் குழிதோண்டிப் புதைக்கிறது.

"வயசிக்கி வந்த பொண்ணுவோ தலக்கி தண்ணி ஊத்துற வரக்கிம் ஆம்புளையொ மொவத்தையே பாக்கக் கொடாதாம்" பெண் - மனம் தவிக்கிறது. வேலைக்காரப் பெண்ணிடம் காட்டும் உருட்டலும் மிரட்டலும் உள்ளத்தில் உறுத்தலை ஏற்படுத்துகிறது.

"ஒம்போது வயசிலயே தனியா ஒலவச்சி ஒரு மரக்கா அரிசி போட்டு வடிச்ச பொண்ணு யாம் பொண்ணு" கல்யாணத்திற்காக மகளை அறிமுகம் செய்யும் தாயின் சொற்கள் இவை.

"ஒத்த காலு நொண்டியாயிருந்தாலும் எங்க மயன் மேரி ஆடு மேய்க்க எந்த எடயனாலயும் முடியாது." இது மகனை அறிமுகம் செய்யும் தந்தையின் சொற்கள். அங்கும் படிக்கணக்கு, மரக்கா கணக்கு, பாத்திர பண்டங்கள், நகை நட்டுகள் சீதனமாகப் பேசப்படுகின்றன. அதில் குறை வைக்கக்கூடாது என்று மாப்பிள்ளையின் தாயார் கறார் பேசுகிறாள்.

"இந்தப் பொண்ணு வயசிக்கு வந்த பிற்பாடும் பொம்புள தொணையில்லாம வயசிப் பயகொட தனியாயிருந்துருக்கு. எப்படி நாங்க நம்புறது? அவம் புள்ளய வயத்துல வச்சிக்கிட்டு யாம் மயன்கிட்ட தாலிய கட்டிக்கிட்டுன்னு வச்சிக்கிடுங்க யாருக்குத் தெரியும்" பெண்ணைப் பற்றிய மலிவான பேச்சு மாப்பிள்ளையின் தந்தை வாயிலிருந்து கொல்லும் விஷத்துளிகளாக உதிர்கின்றன. அனாதைப் பெண் தனது நெஞ்சுக்குள் பிரளயம், சுனாமி எல்லாம் அடக்கவேண்டிய நிலை உள்ளது.

"நாங் கீதாரி மவ. வெள்ளம் தலக்கி மேல போனாலும் கொட நாம் பயப்புடமாட்டன். நாலு கொடிய அறுத்துப் போட்டு அதுமேல படுத்திருப்பன்." செடிகொடிகள் ஆடு மேய்க்கும் பெண்ணுக்கு மெத்தையாகிவிடுகிறது. ஆனால் பணக்கார சொகுசு உலகம் ஒன்று

ஏழைகளின் இதயத்தைப் பிடுங்கி மெத்தையாக்கிக் கொள்ளப் பார்க்கிறதே.

“எறநூறு ஆட்டுக்குச் சொந்தக்காரி நீ. யாங்கிட்ட இருக்கிற ஆடு, காசி பணமெல்லாம் ஒண்ணதுதான். நீதான் மகாராணி.” ஆட்டுக்காரக் கணவனின் கனிவான பேச்சில் மனைவியின் உச்சி குளிர்ந்துபோனது. வீடுகளில்லாத காட்டு வாழ்க்கையில்கூட கணவன் - மனைவி உறவு இனிக்கிறது. ஆனால் எத்தனைதான் சொத்து, பங்களா, கார் இருந்தாலும் ஊரில் கணவன் - மனைவி உறவு கசப்பாகி விவாகரத்து கேட்டு வழக்கு மன்றத்திற்கு அலைகிறதே...

“ஒந் தங்கச்சிய வளத்த சித்தப்பங்காரனே அந்தக் குட்டிய கட்டிக்கிட்டப்ப, எடுத்து வளத்த நான் ஒன்ன தொடக்கொடாதா” கேட்டான், தொட்டான், சிதைத்தான், சேதப்படுத்திவிட்டான். அவள் தூக்கில் தொங்கிவிட்டாள். அப்பா... என்று அழைத்தவள் அலறவைத்து, கதறவைத்து, பாலியல் பலாத்காரத்துக்குப் பலியாக்கப்பட்டாள். முறைகெட்ட மனித சமுதாயத்தின் அவலம் இங்கே காட்சியாக்கப்பட்டிருக்கிறது.

காட்டிலிருந்து ஊருக்கு வந்து அம்மியில் மசால் அரைப்பதற்கு ஆளுக்கொரு வீட்டுக்குப் போய்க் கெஞ்சிக் கேட்கும் ஆடு மேய்க்கும் பெண்களின் பரிதாப நிலையைப் பட்டணத்துப் பணக்கார வீடுகளில் இருக்கும் கிரைண்டர்களும் மிக்சிகளும் உணருமா?

“நாடோடியா அலயிரம். சாவுக்குள்ளயாவுது ஒடம்ப ஊரு கொண்டு சேத்துடணும்” மண் வாசனை மனங்களை இழுக்கத்தான் செய்கிறது.

“வழக்கமா அண்ணங்காரஞ் செத்துட்டா அவம் பொண்டாட்டிய புள்ளைவொளோட தம்பிக்காரனுக்குத் தாண்டாலே கட்டி வக்கிறது. நீ ஒத்துக்க மாட்டங்குற. அதுனால அந்தப் பொண்ண பொண்டாட்டி இல்லாத ஒங்கப்பனுக்கே கட்டிவச்சிறப் போறமுடா.” கல்யாணம் என்பது மிகவும் மலிந்த சரக்கு போல் பேசப்படுகிறது.

“யோவ் கெடக்கூலி... கெடக் கூலிங்கிறியே... ஓங் ஆடுங்க அத்தனையும் எங்க கொல்ல பில்லயே மேஞ்சிட்டு எங்க கொல்லயில போடுற புளுக்கக்கி நாங்க எதுக்கய்யா பணம் குடுக்கணும்” பணத்திமிர் பிடித்தவன் இதை நியாயமான பேச்சு என்று நினைத்துக்கொண்டிருக்கிறான். இப்படி எத்தனையோ அநியாயக்காரர்கள் வாழ்ந்துகொண்டுதான் இருக்கிறார்கள்.

காட்டிக் கொடுத்துவிடக்கூடாது என்று கண்ணியம் காக்கும் ஆடு மேய்க்கும் கூட்டத்தில் பிரித்தாளும் சதித்திட்டங்கள் தீட்டும் சூழ்ச்சித்தனமும் இருக்கத்தான் செய்தன. கரைத்தார் கரைத்தால் கல்லும் கரையும் என்ற மந்திரச் சொல்லால் மனைவியை வெறுக்கும் அளவில் மனமாற்றத்துக்கு ஆளானான் மதிகெட்டவன்.

“மேட்டுக்கொல்லய கட்டுனவனும் கெட்டான்; மேனா மினுக்கிய தொட்டவனும் கெட்டான்” மனைவியைத் தள்ளி வைத்துவிட்டு மறுகல்யாணம் செய்யத் துணிந்தவனுக்கு மனைவியின் தந்தை விடுத்த சாபக்குரல் இது. மலடி என்று தள்ளி வைத்த கணவனைப் பிரிந்திருந்தபோது கர்ப்பமானாள் மனைவி. பிறந்த குழந்தையைப் பார்க்க வரவில்லை கணவன்.

ஊர் ஊராகத்திரியும் கீதாரி தன் மகள் வயிற்றுப் பேரப்பிள்ளைகள் இருவரைப் பள்ளிக்கூடத்தில் சேர்த்து, விடுதியிலும் சேர்த்துப் படிக்க வைத்தது புத்திசாலித்தனமானதுதான்.

“பள்ளிக்கொடம் போயி படிக்கப் போற புள்ளய பாத்து, ஆடுவாங்குவியாடா, ஆடு மேய்ப்பியாடான்னு கேட்டுக்கிட்டிருந்தா பெறவு அவனுக்கு கோவம் வராது. அதுதான் மூஞ்சில மூத்திரம் அடிச்சிருக்கான்.” ஆடுகள் கிடைபோடும் இடத்திலேயே தொட்டில் போட்டு ஆட்டும் நிலையில் இருந்தபோதிலும் பெற்ற தாய்க்கு மகனைப் படிக்க வைக்கப் பேராசைதான்.

சொந்தமாக ஆட்டுக்கிடைகள் போட்ட கீதாரி வாடகைக்கு ஆடுகள் பிடித்து கிடைகள் போடும் அளவுக்கு நிலைகுன்றிப் போனார். பக்கத்துப் பயிர் பச்சையை நோக்கி ஆடுகள் ஓடும்போது ஆட்டோடு ஓடி வரமுடியாத நிலையில் வயதான காலத்தில் அடிகூட வாங்கும் நிலைக்கு ஆளாகிவிட்டார்.

"புருசங்கொட இனிமே போவவே மாட்டேன்னு வைராக்கியமா இருந்தவ பாம்பு கடிச்சி செத்துட்டாளே." இது ஊர் வாய். மனைவி இறந்த பிறகு வந்து கீதாரியின் கால்களில் விழுந்து கதறிய கணவனிடம் குழந்தையைக் கொடுக்காமல் தோளில் போட்டுக் கொண்டு தட்டிக்கொடுத்தார் கீதாரி.

ஆடுமேய்ப்பவர்களின் காட்டு வாழ்க்கையின் அவல - அலங்கோலங்களுக்குள்ளும், சிக்கல் - சிரமங்களுக்குள்ளும், பின்னல் - பிடுங்கல்களுக்குள்ளும் நுழைந்து, புகுந்து, கலந்து நாவலாசிரியர் **சு. தமிழ்ச்செல்வி** ஒரு கண்ணீர்க் காவியத்தைக் கடைந்தெடுத்துத் தந்திருக்கிறார். வெறும் கண்ணீரை வெளியில் விடுவது வீண். காட்டுக்குள் கல்வி அறிவு இல்லாமல், உலக நடைமுறை தெரியாமல் வெறும் ஜடங்கள் போல் வாழ்கின்ற அவர்களின் சங்கடங்களைத் தீர்க்கின்ற படலங்கள் உருவாக்கப்பட வேண்டும். இதற்குமுன் அவர் எழுதிய மாணிக்கம், அளம் என்னும் இரு நாவல்களில் 'மாணிக்கம்' சிறந்த நாவலாகத் தேர்வு செய்யப்பட்டு, தமிழக அரசு விருதுபெற்றது. இதுபோன்ற நாவல்களைத் திரைப்படமாக்கினால் மக்கள் பார்ப்பார்களா? அரசாங்கம் கவனிக்குமா? ஆடுமேய்ப்பவர்களின் காட்டு வாழ்க்கையை உணர்வார்களா? உணர்ந்தால் இப்படி வாழாமல் வாழ்ந்து தொலைப்பவர்களுக்குப் புதுவாழ்வு தோன்றும். "கண்ணன் எங்கிருந்தோ வந்தான், இடைச்சாதி நான் என்றான்" என்ற பாரதியின் பாடலுக்கு உயிரூட்டுவோம். பாமரர் வாழ்வுக்கு ஒளி காட்டுவோம்.

புகழ்பெற்ற பல எழுத்தாளர்கள் தமிழ்ச்செல்வியின் படைப்புகளைப் பாராட்டியுள்ளார்கள். ஆடுமேய்ப்பவர்களின் பேச்சு மொழியை எப்படித்தான் கற்றுணர்ந்தாரோ என்று வியக்கும் வண்ணம் ஒவ்வொரு வரியிலும், வார்த்தையிலும் அவர்களின் இயல்பான வாழ்க்கையை வார்த்துத் தந்துள்ளார். இந்நூல் வாசகர்களால் பெரிதும் வரவேற்கப்படும் என்று எதிர்ப்பார்க்கிறோம்.

-பதிப்பகத்தார்

நாவலும் ஆசிரியரும்

மாணிக்கம், அளம் ஆகிய இரு நாவல்களுக்குப் பிறகு கீதாரி என்னுடைய மூன்றாவது நாவலாக வெளிவருகிறது. தென்மாவட்டங்களிலிருந்து ஆடு மேய்ப்பதற்காக மேய்ச்சல் நிலங்களைத் தேடிவந்தவர்கள் நீண்ட வருடங்களாக இப்பகுதியில் இருக்கிறார்கள். அவர்களில் சில குடும்பத்தினர் எங்கள் குடியிருப்புப் பகுதிக்கு அருகில் வசிக்கிறார்கள். அவர்களோடு ஏற்பட்ட பழக்கம் இந்நாவலை எழுதுவதற்குக் காரணமாக அமைந்தது. மழை, வெயில், பனி என அனைத்தையும் வெட்டவெளியில் எதிர்கொள்ளும் இவர்களது வாழ்க்கை, துயரமும் அவலமும் நிறைந்தது. மீண்டும் ஓர் அவலத்தை பகிர்ந்துகொள்ளக்கூடிய சூழலையே நான் பழகும், வாழும் சமூகத்தின் எளிய மனிதர்கள் எனக்களிக்கிறார்கள்.

யதார்த்தம் குரூரமாகவும் வக்கிரமாகவும் இருக்கிறபோது அதை மிகைப்படுத்தவோ சிதைக்கவோ நான் விரும்புவதில்லை. மாறாக எனக்குக் கிட்டிய அனுபவங்களை அதற்குண்டான கச்சாத் தன்மையோடு அருகருகே அடுக்கிக்கொண்டு நாவலை உருவாக்குகிறேன். ஒரு மலையைப் போலவோ அடர்ந்த வனத்தைப் போலவோ உருப்பெறுகிறது என் நாவல்.

நாவல் தன்னுள்ளே கொண்டிருக்கும் வாழ்க்கைப் பரப்பை அதன் கதியில் இயக்கம்கொள்ள அனுமதிக்கிறது. ஒரு மலையையோ காட்டையோ அதிநுட்பமாக யாரும் வடிவமைப்பதில்லை. இருப்பினும் அது இயற்கையுடன் ஒத்திசைவு பெறுகிறது. என்னுடைய நாவல்களும் இப்படித்தான் இவ்வாழ்வோடு இசைகின்றன.

எனது முதல் இரு நாவல்களையும் படித்து நேரிலும், கூட்டங்களிலும், இதழ்களிலும் பாராட்டுதலையும், விமர்சனங்களையும் அறிவுரைகளையும் தெரிவித்த எழுத்தாளர்கள் அம்பை, வே. சபாநாயகம், அ. மார்க்ஸ், தங்கர்பச்சான், அறிவுமதி, பிரம்மராஜன், கவிதாச்சரண், சுப்ரபாரதிமணியன், யவனிகா ஸ்ரீராம், ஜி.டி. பட்டி, சு. செங்குட்டுவன், இலக்குமி குமாரன் ஞானதிரவியம், தபசி, ரவி சுப்ரமணியன் ஆகியோருக்குக் கனிவான நன்றியைத் தெரிவித்துக் கொள்கிறேன். விமர்சனங்களை வெளியிட்ட இதழ்கள் பன்முகம், கணையாழி, தீம்தரிகிட, நடவு, ஹிந்து, தீராநதி ஆகியவற்றுக்கும் இனிய நன்றி தெரிவிக்கிறேன். இந்த நாவலை அழகுற வெளியிடும் நியூ செஞ்சுரி புத்தக நிறுவனத்துக்கு நிறைந்த நன்றியைத் தெரிவித்துக்கொள்கிறேன்.

எனது இலக்கிய வளர்ச்சியில் ஆர்வம் செலுத்தும் சித்தப்பா கற்பக நாதர்குளம் புலவர் வை. விசுவநாதன், சகோதரர் பாலசுப்ரமணியன், அண்ணி மாலதி மற்றும் இந்நாவலுக்கான தரவுகளைத் தங்களுடைய உரையாடல்களின் வழி வழங்கிய சேது, முத்தம்மாள் தம்பதியர், இவர்களது பெண் பிள்ளைகள் மகேஸ்வரி, அழகுசுந்தரி பாக்கியம் ஆகிய அனைவருக்கும் எனது நன்றியை உரிதாக்குகிறேன்.

சு. தமிழ்ச்செல்வி,

பெரியார் நகர், விருத்தாசலம்

கீதாரி

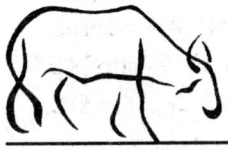

1

‘ச்சூ... ச்சூ... த்தே... த்தே.” ஆடுகளை வேகமாய் விரட்டிக் கொண்டிருந்தாள் கரிச்சா. கையிலிருந்த கம்பால் தரையை அடித்து சிதறி ஓடிய ஆடுகளை வளைத்து ஓட்டினாள். ஆடுகள் நீண்ட கும்பலாய் ஆற்றுப்படுகையில் போய்க்கொண்டிருந்தன. ஆற்றில் தண்ணீர் ஓடிக்கொண்டிருந்தது. புதுத்தண்ணீர். மேட்டூரணை திறந்து விட்டு இரண்டு வாரம்தான் ஆகியிருந்தது. அதற்குள் உழுது ஆற்றங்கரை நெடுகிலுமுள்ள கொல்லைகளில் ஆங்காங்கே நாற்று விட்டிருந்தார்கள். நாற்றங்கால்களில் பயிர்கள் முளைத்து விரலுயரத்திற்கு வளர்ந்து அடர்ந்திருந்தது. நாற்றங்கால்களின் முகப்பில் ஏற்ற மரம் கட்டப்பட்டிருந்தன. ஏற்றக்குழிக்கு தண்ணீர் வருவதற்கென்று ஆற்றிலிருந்து வெட்டிய வாய்க்கால்கள் படுகையை துண்டு துண்டாக்கியிருந்தன.

கரிச்சா கரைமேட்டில் ஏறிக்கொண்டாள். “யாரும் மேட்டுல ஏறக்கொடாது. எல்லாரும் படுவயிலயே வாங்க. யாராவுது மேல ஏறி பயிருல வாயவக்க நெனச்சிய... அப்பறம் பாத்துக்கிடுங்க, நா என்ன செய்யிறன்னு. இந்தத் தடிக்கம்பு அடி எப்புடியிருக்குமுன்னு அப்பறந்தாந் தெரியும் ஒங்களுக்கு. முட்டிக்காலு பேந்து பெயிரும். ஆமாஞ் சொல்லிப் புட்டன். ஒளுங்கா வழியப் பாத்து போவணும்.”

ஏற்ற வாய்க்கால்களிடம் கொஞ்சம் தயங்கி நின்று தாண்டிப் போயின ஆடுகள். முன்னால் போய்க்கொண்டிருந்த அள்ளிவெறைக் கிடா, ஆடுகளை முட்டி விரட்டியது. அதனுடைய தலைச் சிலுப்பலுக்குப் பயந்த ஆடுகள் சிதறின. ஒன்றையொன்று முட்டிமோதி இடித்துக் கொண்டதில் நடக்க இடமில்லாமல், சில ஆற்றுக்குள் இறங்க வேண்டி வந்தது. சில ஆடுகள் கரைமேட்டில் ஏறி பின்னாலிருந்து வந்த கரிச்சாவின் கம்புவீச்சுச் சத்தத்திற்கு பயந்து மறுபடியும் படுகையில்

இறங்கின. ஓர் ஆடு மட்டும் கரைமேட்டிலேயே நடந்தது. "த்தே.. எறங்கு கீள. ஒனக்கு மட்டும் தனி ரோடு போட்டுருக்கா?" என்றபடி குனிந்து கல் ஏதாவது கிடக்கிறதா வெனத் தேடினாள். மண் நிரம்பிய பழைய நத்தை ஓடுகள்தான் தரையோடு அழுந்திக் கிடந்தன. "சொல்லச் சொல்ல என்ன சட்டமா வரப்புலயே நடக்குற. ஓங் கால ஒடக்கிறம் பாரு." ஆட்டின்மீது பட்டுவிடாதபடி பக்கத்து நாற்றங்கால் கொல்லைக் குள் நத்தை ஓட்டை வீசினாள். பயிரில் சலசலப்பை ஏற்படுத்தி சேற்றுத் தண்ணீரில் தொப்பென்று விழுந்தது அது. சத்தத் திற்கு பயந்த ஆடு கல்லடி பட்டதுபோல் படுகைக்குள் துள்ளிக்குதித்து கூட்டத்தோடு நடந்தது.

ஆடுகள் ஒழுங்காகப் போனாலும், இந்த கிடாய்கள் அவற்றைப் பேசாமல் போகவிட்டால்தானே. அள்ளிவெறைக்கிடா சுத்தமோசம். ஒவ்வொரு ஆட்டின் பின் பக்கத்தையும் மோந்து பார்த்து ஆடுகள் விடும் மூத்திரம் மூக்குக்குள் புக 'ங்ே'என்று இளித்துக்கொண்டு செரு முகிறது.

சூரியன் போய் மேற்கில் உட்கார்ந்து விட்டது. பொழுது போனதை அறிந்த தாய் ஆடுகள் கூண்டுக்குள் அடைத்துக் கிடக்கும் குட்டிகளை நினைத்துக் கத்தத் தொடங்கின. கூட்டத்தில் அங்கங்கே யிருந்து பல ஆடுகள் கத்தும் சத்தம் ஒரே நேரத்தில் கேட்டது. அவை கத்தும் சத்தத்தை சகித்துக்கொள்ள முடியாமலோ என்னவோ கூட்டத் துடன் போய்க்கொண்டிருந்த கொம்புக்கிடாய்கள் தன் முன்னால் போகும் ஆடுகளையும் பக்கத்தில் வந்து கொண்டிருக்கும் ஆடுகளையும் முட்டி கூட்டத்தில் சலசலப்பை ஏற்படுத்தின. நெரிசலை சமாளித்து நடக்கமுடியாத குட்டியாடுகள் சில ஆற்றுத் தண்ணீருக்குள் விழுந்து எழுந்து வந்தன.

"ஏய்... எல்லாருக்கும் கிறுக்கா புடிச்சிக்கிட்டு? ஒளுங்கா வளியப் பாத்து போறியளா? இல்ல வந்து ஆளுக்கு நாலு குடுக்கட்டா" என்றவள் இன்னும் இரண்டு மூன்று நத்தை ஓடுகளை எடுத்து ஆடு கலைந் தோடும் பகுதிகளுக்கு நேராய் தண்ணீருக்குள் வீசி விரட்டினாள்.

"நீங்க நூத்தம்பது பேரு இருக்குறிய. நான் மட்டும் ஒண்டியாத் தான இருக்குறன். மின்னாடி போறத பாக்குறதா பின்னாடி வாறத்தப் பாக்குறதா? பொளுதுவேற பெயிட்டு. இருட்டுறத்துக்குள்ள ஒங்கள யெல்லாம் கொண்டபோயி பட்டில அடைக்கவேண்டாமா? அதுக்கு மேல வெளக்குகொளுத்தி அடுப்புமூட்டி எப்ப சோறு கொளம்பு ஆக்கி திங்கிறது" என்று ஆடுகளிடம் நியாயம் கேட்டபடியே வந்தாள்.

நடுவில் போய்க் கொண்டிருந்த ஆடொன்று சட்டென்று கரைமேட்டில் ஏறி நாற்றங்காலைப் பார்த்தது. "ஏய் கராமற கீள எறங்கு. எதுக்குப் பயிற பாக்குற? தொப்பையில இன்னங் கொறயிருக்கா.

கூர்

வயறுதான் ரெண்டு பக்கமும் 'டும்'முன்னு எடுபட்டு இருக்கே. இன்னம் எதுக்குப் பறக்குற. பாத்து பாத்து மேச்சாறங் இன்னமும் பத்தலங் குறியளே. என்னய பாத்தியளா? நாங் எங்கயாச்சிம் சோறு தின்னனா? நீங்க பாத்துக்கிட்டுத்தான இருக்குறிய? காலயிலே புடிச்சி சும்மாத்தான நின்னுட்டு வாறங். எனக்குப் பசிக்கா."

கராமறை ஆடு கீழே இறங்குவதுபோல பாசாங்கு செய்து மீண்டும் மேலேறியது. ஓடிவந்து அடிப்பதுபோல் பாவனைசெய்து கையிலிருந்த கம்பை தரையில் வீசி சத்தமெழுப்பினாள் கரிச்சா. கராமறை கீழேயிறங்கி ஆடுகளோடு கலந்தது. குட்டிக்காக கத்தும் ஆடுகளின் சத்தம் முன்பைவிடவும் அதிகமானது. வளவனாற்றின் மேற்கே வடிவாய்க்கால் கோட்டகத்தில் கிடை போட்டிருந்தார்கள். கரையங்காட்டு ஆளொருவரின் கொல்லை யில் நான்கைந்து நாட்களாய் கிடை கட்டி வந்தார்கள்.

முதல்நாள் கட்டிய இடத்திலிருந்து கிடையை மாற்றிப் போட வேண்டுமென்று வெள்ளைச்சாமி, சூரியன் மேற்கில் சாயத் தொடங்கிய போதே ஆட்டை கரிச்சாவிடம் விட்டுவிட்டு வந்திருந்தான். சுற்றிலும் கம்புகளை ஊன்றி பனங்கருக்குகளால் செய்த தட்டியை வளைத்திருந் தான். வாசல் தட்டியை மட்டும் திறந்து வைத்துக்கொண்டு ஆடுகள் தூரத்தில் வருவதைப் பார்த்துக்கொண்டு நின்றான் வெள்ளைச்சாமி.

பகல் முழுதும் சுதந்திரமாய் சுற்றித்திரிந்த ஆடுகள் அடைபட பிடிக்காமலோ என்னவோ பட்டியைச் சுற்றி திரும்பித்திரும்பி ஓடின.

"சித்தப்பா அங்குட்டு உட்டுறாதிய. ஒரே பக்கமா மறச்சிக்கிட்டு நின்னுங்க. நா வளச்சாறங்" என்றவள் சிதறி ஓடிய ஆடுகளை வளைத்து வாசல் தட்டியருகில் கொண்டு வந்தாள். தப்பியோட வழியற்ற ஆடுகள் பட்டிக்குள் சென்றன. ஆடுகளின் சத்தம் கேட்டு கூண்டுக்குள் அடைக் கப்பட்டுக்கிடந்த குட்டிகளும் கத்தின. பால் கனத்த மடியுடன் ஆடு களும் குட்டிகளுக்காக கத்தின.

"வெளிச்சம் இருக்கக்குள்ளயே அதது குட்டிவொள ஆட்டுகிட்ட வுட்டுறணும் சின்னாயா" என்றான் வெள்ளைச்சாமி.

"நாம் பட்டிக்குள்ள பெயர்றன் சித்தப்பா. நீங்க குட்டிவொள தொறந்து வுடுங்க" என்றவள் வாசல் தட்டியை இழுத்துக் கட்டிக் கொண்டு பட்டிக்குள் போனாள். குட்டிகள் கவிழ்த்திருந்த கூண்டைத் திறந்தான் வெள்ளைச்சாமி. விடுபட்ட குட்டிகள் ஓடிவந்து பட்டிக்குள் போக வழியில்லாமல் பட்டியை சுற்றி சுற்றி வந்தன. குட்டிகள் தடுமாறி ஓடுவதைப் பார்த்து தாய் ஆடுகளும் பட்டிக்குள்ளிருந்தபடியே குட்டிக்கு இணையாய் சுற்றி வந்தன. குட்டிகளை இரண்டிரண்டாய் பிடித்து பட்டிக்குள் நின்ற கரிச்சாவிடம் கொடுத்தான் வெள்ளைச்சாமி.

கரிச்சாவின் அணைப்பிலிருப்பது தன்னுடைய குட்டியோ என்று நினைத்த தாய் ஆடுகளெல்லாம் கத்திக்கொண்டு கரிச்சாவை சூழ்ந்தன.

"இந்தா ஓங்குட்டிதான் இது... ஓடு, ஓம் அம்மாகிட்ட போயி ஊட்டு" என்று சொல்லியபடி எல்லாக் குட்டிகளையும் சரியாய் அதனுடைய தாயிடம் சேர்ப்பித்தாள். நன்றாக இருட்டி விட்டது. பட்டியைவிட்டு வெளியேவர மனமற்றவளாக குட்டிகள் பால் குடிப்பதை கவனித்தபடி சுற்றிச்சுற்றி வந்தாள்.

"சின்னாயா இருட்டிப்பெயிட்டுப் பாரு.. வந்து அரிக்கன கொளுத்து" என்றான் வெள்ளைச்சாமி.

"போருங்க சித்தப்பா குட்டிவொ ஊட்டட்டும்" என்றாள் கரிச்சா. "தாங் குட்டிக்குக் குடுக்க தாயாட்டுக்குத் தெரியா. எல்லாங் குடிக்கும். நீ வந்து வேலயப் பாரு" என்றான் வெள்ளைச்சாமி.

கரிச்சாவுக்கு தன் வயிறு காய்ந்தாலும்கூட ஆடுகள் குட்டிகளின் வயிறு எப்போதும் நிறைந்திருக்க வேண்டும். அவை பசியோடு கிடப்பதை கரிச்சாவால் தாங்கிக்கொள்ள முடியாது. குட்டிகள் வயிறுமுட்டக் குடித்து தாயுடன் துள்ளிக்குதித்து விளையாட ஆரம்பித்த பிறகே அவள் பட்டியைவிட்டு வெளியே வருவாள். இன்று இருட்டி விட்டதாலும் வெள்ளைச்சாமி கண்டித்துக் கூப்பிடுவதாலும் அரை மனதுடன் வெளியே வந்தாள். ஆடுகள் வெளியேறிவிடாதவாறு தட்டியின் கயிற்றை இழுத்துக் கட்டினாள்.

கூண்டுக்குள் ஒரே இருட்டாயிருந்தது. அரிக்கன்களும் தீப்பெட்டியும் இருந்த இடத்தில் அடையாளமாய் கைவைத்துத் தடவி எடுத்தாள். ஒரு அரிக்கனை கொளுத்தி வெளிச்சத்திற்காக வைத்துவிட்டு இன்னொரு அரிக்கனை எடுத்து துடைத்துக் கொளுத்தினாள். கூண்டிற்கு வெளியே அடுப்புப்போட்டிருந்தாள். பற்ற வைத்து சோறாக்கினாள் டின்னுக்குள்ளிருந்த உப்புக்கண்டத்தில் கொஞ்சம் அள்ளிப் போட்டு வறுத்தாள். அத்துடன் புளியை கரைத்து ஊற்றி குழம்பு வைத்தாள். நல்ல காய்ந்த விறகாய் இருந்ததால் அடுப்பு வேலை சீக்கிரத்தில் முடிந்தது. எப்போதுமே விறகுப் பிரச்சனை ஏற்படுவது போல் வைத்துக்கொள்ள மாட்டாள். ஒரு வாரத்திற்குத் தேவையான விறகு அவளிடம் கைவசமிருக்கும். காலையில் எழுந்தால் ஒரு நிமிடம்கூட கரிச்சா ஓய்ந்து உட்கார்ந்திருக்க மாட்டாள். எழுந்ததும் முதல் வேலையாய் குட்டிகளை ஊட்ட விடுவாள். எங்கு தண்ணீர் கிடைக்குமென்று தேட்டம் தேடிக்கொண்டுபோய் இடுப்பிலொரு குடம் தலையிலொரு குடமென்று தூக்கிக்கொண்டு வருவாள். அதற்குள் வெள்ளைச்சாமியும் எங்காவது போய் குட்டிகளுக்கு தழை வெட்டிக் கொண்டு வந்துவிடுவான். அவனுக்கு சோத்தைக் கொடுத்து குட்டிகளைப் பிடித்துக் கவிழ்ப்பாள்.

நேரத்திலேயே ஆடுகளை ஓட்டிக்கொண்டு போய்விட வேண்டும் அவளுக்கு. அப்போதுதான் ஆடுகள் மாலைவரை நிறைய மேயும் என்று நினைப்பாள். ஆனால் கிடைகட்டுபவர்கள் இதற்கு ஒத்துக் கொள்வதில்லை. “காலயிலயே அவுத்துவுட்டு ஓட்டுனீங்கன்னாக்க போற எடத்துலதான ஆடுவ புளுக்க போடும், நாங்க காச குடுத்தும் புண்ணியமில்லாம பெயிடுமே. இன்னஞ் செத்த கெடக்குள்ளயே கெடக்கட்டும்” என்பார்கள். ஆடுகள் போன பின்பு பத்துப் பாத்திரங்களை விளக்கிக் கழுவி வேலைகளை முடிப்பாள். பின்பு அடுப்புக்குத் தேவையான விறகை வெட்டிவர கத்தியை எடுத்துக் கொண்டு கிளம்பிவிடுவாள். வாகான காய்ந்த முள்ளாய்ப் பார்த்து வெட்டிக்கொண்டு வந்து சேர்ப்பாள். சில சமயங்களில் பச்சை முள்ளை வெட்டிவந்து காயப் போட்டு அடுக்கி வைப்பாள். அடுப்பிற்கு தேடிய பிறகு குளித்து துணிமணி துவைத்துப் போட்டுவிட்டு ஆடு நிற்கும் இடத்திற்கு ஓடுவாள். அதுவரை தனியாய் மேய்த்துக் கொண்டிருக்கும் வெள்ளைச் சாமி கரிச்சா வந்த பின்பும் சிறிதுநேரம் ஆட்டில் நிற்பான். சூரியன் உச்சிக்கு மேற்கே கொஞ்சம் சாய்ந்து விட்டால் போதும் கரிச்சாவிடம் ஆடுகளை விட்டுவிட்டு இடமாற்றி பட்டியடிக்க கிடை கிடக்கும் இடத்திற்கு வந்துவிடுவான். இதுதான் கரிச்சா வெள்ளைச்சாமியின் தினசரி வாழ்க்கையாயிருந்தது. இரவில் ஒருமுறை மட்டும்தான் சோறு ஆக்குவாள். இருவருக்கும் தினமும் இரண்டுவேளை சோறுதான். இரவு சுடுசோறு. காலையில் பழையசோறு. எவ்வளவு மழையாயிருந்தாலும் பனியாயிருந்தாலும் இந்த முறை மாறாது.

வெள்ளைச்சாமிக்கு சோத்தைப் போட்டு குழம்பை ஊற்றிக் கொடுத்தாள். தானும் சாப்பிட்டாள். மீதமிருந்த சோத்தை ஆறவைத்து வடித்த கஞ்சியும் தண்ணீரும் ஊற்றி பானையை மூடிக் கவிழ்த்தாள். கூண்டிற்குள் கட்டியிருந்த உறியில் குழம்பு சட்டியையும் சோத்துப் பானையையும் தூக்கி வைத்தாள். கரிச்சாவிற்கும் வெள்ளைச்சாமிக்குமென்று படுத்துக்கொள்ள இரண்டு கூண்டுகளை கட்டியிருந்தான். கட்டில்போல நீட்டிப் படுப்பதற்கு வாகாய் நான்கு கால்கள் வைத்து கோக்காலியடித்து அதன்மீது பலகையடுக்கி கட்டிலாக்கி, அதன்மேல் கூண்டு வண்டிபோல ஒருபக்க வாசல் வைத்து வளைவு பிடித்து மேலே மட்டை போட்டிருந்தான். ஒரு கூண்டுக்குள் இரண்டுபேர் படுத்துக் கொள்ளலாம் ஆரம்பத்திலெல்லாம் ஒரே கூண்டிற்குள்தான் கரிச்சாவைப் போட்டுக்கொண்டு வெள்ளைச்சாமி படுத்திருப்பான். ஆனால் கொஞ்சம் வளர்ந்து கைகால் பிரிந்து கரிச்சா வேலைசெய்ய ஆரம்பித்த உடனேயே அவளுக்கென்றும் தனியாக ஒரு கூண்டு கட்டிவிட்டான்.

கரிச்சா தன்னுடைய கூண்டிற்குள் நீளவாக்கில் ஒரு பக்கமாய் துணிமணிகள் போட கொடி கட்டியிருந்தாள். இன்னொரு பக்கம் உறியும் முக்கியமான பைகள் போன்றவற்றையும் தொங்க விட்டிருந்

தாள். இவையல்லாமல் இருவருடைய கூண்டிற்குள்ளும் நிறைய பொருட்கள் செருகி வைக்கப்பட்டிருந்தன.

பனஞ்சிராய் பலகை உறுத்தும் என்பதாலும், சிலாம்பு ஏறிவிடும் என்பதாலும் கூண்டிற்குள் பாயை விரித்துப் போட்டு இருவரும் படுத்துக் கொண்டார்கள்.

படுத்த உடனேயே குறட்டைவிட்டு தூங்க ஆரம்பித்து விடுவான் வெள்ளைச்சாமி. அவன் தூங்குவதற்குள் கேட்டுவிட வேண்டுமென்று நினைத்தாள்.

"சித்தப்பா... சித்தப்பா... தூங்கிட்டியளா?"

"இன்னம் இல்ல. யாங்?"

"அக்காவ பாத்து பத்து நாளைக்கி மேலாயிட்டு சித்தப்பா.

நாளைக்கிப் போயி பாத்துட்டு வரட்டா?"

"பெயிட்டு வாயங்."

"ஆட்டுல வாறதுக்கு கொங்சம் நேரம் ஆவும்."

"ஆவட்டுமே. நீ பெயிட்டு வா. நாம் பாத்துக்குறன்." என்ற சின்னாயா நரிகிரி ஊளையிடுற சத்தங்கேட்டாஎளுப்பி வுடு. நாந் தூங்கிடப் போறங்" என்றான்.

"சேரி சித்தப்பா." என்றவள் கையில் லாந்தரை எடுத்துக் கொண்டு ஆட்டுப் பட்டியை ஒரு சுற்று சுற்றி வந்தாள். காதைக் கூர்மையாக்கிக் கொண்டு கேட்டாள். எங்கிருந்தும் நரியின் ஊளைச் சத்தம் கேட்கவில்லை. வாய்க்கால்களின் மீனும் தவளையும் துள்ளியெழும் சலசலப்பும் தண்ணீரில் மறுபடியும் தொபீரென்று விழும் சத்தமும் சன்னமாய்க் கேட்டது. ஆடுகளெல்லாம் அசைபோட்டபடி படுத்திருந்தன.

அரிக்கனை அடக்கி மாட்டிவிட்டு படுத்துக்கொண்டாள். 'அக்கா இந்நேரம் தூங்கிருக்குமா இல்ல நம்மள மேரியே எதாவுது நெனச்சிக்கிட்டு கெடக்குமா?' என்று நினைத்துப் பார்த்தாள். 'அந்த வூட்டுல அக்காவுக்கு எவ்வள வேல? அசதில அடிச்சிப் போட்டமேரி இந்நேரம் தூங்கிருக்கும்' என்ற எண்ணம் வந்தது. 'பாவம் அக்கா... அது நல்லாருக்கணும். நல்லமுனிக்காரே எங்கக்காவ நல்லா வையி.' வேண்டிக் கொண்டாள். கண்களை மூடிக்கொண்டாள். தூக்கம் வரவில்லை.

2

பங்குனி மாதம் பெருமழை கோட்டகமெங்கும் பசலி படர்ந்து கிடந்தது. தைமாதம் நெல்லறுத்த தாளுக்கடியில் ஈரமிருக்கும்போதே வீசிய பசலி. முளைத்து வளர்ந்து நல்ல காய்ப்பு கண்டிருந்தது. பல வயல்களில் அறுவடையாகிவிட்டது. வெளியூர் பெண்களெல்லாம் அதிகாலையில் கூடை, பொட்டி, சாக்குகளுடன் வந்து கொல்லைக்காரர் களுக்கு பசலி நெற்றுக்களை உருவிக் கொடுத்துவிட்டு ஆளுக்கு ஒன்று கூலியாகப் பெற்றுக்கொண்டு போனார்கள்.

பசலி அறுவடையான வயல்களில் செம்மறியாட்டுக் கிடை கட்டிக்கொண்டிருந்தார்கள், இராமநாதபுரத்திலிருந்து வந்து ஆடு மேய்க்கும் ஆட்டுக்காரர்கள். அறுவடையானால் எங்கிருந்துதான் வருவார்களோ தெரியவில்லை. மந்தை மந்தையாய் ஆடுகளை ஓட்டிக் கொண்டு வந்து விடுவார்கள். பங்குனி பனிக்கு பச்சை காயாமலிருக்கும் புல்லையும் பசலிக் கொடிகளையும் மேய்ந்துவிட்டு ஆடுகள் நியை புழுக்கை போடுமென்பதால் இந்த நாட்களில் தங்களுடைய வயல்களில் கிடை கட்டிவிட வேண்டுமென்று கொல்லைக்காரர்கள் ஆசைப்படு வார்கள். ஆளாளுக்கு ‘என்னுடைய கொல்லையில் கட்டு என்னுடைய கொல்லையில் கட்டு’ என்று போட்டி போட்டுக்கொள்வார்கள். இப்படி போட்டி போடுவதால் கீதாரிகளுக்கு இந்த சீசனில் கிடைப் பணம் அதிகமாகக் கிடைக்கும். அதையல்லாமல் பசலி, பச்சைப்பயறு, உளுந்து என்று அப்பகுதியில் விளைவதையும் ஓராண்டிற்கு தேவையான அளவு சேர்த்து வைத்துக்கொள்ள முடிகிறது. மேலப்பெருமழை கோட்ட கத்திற்கு கிடை கட்ட வந்தால் மூன்று மாதங்களுக்கு தொடர்ச்சியாய் இங்குள்ளவர்களின் வயல்களில் மாற்றிமாற்றி கட்டலாம். எனவே கோட்டகத்தில் மையமான ஓரிடத்தைப் பார்த்து ‘வளசை’யைப் போட்டுக் கொள்வார்கள். ஆட்டுக்காரர்களுக்கு கிடை கட்டும் வாய்ப்பை பெற்றுத் தருவதற்காகவும், கொல்லைக்காரர்களிடம் கிடை பணம் பற்றி பேசவுமென்று ஆட்டுக்காரர்களிலேயே சற்று விவர மானவர்கள் இருப்பார்கள். இந்தப் பகுதியில் தங்கியிருக்கும் ஆட்டுக் காரர்களில் ராமுகீதாரிதான் விவரமானவர்.

ராமு கீதாரியின் குடும்பம் மேலப் பெருமழை கோட்டகத்திற்கு வந்து நான்கைந்து நாட்கள்தான் ஆகியிருந்தது. வளசைக்கும் அருகி லிருந்த கொல்லைகளில் கிடை கட்டியிருந்தார்கள்.

அன்று சாயங்காலம். ஆடுகளை வளைத்து வந்து பட்டிக்குள் அடைத்துக் கொண்டிருந்தார்கள் ராமுவும் வெள்ளைச்சாமியும். வளசையில் ராமுவின் பெண்டாட்டி இருளாயியும் மகள் முத்தம்மாளும் சோறாக்கிக் கொண்டிருந்தார்கள். அரிக்கன் விளக்கின் வெளிச்சத்திடம் தோற்றுப் போவதுபோல சூரியன் மங்கிக்கொண்டு வந்தது. அந்த நேரத்தில்தான் அவள் வந்தாள். உப்பிப் பெருத்த வயிறு பானையைப் போல் முன்னேத் தள்ளிக் கொண்டிருந்தது. பளபளப்பான அந்த பெரிய வயிற்றை எந்தத் துணியாலும் மூடாமல் வந்து நின்றாள். வயிற்றின்கீழே நாடாவால் கட்டப்பட்டிருந்தது பாவாடை. தளர்ந்து சரிந்து தொடை வரை இறங்கியிருந்த வயிற்றை அந்தப் பாவாடை மறைக்கவில்லை. அந்தப் பாவாடையிலும் இரண்டு மூன்று கிழிசல்களிருந்தன. கிழிசல் களின் வழியாக செழுமையான அவளுடைய தொடை தெரிந்தது.

உடலின் அளவில் பொருந்திவராத ஒரு ஜாக்கெட்டை மாட்டியிருந்தாள். பால் சுரப்பிகளால் பெருத்திருந்த அவளுடைய மார்புகளை முழுதாய் மறைக்கமுடியாமல் விலகி இருந்தது ஜாக்கெட். எண்ணெயையும் சீப்பையும் பல நாட்களாய்ப் பார்க்காத அவளுடைய தலைமுடி முடிச்சிட்டு பின்னிக் கிடந்தது. பைத்தியம் தான்! அவள்.

இடுப்பைப் பிடித்தபடி இருளாயியின் ஓரமாய் வந்து உட்கார்ந் தாள். பைத்தியமென்றால் இருளாயிக்கு எப்போதும் ஒரு பயமிருக்கும். ஆனால் இன்று இவளைப் பார்த்து அவளுக்கு பயமேதும் ஏற்பட வில்லை. பைத்தியத்தின் வெகுளித்தனத்தையும் மீறி அவளுடைய முகத் தில் வேதனை தெரிந்தது. வாய் எதையெதையோ பிதற்றிக் கொண்டி ருந்தது. அந்த பிதற்றலிலும் அவளுடைய வலிதான் வெளிப்பட்டது.

“தண்ணியா” தெளிவில்லாமல் கேட்டவாறே இருளாயியின் பக்கத் திலிருந்த கத்தரிக்காய் அலசிப் போட்டுவிட்டு வைத்திருந்த அழுக்குத் தண்ணீரை எடுத்துக் குடிக்கப் போனாள் “அய்யய்யோ அதக் குடிக்காத ஆயி” என்றவள் அதைப் பிடுங்கி தூரமாய் வைத்துவிட்டு நல்ல தண்ணீரை கொஞ்சம் ஊற்றிக் கொடுத்தாள்.

“மேலயும் கீளயும் யாம் இப்புடி ஊத்திக்கிர்ற? ஒளுங்கா குடி” என்றாள் இருளாயி.

தண்ணீர் உள்ளே போகவில்லை. அவளுக்கு இப்போது என்ன தேவையென்று எதுவும் புரியவில்லை. வாயில் ஊற்றாமல் மீதமிருந்த தண்ணீரை தன் வயிற்றில் ஊற்றிக் கொண்டாள். பிரசவ வலி வந்து விட்டது அவளுக்கு. அதை இன்னதென்று அறிந்துகொள்ள முடியாமல் தவித்தாள். கால்களை நீட்டிப் போட்டாள். கைகளை முதுகுக்குப்

பின்னால் ஊன்றிக் கொண்டாள். கால்களால் தரையை உதைத்தாள். இருளாயிக்கு என்ன செய்வதென்று ஒன்றும் புரியவில்லை.

“அய்யய்யோ புள்ள வலி வந்துட்டு பொலருக்கே. யாரு பெத்த பொண்ணோ. இப்புடி கெடந்து தவிக்கிதே. இப்ப என்ன செய்யிற? கடவுளே. ஒனக்கு கண்ணே இல்லயா. என்னதாம் பைத்தியமாருந்தாலும் வயத்து புள்ளகார பொண்ண இப்புடியா அலயவுட்டுட்டுருப்பாக. கட்டுனவனும் பெத்தவகளும். எங்க இருக்காகளோ தெரியலையே.”

ஊன்றியிருந்த கைகளை எடுத்து இடுப்பையும் வயிற்றையும் பிடித்துவிடுவதுபோல் தடவிக் கொண்டிருந்தாள். வலி தாங்க முடியாமல் முனகினாள்.

“யாருமில்லாத அத்துவானக் காட்டுல கெடக்குற மேரி நம்ம கெடக்குறம். எங்குட்டு போனாலும் ரெண்டு மயிலு நடந்தாத்தான் சனத்த கூப்புட முடியும். இந்த நேரத்துல இஞ்சவந்து சேந்துருக்கே இந்தப் பொண்ணு. இப்ப என்ன செய்யிற?” இருளாயியின் புலம்பல் அதிகமானது. அவளுடைய மகள் முத்தம்மாள் மலங்க மலங்க பார்த்துக் கொண்டே நின்றாள்.

பைத்தியக்காரப் பெண்ணிடமிருந்து முனகல் சத்தம் அதிகமாகியது. அவளுடைய வலியைப் பங்கு போட்டுக்கொள்ள முடிந்தால் தானும் தன்னுடைய மகளும் ஆளுக்குக் கொஞ்சமாய் அனுபவித்து அந்தப் பெண்ணிற்கு உதவலாமே என்பதுபோல ஒருவித தவிப்போடு அந்தப் பெண்ணையே பார்த்துக் கொண்டு நின்றாள் இருளாயி.

அவளுடைய நீட்டிய கால்களுக்கிடையில் சலேரென்று பீய்ச்சியடித்தது. கிழிந்த பாவாடை நனைந்தது. எதிரே நின்றிருந்த இருளாயியின் கால்களையும் நனைத்தது. பொருக்குத் தரை நனைந்து கொழகொழப்பானது.

“பனிக்கொடம் ஒடஞ்சிச்சே. அச்சச்சோ. இப்ப என்ன செய்யிற? நெறஞ்சாயி... தொணக்கிக்கொட ஆளுல்லயே” என்றவள், “குட்டி கவுக்குற கூடுமேல சாக்கு கெடக்குல்ல அத எடுத்தா” என்றாள் மகளைப் பார்த்து.

அவசரம் புரிந்து முத்தம்மாள் எடுத்துவந்து விரித்துப் போட்டாள்.

“புடி” என்றாள் இருளாயி.

“பயமாயிருக்கும்மா.”

“பயந்து என்னாவப் போவுது. நெறஞ்சாயி மேல பாரத்தப் போட்டுட்டு நம்மளால முடிஞ்சத்த செய்யிவம் புடி”, என்றாள்.

விரித்துப் போட்டிருந்த சாக்கில் அவளை கைத்தாங்கலாய்த் தூக்கி வந்து இருவரும் போட்டார்கள்.

பைத்தியக்காரப் பெண்ணிடமிருந்து அழுகை சத்தம் அதிக மானது. கைக்கு எட்டாத தூரத்தில் அரிக்கனை கொண்டுவந்து வைத்தாள் முத்தம்மாள்.

கோட்டகத்தின் இருளையும் அமைதியையும் கிழித்துக்கொண்டு எங்கும் கேட்கும்படி ஓங்கி ஒலித்தது அப் பெண்ணின் கதறல்.

சற்று தூரத்தில் கிடையில் ஆடுகளை அடையப் போட்டுவிட்டு குட்டிகளை ஊட்டவிட்டுக் கொண்டிருந்தார்கள் ராமுவும் வெள்ளைச் சாமியும். கதறல் சத்தம் கேட்டு இருவரும் 'வளசை'யை நோக்கி ஓடி வந்தார்கள்.

'என்னடி வளசகிட்ட சத்தம்?" என்று கேட்டபடியே ஓடி வந்தார் ராமு. அவர்களை எதிரே நின்று மறைத்துக் கொண்டாள் இருளாயி.

"இங்கிட்டு வராதிய்ய"

"....."

"ஏதோ ஒரு பைத்தியம்."

"..."

"பாவம் புள்ளதாச்சியாருந்துருக்கு. எப்புடியே சுத்தித் திரிஞ்சி நம்ம வளசகிட்ட வந்துட்டு"

"..."

"புள்ள வலில துடிக்கிது. பேரென்ன ஊரெனன்னு ஒண்ணும் தெரியல. நம்ம இப்ப என்ன பண்ணுற?" என்றாள். உடனே புரிந்து கொண்டார் ராமு.

"செரிடி நீ போயி பார்ு. ஆவத்துக்குப் பாவமுல்ல" என்றார் ராமு. சற்று தள்ளிபோய் நின்று கொண்டார். வெள்ளைச்சாமியும் அவர் பக்கத்தில் வந்து நின்றுகொண்டான். ராமுவுக்கு புரிந்த அளவு வெள்ளைச்சாமிக்கு அவ்வளவாய் புரியவில்லை. ஒன்பது வயது சிறுவனால் சீக்கிரத்தில் புரிந்துகொள்ளவும் முடியாதுதான்.

தனியே இருளாயி மட்டும் பிரசவம் பார்க்க வேண்டிய தாகிவிட்டது. திருச்செந்தூர் முருகா, நெறஞ்சம்மா இந்தப் பொண்ணப் போட்டு வதைக்காம சீக்கிரமா வயத்த வுட்டு நீக்கணும்'' என்று வேண்டிக் கொண்டாள்.

''எட்டி இருளாயி, நம்ம புள்ள முத்தம்மாவ தொணக்கி கூப்புட்டுக்கிட்டு நெதானமாப் பாத்து புடிடி" என்றார் ராமு.

"ஆமா.. நல்லா சொல்லுவிய. கட்டிக்குடுத்து பெத்து பெருவி நல்லது கெட்டத அனுவிச்ச பொம்முனாட்டிவொ பாக்குற வேல இது. வயசிக்கி வராத பச்சமண்ண எப்புடி பாக்க புடிக்கச் சொல்லுறது." என்றாள் இருளாயி.

வயதுக்கு வராத முத்தம்மாவை துணைக்கு அழைக்க இருளாயிக்கு மனம் வரவில்லை. முத்தம்மாளை சுத்தமாய் கூப்பிடாமலும் இருக்க முடியவில்லை.

'துணியெடுத்தா மணியெடுத்தா, அருவாள எடு, சட்டிய எடு' என்று எடுபிடி வேலைக்கு அவளையும் அடிக்கடி கூப்பிட்டுக் கொண்டேதானிருந்தாள்.

அந்தப் பெண்ணின் அலறல் சத்தம் அதிகமாகிக்கொண்டே போனது. பனிக்குடம் உடைந்ததைத் தவிர குழந்தை வெளியே வருவதற்கான அடையாளம் சிறிதும் தெரியவில்லை. நேரம் ஆகிக்கொண்டேயிருந்தது. சோறு அடுப்பில் கிடந்து குழைந்தது. சோத்தை வடிக்க வேண்டுமென்றோ குழம்பு வைக்க வேண்டுமென்றோ யாருக்கும் தோன்றவில்லை.

தங்களுடைய குடும்பத்து பெண்ணொருத்தி படும் துன்பமாக நினைத்து அத்தனை பேரும் கலங்கிப்போய் நின்றார்கள். அந்தப் பெண்ணினுடைய முகத்தைப் பார்க்காமலே அவளின்மீது பாசமும் வாஞ்சையும் ஏற்பட்டது வெள்ளைச்சாமிக்கு. தொண்டை வறண்டு போவதுபோல் நீண்டநேரம் கதறினாள். ஒரு கட்டத்திற்கு மேல் ராமுவால் சகித்துக்கொள்ள முடியவில்லை.

"இப்புடி கத்தவுட்டுட்டு என்னடி செஞ்சிக்கிட்டிருக்குற நீ" என்றார்.

"நான் என்ன செய்யிற. தலதிரும்பி வந்தாத்தான? தல குறுக்க கெடக்குறமேரிருக்கு" என்றாள்.

"கையவுட்டு தலய திருப்பிவுட்டு இளுத்துப் பாருடி" என்றார் ராமு.

"அய்யய்யோ நா எப்புடி இளுப்பம்? எனக்குப் பயமாருக்கு" "எத்துன ஆட்டுக்குட்டிகள நான் இழுத்துருக்குறன். நீ பாத்ததில்ல. அதுமேரிதாண்டி இதுவும். மனுச வேற ஆடுமாடு வேறயா? பயப்புடாம கையவுட்டு இளுடி. இதுக்கு மேலயும் சத்தம் போடவுடாத" என்றார் பதறியபடி.

இருளாயி ஏதேதோ செய்து பார்த்தாள். அவளால் எதுவும் முடியவில்லை. இருளாயிக்கு வரவர பயம் அதிகமாகியது. ஏதாவது ஆகிவிட்டால் என்ன செய்வதென்று நினைத்தவளால் எதையும் சரியாய் செய்யமுடியவில்லை.

"என்னால ஒண்ணும் பண்ண முடியல" என்றாள் கலங்கியபடி. அவளுடைய பேச்சைக் கேட்ட ராமுவுக்கு ஆத்திரம் ஏற்பட்டது. தலையில் கட்டியிருந்த முண்டாசை அவிழ்த்து இடுப்பில் கட்டிக் கொண்டே "ச்சீ எட்டிப்போடி பரதேசி நாயே" என்றபடி வந்தார்.

இருளாயி பயத்தில் மிரண்டுபோய் பார்த்துக்கொண்டு நிற்கும்போதே தன் கையைவிட்டு ஆட்டுக்குட்டியை எடுக்கும் லாவகத்துடன் தலையைத் திருப்பி வெளியே எடுத்தார்.

அந்தப் பெண்ணின் பெரிய வயிற்றையும் பிரவசத்தில் ஏற்பட்ட சிரமத்தையும் கொண்டு பெரிய குழந்தையாயிருக்குமென்று நினைத்த ராமுவுக்கு குழந்தை மிகமிகச் சிறியதாயிருந்ததைப் பார்த்ததும் அதிர்ச்சியாயிருந்தது. தொப்புள் கொடியறுத்து இருளாயியிடம் கொடுத்துவிட்டு தூரமாய் வந்து நின்றார்.

“டேய் போடா, தண்ணி மோண்டாடா” என்றார் வெள்ளைச் சாமியைப் பார்த்து. அவன் தண்ணி கொண்டுவந்து ஊற்ற கைகளைக் கழுவினார்.

பைத்தியக்காரப் பெண் இன்னும்கூட கதறுவதை நிறுத்தவில்லை. வலியால் மேலும் துடித்துக்கொண்டிருந்தாள்.

“என்னது இந்தப் பொண்ணு இன்னமும் கத்திக்கிட்டுருக்கு” என்று சந்தேகத்தோடு கேட்டாள் இருளாயி.

ராமுவுக்கும் இது நெருடலாகவே இருந்தது. “எட்டி இருளாயி, புள்ளய போட்டுட்டு அந்தப் பொண்ணபோயி பாரு. கொடலு களிஞ்சி அசடுகிசடல்லாம் வந்திச்சான்னு” என்றார் ராமு.

இருளாயியின் கையிலிருந்த குழந்தை பிறந்ததிலிருந்து ‘வீல் வீல்’ என்று அழுதுகொண்டே யிருந்தது. சாக்கின்மீது ஒரு துணியைப் போடச் சொன்னாள் முத்தம்மாளிடம். அதில் பிள்ளையைப் போட்டு விட்டு அந்தப் பெண்ணின் அருகில் அரிக்கனை எடுத்துக் கொண்டு போய்ப் பார்த்தாள். வயிறு முன்பு போலவே மேடாக இருந்தது.

“இஞ்சேருங்க.. வயத்துல இன்னோரு புள்ள இருக்கும் பொலருக்கு” என்றாள்.

ராமுவும் இதையேத்தான் யூகித்திருந்தார். மறுபடியும் அந்தப் பெண்ணிடம் வந்தார். இந்தமுறை முன்புபோல் சிரமமேற்படவில்லை. அவர் கைவிட்டு எடுக்க நினைத்த நேரத்தில் குழந்தையின் தலை தானே வெளியே வருவது தெரிந்தது. இரண்டாவது பிள்ளையையும் இழுத்து வெளியேப் போட்டார். அந்தப் பெண்ணின் கதறல் அடுத்த வினாடியே நின்றது. லேசாக முனகல் சத்தம் வர ஆரம்பித்தது அவளிடமிருந்து.

சாக்கில் கத்திக்கொண்டு கிடந்த பிள்ளைக்குப் பக்கத்திலேயே இந்தப் பிள்ளையையும் கொண்டுவந்து போட்டாள் இருளாயி. அரிக்கனை கிட்டே எடுத்துவந்து இரண்டும் என்ன பிள்ளைகள் என்று பார்த்தாள் முத்தம்மாள். அதுவரை இருளாயிக்கோ ராமுவுக்கோ என்ன பிள்ளை என்று பார்க்கக்கூட தோன்றவில்லை.

“ரெண்டும் பொம்புளப் புள்ளதான்” என்றாள் முத்தம்மாள்.

3

“நல்ல காரியம் பண்ணிருக்குறிய. இந்தப் பைத்தியகாரப் பொண்ணுக்கு நீங்க செஞ்சிருக்குற ஒதவி ஏளேளு சென்மத்துக்கும் ஒங்களக் காக்கும்.” என்றார் வடிவேல் தேவர். அவருடைய கொல்லையில் தான் ராமு கிடை கட்டியிருந்தார்.

“ஏதோ ஒரு பைத்தியந்தானன்னு நெனச்சி வுட்டுறாம வேண்டி யத்த போட்டு பாத்துருக்கிறிய. இருக்கப்பட்டவ்வொளே அறுத்த கையிக்கி சுண்ணாம்பு தர்றத்துக்கு யோசிக்கிற காலமாருக்கு. நீங்க செஞ்சிருக்குறது பெரிசிதாங்” என்றார் கரையங்காட்டு சாம்பசிவம்.

“கடவுளாப் பாத்துதான் அந்தப் பொண்ண நீங்க இருக்குற எடத்துக்கு கொண்டாந்து சேத்துருக்கு. எங்கயாவுது வாய்க்கா வரப்புல தனியா வுளுந்து கெடந்துருந்தா என்னாயிருக்கும். நாயோ நரியோ இளுத்துத் தின்னுட்டுப் போயிருக்கும்” என்றார் விளாங்காட்டு சேர்வை.

ராமுவும் அவருடைய குடும்பமும் அந்தப் பெண்ணை பிரசவத்தி லிருந்து காப்பாற்றி தாயையும் பிள்ளைகளையும் பாதுகாத்ததற்காக ராமுவை மெச்சிப் பேசினார்கள். ஆனால் ராமுவின் சங்கடம் அவர்களில் யாருக்கும் தெரியவில்லை.

‘ஆவத்துக்கு உண்மையாத்தான் ஒரு மனுசனாருந்து ஒதவுனம். அதச் சொல்லிச் சொல்லியே வெல்லமாப் பேசி எல்லாத்தீயும் நம்ம தலயிலயே கட்டிப்புட்டு பெயிருவாவொ பொலருக்கே’ என்று எண்ண மிட்டவராய் நின்றுகொண்டிருந்தார்.

இருளாயி சாடை காட்டி என்னவோ சொன்னாள். ராமுவுக்கு அவள் என்ன சொல்லுகிறாளென்று ஒன்றும் புரியவில்லை. எழுந்து வந்து கூண்டுக்குப் பின்னால் நின்றுகொண்டு

‘யாண்டி நாலு பெரிய மனுசங்க மின்னாடிதான் கைக்கோரண காட்டிச் சொல்லுறதா?” என்று கோவப்பட்டார்.

“ஒங்களுக்கு கைக்கோரண காட்டுனாலும் புரியா, படம் போட்டு நெத்தில ஒட்டிக்கிட்டு நின்னாலும் புரியா.”

“சேரி என்னன்னு சொல்லண்டி சட்டுன்னு.”

“கடயரசி ஒலைக்காவாது கள்ளப்புருசன் கதைக்காவ மாட்டான். வெறும் பேச்சி என்னக்கிம் வேலக்காவாது. இவ்வொ பேசிக்கிட்டுருக் குறத்தப் பாத்தா நம்ம தலயிலயே கட்டிருவாவோ பொலருக்கு. பொளய்க்க வந்த எடத்துல சொமந்துக்கிட்டு அலய முடியுமா. ஒண் ணுக்கு ரெண்டாருக்கு பத்தாதத்துக்கு அந்த பைத்தியம் வேற. நம்மளால முடியா. நேராச் சொல்லிப்புடுங்க. ஆமா” என்றாள் இருளாயி.

ராமுவும் அந்த முடிவோடுதான் நின்றுகொண்டிருந்தார். இருளாயி சொன்னதும் அதற்குமேல் எதுவும் யோசிக்கவில்லை.

“அந்தப் பொண்ணு யாரு எவருன்னு தெரியாமத்தான் ஒதவுனோம். புள்ள பொறந்து இருட்டுனாக்க முளுசா ஒரு நாளாவப் போவுது. பொளய்க்க வந்த எடத்துல மூணு உசுர ஒருநாளு நாங்க பாக்க முடிஞ்சதே பெரிசிங்க. நாங்க நாலுபேரு இருக்குறமுன்னாக்க பொளுது விடிஞ்சத்துலேருந்து பொளுதுபோயி ஒக்காருற வரய்க்கிம் நாலுபேரு காலும் நடந்துட்டு வந்தாத்தான் எங்க பொளப்பு ஓடும்.

ஓஞ்சி ஒக்காந்துருக்குற சாதியில்லங்க எங்க சாதி”

“......”

“இந்த தாயிபுள்ள மூணுயரயும் காவந்து பண்ணிக்கிட்டு வளசக்குள்ளயே குந்தியிருக்க முடியா. இதுக்கு எதாவுது ஒரு வளியச் சொல்லுங்க” என்றார் ராமு.

“நீங்க சொல்லுறது சரிதான் கீதாரி. நாங்க மட்டும் என்ன செய்யிற? ஆடுமாடா யாருகிட்டயாவுது வாரத்துக்கு உட்டுட்டுப் போவ? யாருதான் சொமப்பா” என்றார் ஒருவர்.

“நாலூரு முக்கியப்படவுகளும் வந்துருக்குறீக. நீங்களா சேந்து ஒரு முடிவு பண்ணுங்க” என்றார்.

யாரும் சிறிதுநேரம் எதுவும் பேசவில்லை. இருள் கவிய ஆரம்பித்தது. அரிக்கனை துடைத்துக் கொளுத்திக் கொண்டுவந்து வைத்தான் வெள்ளைச்சாமி.

“பொண்ணு யாரு எவருன்னு ஒண்ணுந் தெரியல. என்ன சாதியோ சனமோ” என்றார் வடிவேல் தேவர்.

“சாதிக்கி மின்னாடி எவனுக்கிட்டப் படுத்து வயத்த ரொப்பிக் கிட்டு வந்துச்சோத் தெரியல. தப்பா பொறந்த புள்ளைவொள யாரு தான் ஏத்துகிட முடியும்?” என்றார் சோமசுந்தரச் சேர்வை.

“நாங்க ஏத்துக்கிட்டாலும் எங்க குடும்பத்துல உள்ளவ்வொ ஒத்துக்கிடணுமுல்ல” என்றார் ரெங்கநாதக் கோனார். வந்ததிலிருந்து அவர் எதுவுமே வாய்திறந்து பேசாமலிருந்தார். ஏதாவது பேசி தன்

தலையில் விடிந்துவிட்டால் என்னசெய்வதென்ற பயத்தோடிருந்தார் அவர்.

“ஆத்தரத்துல அவுசாரி போனாலே கோத்துரத்துக்கு ஈனமில்லன்னு சொல்லுவாவோ. பாவம் இது பைத்தியம். திமுரெடுத்துப் போயா புள்ளய வாங்கிக்கிட்டு வந்துருக்கும். எவனோ ஏமாத்திக் கெடுத்துப்புட்டு போயிருக்குறான். இப்பப்போயி அது எப்புடிக் கெட்டுது யாருகிட்ட கெட்டுதுன்னு விசாரிச்சிக்கிட்ருக்கக் கொடாது” என்றார் கரையங்காட்டு சாம்பசிவம்.

அவ்வளவுதான் எல்லோரும் அவர் சொன்னதையே சாக்காய் வைத்துப் பிடித்துக்கொண்டார்கள்.

“அப்புடின்னா நீங்களே பொறுப்பேத்துக்கிடுங்களேன்” என்றனர் மற்றவர்கள்.

“நீங்கள்லாம் சொல்லுறது ஒங்களுக்கே ஞாயமாருக்கா. இது என்ன கரயங்காட்டு கோட்டாவமா? இல்ல சாம்பசிவத்தூட்டு கொல்லயா! முக்கியப்பட்ட பத்துபேர கூப்புட்டதால அவரும் வந்துருக்காரு. என்னமோ ஒண்ண சொல்லிப்புட்டாருங்குறத்துக்காவ அவரு தலயில கட்ட நெனக்கக் கொடாது” என்றார் அடைஞ்ச விளாகத்து முனியப்பன்.

“எந்தவூரு கோட்டாவம் யாரூட்டு கொல்ல குடின்னெல்லாம் பாத்து பேசக் கொடாது. பெரிய மனுஷங்கன்னா நாலுத்தயும் யோசன பண்ணி நல்ல முடிவா எடுக்கணும், அதாஞ்சரி” என்றார் வடிவேல் தேவர்.

யாராயிருந்தாலும் பிள்ளைகளை மட்டும்தான் பாதுகாக்க முடியும் பைத்தியமாயிருக்கும் தாயை யாராலும் பராமறிக்க முடியாது என்ற முடிவுக்கு வந்தார்கள்.

“தாயில்லாமத்தான் புள்ளைவொள வளத்தாவணும்.”

“அப்ப தாய என்ன பண்ணுற?”

“தாயப்பத்தி நம்ம கவலபடாண்டாம். அதுனால எந்த புண்ணியமும் கெடையா.”

“தாயி வேண்டான்னாலும் புள்ளைவொள வுட்டு எப்புடி ஒதுக்கி வுடுற?”

“கெவுருமண்டு ஆஸ்பத்திரில கொண்ட போட்டுருவம். ஒடம்பு தேவலயானப்பெறவு எளும்பி மின்னமேரியே எங்கயாவது அலஞ்சிட்டுப் போவுது. நம்மளுக்கு புள்ளைவொ ரெண்டுந்தாம் முக்கியம்.”

இந்த முடிவிற்கு வந்தபின்பு பிள்ளைகளுளை என்ன செய்வது என்பதுபற்றி ஒரு முடிவிற்கு வரவில்லை.

"அப்புடின்னா புள்ளைவொள யாரு எடுத்துக்கிர்ற?" என்றார் கோனார்.

"இப்பயே சொல்லியர்றன் என்னால முடியா" என்றார் தேவர். மற்றவர்கள் எதுவும் பேசாமல் மௌனமாயிருந்தார்கள்.

"ஒரு புள்ளய நா ஏத்துக்கிர்றன்" என்று பெரிய மனதுடன் முன்வந்தார் சாம்பசிவம்.

இன்னொரு பிள்ளையை என்ன செய்வது என்று மற்றுமொரு பிரச்சனை எழுந்தது. யாரும் ஏற்றுக்கொள்ள முன்வரவில்லை.

பிள்ளைகள் இரண்டும் அழும் சத்தம் கேட்டது. சற்று தூரத்தில் கட்டியிருந்த வெள்ளாட்டை இழுத்துக்கொண்டு வந்தான் வெள்ளைச்சாமி. ஆட்டில் பால் கரக்க இருளாயி ஒரு சிறிய கிண்ணத்தை எடுத்துக்கொண்டு வந்தாள்.

பிறந்ததிலிருந்து இரண்டு பிள்ளைகளுக்கும் ஆட்டுப்பால் தான் கொடுத்து வந்தாள் இருளாயி. ஏனோ அவள் அந்த பைத்தியக்கார பெண்ணிடம் பிள்ளைகளை பால் குடிப்பதை விரும்பவில்லை. அவளும் உடம்பு முடியாமல் முனகிக்கொண்டுகிடக்கிறாள். வேதனையில் ஒன்றும் புரியாமல் திடீரென்று பிள்ளைகளை பிடுங்கி வீசிவிட்டால் என்ன செய்வது என்ற பயமும் இருளாயிக்கு இருந்தது. அதனால்தான் ஆட்டுப்பாலையே பிள்ளைகளுக்கு கொடுப்பதென்று முடிவு செய்தாள். அதற்கு தகுந்தாற்போல் அவளிடம் பால் கொடுக்கும் வெள்ளாடும் இருந்தது. செம்மறியாட்டு கிடை வைத்திருந்த போதும் ஆடுகளுக்கு வழிகாட்டவென்று இரண்டு மூன்று வெள்ளாடுகளை எல்லா ஆட்டுக்காரர்களுமே வளர்ப்பார்கள். செம்மறியாடுகளுக்கு சென்ற வழியில் திரும்பிவரத் தெரியாது. வழி தவறிவிட்ட ஆடுகளை வெள்ளாடுகள் தான் கிடையில் கொண்டுவந்து சேர்க்கும்.

ஆட்டில் கரந்த பாலுடன் கொஞ்சம் தண்ணீர் கலந்து கொதிக்க வைத்தாள். கருப்பட்டியை காய்ச்சிய பாலில் கரைந்து இரண்டு பிள்ளைகளுக்கும் பாலடையால் போட்டாள். வயிறு நிறைந்ததும் பிள்ளைகள் தூங்க ஆரம்பித்துவிட்டன. வெள்ளைச்சாமி நீண்டநேரம் வரை பிள்ளைகள் தூங்குவதையே பார்த்துக் கொண்டிருந்தான். அவைகளை பார்க்கப் பார்க்க அவனுக்கு ஆசையாய் இருந்தது. அவையிரண்டையும் தங்களுடனேயே வைத்துக்கொண்டால் தேவலாம் என்று நினைத்தான். இந்தப் பிள்ளைகளை தூக்கிக்கொண்டு போய் வளர்க்க 'நான் மாட்டேன் நான் மாட்டேன்' என்கிறார்களே என நினைத்தான்.

மெதுவாக எழுந்து ராமுவின் பக்கத்தில் போய் நின்றான். அவருடைய இடுப்பை சுரண்டினான். "என்னடா" என்று அதட்டினார் ராமு.

"நம்மளே வளப்பமுண்ண."

ராமுவால் எதுவும் பதில் சொல்ல முடியவில்லை. எல்லோருக்கும் முன்பாக வெள்ளைச்சாமி இப்படி சொன்னது ராமுவுக்கே சற்று அதிர்ச்சியாயிருந்தது.

"ஒனக்குப் போடுறதே தெண்டச் சோறு. இதுல அதுகள வளக்கச் சொல்லி வேற சிவாரிசி செய்யிறிக்ளோ. நீங்க ரொம்ப பெரிய மனுசனா யிட்டிகளோ" என்று அவனுடைய காதைப் பிடித்துத் திருகி இழுத்துச் சென்றாள் இருளாயி.

"வெவரம் தெரியாத புள்ள ஏதோ மனசுல பட்டத சொல்லிப் புட்டான். அவன ஒண்ணும் அடிச்சி தும்புறுத்தாதிய" என்றார் முனியப்பன்.

அதற்குமேல் யாரும் எதுவும் பேசுவதாய்த் தெரியவில்லை. ராமுவுக்கும் அதற்கு மேலும் அவர்களை வற்புறுத்துவதால் எந்த புண்ணியமும் இல்லையென்று புரிந்துபோனது.

"இருக்கப்பட்டவகல்லாம் யோசிக்கிறிக. நாங்க அலஞ்சி திரிஞ்சி கா வயத்து கஞ்சி குடிக்கிறவக. இதுகள காப்பாத்துன தெண்டத்துக்கு நாங்களே வளக்குறதுதான் ஞாயமுண்டு நெனச்சீகன்னா போட்டுட்டுப் போங்க. நாங்களே வளத்துக்கிர்றம். இந்தா நிக்கானே இந்தப் பொடியன் இவங்கொட எங்க மயன் இல்ல. இதுமேரி ஆயா அப்பம் இல்லாத அனாதப்பயதாங். நாங்கதான் தாயா தகப்பனாருந்து வளக் குறம். அதுமேரி இதுகளயும் வளத்துட்டுப் போறம்" என்றார் ராமு.

"பொளுது எப்ப விடியுமுண்டு கெடந்துட்டு ஊத்த வாயக் கொட கொப்புளிச்சித் துப்பாம உடியாந்தாக ஓங்களுக்கிட்ட சொல்லணு முண்டு, நீங்கல்லாம் இப்புடி கைய விரிப்பீகண்டு தெரிஞ்சிருந்தா வீணா அலஞ்சிருக்க மாட்டாக" ஆதங்கத்தோடு சொன்னாள் இருளாயி.

"வாய மூடிக்கிட்டு சும்மா கெடடி நாயே... பெரிசா பேச வந்துட்டா இப்பதான் ஞாயங் கத்தவமேரி" என்று இருளாயியை அதட்டினார் ராமு.

"சேரிங்க எல்லாரும் வந்து பாத்தத்துக் காவ கும்புட்டுக்கிர்றன். இருட்டி பெயிட்டு. கௌம்புறன்னா காலகாலத்துல கௌம்புங்க" என்றார் ராமு.

"என்ன சீதாரி எங்கமேல ரொம்ப வருத்தப்பட்டுக்கிர்றமேரி பேசுறிய?" என்றார் கோனார். வருத்தமெல்லாம் ஒண்ணுமில்லங்க. இனிமேப் பேசி என்னாவப் போவுது. புள்ளைகள நாங்கதான் வளக்க ணுமுண்டு முடிவாயிட்டு. அந்தப் பொண்ண மட்டுமாவுது ஆஸ்பத் திரில கொண்ட சேத்துவுட்டிங்கன்னாக்க புண்ணியமாருக்கும்" என்றார்.

“ராவு ஒரு பொளுதும் கெடக்கட்டும். விடிஞ்ச வொண்ணே மாட்டுவண்டிய ஓட்டியாந்து அந்தப் பொண்ண ஆஸ்பத்திரில கொண்ட சேத்துடச் சொல்லுறங்” என்றார் சேர்வை.

“நாளக்கி வண்ணாத்திய அளச்சாந்து நா ஒரு புள்ளய தூக்கிக்கிட்டுப் போறன்” என்று சொல்லிவிட்டுப் பேனார் சாம்பசிவம்.

சேர்வை சொன்னதுபோலவே மறுநாள் மாட்டுவண்டியை அனுப்பி வைத்தார். அந்தப் பெண்ணை வண்டியிலேற்றி ஆஸ்பத்திரி படுக்கையில் கொண்டுபோய் போட்டுவிட்டார்கள். பிள்ளைகளுக்கு பால் கொடுக்காததால் இரண்டு மார்புகளிலும் பால் கட்டிக் கொண்டது அவளுக்கு. அதனால் வலியும் காய்ச்சலும் அதிகமானது. முனகிக்கொண்டே கிடந்தாள் அவள்.

தாயையும் பிள்ளைகளையும் பிரித்துவிட்டோமே என்ற கவலை இருளாயியை போட்டு வாட்டிக் கொண்டேயிருந்தது. அவள் தான் என்ன செய்ய முடியும்? புலம்பிக்கொண்டேயிருந்தாள்.

சாம்பசிவம் மறுநாள் தான் மட்டும் வந்தார். அவரின் பின்னால் வண்ணாத்தி வரவில்லை என்பதை பார்த்தவுடனேயே இருளாயிக்கு விஷயம் புரிந்துவிட்டது.

“நேத்தக்கி ஏதோ வீராப்புல சொல்லிப்புட்டாரே தவர புள்ளய தூக்கிக்கொண்டுபோயி வளக்க இவருக்கும் புடிக்கலதாம் பொலருக்கு.” என்று நினைத்தாள்.

“நீங்க என்னப்பத்தி தப்பா எதுவும் நெனச்சிக்கிடாதிய்ய. ஒரு புள்ளக்கு நாம் பொறுப்பு. அதுல மாத்தமில்ல. ஆனா ஒண்ணு. இப்ப இருக்குற நெலமயில இந்தப் புள்ளய வூட்டுக்குத் தூக்கிக்கிட்டு போவமுடியா. எனக்கு ரெண்டு பொண்டாட்டிவொ. ஒருத்திக்கி அஞ்சிம் இன்னொருத்திக்கி மூணுமா மொத்தம் எட்டு புள்ளைவொ இருக்கு. ஒருத்தியாருந்தா தூக்கிக்கொண்ட குடுத்து பாத்துக்கிடச் சொல்லலாம். ரெண்டு பேரா இருக்குறத்தால ஒருத்திக்கி ஒருத்தி போட்டி போட்டுக்கிட்டு புள்ளய ரெண்டவம் பண்ணிப்புடுவாளுவொ. அதாம் பாக்குறன்.”

“....”

“இன்னொரு புள்ளய வளக்குறத்தோட இந்த புள்ளயயும் வளத்துடுங்க. அதுக்குண்டான செலவ நாங் குடுத்தர்றங். புள்ள செத்த நெடுவி கையி காலு பிரிஞ்சவொண்ணே நான் தூக்கிக்கிர்றன்” என்ற சாம்பசிவம் தன்னுடைய வாருக்குள் கையை விட்டு கொஞ்சம் பணத்தை எடுத்துக் கொடுத்தார்.

“என்ன இது. அதெல்லாம் ஒண்ணும் வேண்டாம். நாங்க என்ன செலவு பண்ணப் போறம்? மேஞ்சிட்டு வர்ற ஆட்டுல பால கரந்து

ஊத்துறம். அதுக்கு எதுக்காவ பணமெல்லாம்? நாங்க வளக்குறம். ஒங்களுக்கு எப்ப அளச்சிக்கிட்டுப் போவலாமுன்னு நெனக்கிறியளோ அப்ப வந்து அளச்சிக்கிட்டுப் போங்க" என்றார் ராமு.

அவர் போன பிறகு இருளாயி சொன்னாள்.

"ரெண்டு பொண்டாட்டிக்காரன் வூட்ட நம்பி பச்சப்புள்ளய தூக்கிக் குடுக்கக் கூடாது."

"..."

"நெசமாத்தாஞ் சொல்லுறன்" என்றவள் தனக்குத் தெரிந்த கதையொன்றை சொல்ல ஆரம்பித்தாள்.

"புதுசா கலியாணம் பண்ணிக்கிட்டு வந்தாளாம் ஒரு தாயத்த பொண்ணு. மாமியாக்காரி மருமவ சாமத்தியத்த பாக்கணுமுன்னுட்டு கோடியிலவுட்டு வாசதட்டிய இளுத்து சாத்திப்புட்டாளாம். புருசங் காரன் வந்து புதுப் பொண்டாட்டிக்கிட்ட பசிக்கிது சோறுபோடுடீன் னானாம். சோத்துக்கு எங்க போவா புதுமருமவ.

வூட்டுக்குள்ள இருக்குற மாமியாக்காரிக்கி காதுல வுளுவுறமேரி சொன்னாளாம்.

அத்திகொளத்துல தண்ணி / ஆலங்காட்டுல வெறவு / நெல்லு வயத்துல அரிசி / ரெண்டு பொண்டாட்டிக்காரன் வூட்டுலருக்கு நெருப்பு. எல்லாத்தயும் கொண்டாந்து தந்தா சோறாக்கி இப்பவே போட்டர்றன். நீங்க கையக் கால களுவிப்புட்டு வந்து ஒக்காருங் கண்ணாளாம்.

இதக் கேட்டுக்கிட்டுருந்த மாமியாக்காரி பரவால்ல நம்ம மருமவ சாமத்தியக்காரிதான்னு வூட்டுக்குள்ள கூப்புட்டுக் கிட்டாளாம்."

"ஒங் கதய வுடுடி. இத்தோட நூத்தம்பதுநட சொல்லிப்புட்டே இதே கதய. புள்ளைக ரெண்டும் இனிமே நம்மளுதுகதாண்டு நெனச்சிக்கிட்டு நல்லபடியா வளத்துறணுமுண்டி" என்றார் ராமு.

"ஆமேங்... அதத்தேங் செய்யணும். வேறென்னத்த செய்யணு முங்குறங். நம்ம ஆடு வளத்தா இனிமே ஆளாவப்போறம்? ஊரான் வூட்டு புள்ளைகள வளத்துக்கிட்டே இருப்பம். அப்பத்தான நம்ம உருப்புடலாங்" இருளாயியால் மனதில் ஏற்பட்ட எரிச்சலை காட்டாம லிருக்க முடியவில்லை.

"அப்ப இதுகள என்னதாஞ் செய்யலாமுங்குற?"

"யாங் என்னய கேக்குறிய?.. அவயக் கூட்டி ஆலோசனப் பண்ணுங் களேன், என்ன செய்யலாமுண்டு? அப்பகொட என்ன சொல்லுவியன்னு தெரியா?. அதான் மேமங்களத்து எடச்சி இருக்குறாளே. அவளவுட்டா இதுகள வளக்க யாருருக்குறாம்பிக. எனக்குத் தெரியாதா?"

ராமுவால் எதுவும் பேசமுடியவில்லை.

“வருசம் மூச்சூடும் ஓடி ஓடி கடகட்டப்படுற சாதியில வந்து பொறந்து கட்டமேண்டு நான் யாவ்விதிய நெனச்சிக்கிட்டு கெடக்குறன். ஒஞ்சி ஒழிஞ்சி ஒக்கார வளியுண்டா எனக்கு.

“யாண்டி இப்புடி அலுத்துக்கிற்ற. நீ பெத்த புள்ளைண்டா இப்புடி அலுப்பும் சலிப்பும் படுவியா? இதுகளும் நம்ம புள்ளைகதாண்டி. நம்ம செய்யிற நல்லது வீண் போவாதுடி.”

“ஆமா.. தன்னோட பொறக்காதவன் சத்துரவாதி. தாம் பெறாத புள்ள மதாயப்புள்ளம்பாவோ. இந்தப் புள்ளைகள வளத்துத்தான் நான் சொவத்த தேடிக்கிடப் போறனாக்கும்.”

இருளாயி இப்படி சலித்துக்கொண்டாலும் பிள்ளைகள் விஷயத்தில் ராமுவை விடவும் அதிகமாய் அக்கறை கொண்டிருப்பவள் இவள்தான். பிள்ளைகளை பார்த்துப் பார்த்து கவனிப்பதில் குறை வைக்க மாட்டாள். அடுத்தவர் வீட்டு பிள்ளையென்று நினைக்காமல் பாசத்தைக் கொட்டி வளர்த்ததால்தான் வெள்ளைச்சாமி இன்று இவ்வளவு தெளிவாய் வளர்ந்து நிற்கிறான்.

4

காற்று 'ஊ' என்று வீசியது. அலை திடீர் திடீரென்று வந்து மோதியது. காற்றின் சத்தத்தோடு அலையின் இரைச்சலும் சேர்ந்து பயத்தை ஏற்படுத்தியது. கூண்டையும் கூண்டுக்குள் படுத்திருக்கும் தங்களையும் ஆடுகளையும் அலை இழுத்துக்கொண்டு போய்விடுமோவென்று வெள்ளைச்சாமிக்கு பயமாயிருந்தது. பெரிய சணல் சாக்குக்குள் உடல் முழுவதையும் நுழைத்துக்கொண்டு சாக்கை கழுத்தோடு இறுக்கிக் கொண்டான். தலை மட்டும் வெளியே இருந்தது. பக்கத்தில் படுத்திருந்த ராமுவின் ஓரமாய் சற்று நெருங்கிப் படுத்தான்.

"அண்ண. பயமாருக்குண்ண" என்றான்.

"எலே, என்னாலே பயம்?" என்றார் ராமு.

"அல பெருசா வருதுண்ண, நம்மள அடிச்சிக்கிட்டுப் பெயிரு மோன்னு பயமாருக்குண்ண."

"எவ்வள காத்தடிச்சி கடல் பொங்குனாலும் இந்த எடத்த தண்ணி தட்டாதுடா. பயப்புடாம படுத்துத் தூங்கு" என்று வெள்ளைச் சாமிக்கு தைரியமூட்டினார் ராமு.

கொஞ்சநேரம் அமைதியாய் படுத்திருந்தவன் ஏதோ சொல்ல நினைத்து "அண்ணே" என்றான்.

"ஒண்ணுஞ் சொல்லாண்டாங் தூங்குடா. போன வருசமும் வந்திருந்தமுல்ல. இப்பத்தான் புதுசா வந்துருக்குறமேரி பயப்புடுற."

"போன வருசம் இவ்வள காத்தடிக்கலண்ண."

"அப்பயும் இப்புடித்தாண்டா அடிச்சிச்சி. நீ இப்ப மறந்துட்ட" என்றார்.

ஆடுகள் நனையாமலிருக்க நான்கு பக்கமும் சுற்றிலும் கழிகளை ஊன்றி மேலே போட்டிருந்த தார்ப்பாய் பந்தல் காற்றுக்கு தாக்குபிடிக்க முடியாமல் பிய்த்துக்கொண்டுபோய் ஓர் ஓரமாய் சுருண்டு கிடந்தது. அலை மிகமிக பக்கத்தில் வந்து மோதுவது போலிருந்தது.

"அண்ணே வரவர கிட்ட வருதுண்ண" என்றவன் ராமுவோடு ஒண்டிக்கொண்டான்.

"எலே பயப்புடாதடா."

"யாருமில்லாத எடமுண்ண."

"எலே நாயிருக்கண்டா பயப்புடாதடா" என்றவர் அவன்மீது ஆதரவாய் கைபோட்டு தட்டிக் கொடுத்தார். ராமுவுக்கேகூட கொஞ்சம் பயமாகத்தான் இருந்தது. யாருமற்ற இந்த மன்னாரத்தில் ராமுவின் கூண்டும் ராமுவைப் போன்ற ஆட்டுக்காரர்கள் இன்னும் ரெண்டுபேரின் கூண்டுகளும் மட்டுமே இருந்தது.

கடலுக்கும் ஓடவுக்கும் இடையில் நீண்ட மேட்டு நிலமாய் இருக்கும் மன்னாரத்தில் தான் ஆடுகளை மேய்த்துக் கொண்டு இவர்கள் தங்கியிருக்கிறார்கள். ஊர்களின் வயல்காடுகளிலும் கோட்டகங்களிலும் ஆடுகளை மேய்த்துக்கொண்டிருக்கும் இவர்கள் மழைக்காலத்துக்கு மட்டும் மன்னாரத்திற்கு வந்துவிடுகிறார்கள். ஆடி மாதத்தில் ஆற்றில் தண்ணீர் வந்துவிட்டாலே ஆடு மேய்க்கும் கீதாரிகளுக்கு ஊர்களில் ஆடு மேய்க்க முடியாமல் போய் விடும். வழக்கமாய் ஆடுகள் மேயும் வயல்காடு கோட்டகமெங்கும் நடவு நட்டுவிடுவார்கள். ஆடுகளை மேய்க்கவும் பட்டி போடவும் இடமில்லாமல் போய்விடும். அதனால் தான் மேட்டு கடற்கரையாயிருக்கும் இந்த மன்னாரத்திற்கு வந்துவிடு கிறார்கள். மழைக்காலம் முடிந்து ஊர்களில் அறுவடையாகும் வரை இங்கேயேதான் ஆடுகளை வைத்துக்கொண்டு இருப்பார்கள்.

கடற்கரையாய் இருந்தாலும் மன்னாரத்தில் ஊற்று தோண்டி னால் குடிப்பதற்கு ருசியான நல்ல தண்ணீர் ஊறும். ஆட்டுக்காரர்களும் ஆடுகளும் குடிப்பதற்கென்று ஆங்காங்கே சிறியதும் பெரியதுமாய் ஊற்றுகளைத் தோண்டிக் கொள்வார்கள். மன்னாரத்தில் நிறைய கருவை மரங்கள் அடர்ந்திருக்கும். எங்கும் காணமுடியாத அதிசயமாய் அறுகம்புல்லே கூட இடுப்புயரத்திற்கு வளர்ந்து அடர்ந்திருக்கும். ராமர்மீசை எனப்படும் புல்லும் பத்தை பத்தையாய் நிறைய வளர்ந் திருக்கும். ஆடுகளின் மேய்ச்சலுக்கேற்றபடி சிறுசிறு புதர்ச் செடிகளும் அவற்றில் கொடிகளும் படர்ந்திருக்கும். மன்னாரத்திற்கு வந்துவிட்டால் ஆடுகளின் மேய்ச்சலுக்கு குறைவிருக்காது. ஆனால் ஆடுகளை இங்கு கொண்டுவந்து சேர்ப்பதுதான் சிரமமான வேலை. ஓடவைக் கடக்க ஆடுகளை மீன்பிடிப்பவர்களின் வத்தைகளில்தான் ஏற்றிக்கொண்டு வரவேண்டும். ஓர் ஆட்டிற்கு ஐந்துரூபாய் வீதம் வத்தைக்காரர்கள் வசூலித்து விடுவார்கள். அப்படியும் ஒரு நேரத்தில் ஒரு வத்தையில் இருபது ஆடுகளைத்தான் ஏற்றிக்கொண்டு வரமுடியும். கிட்டதட்ட மூன்று நான்கு மணிநேரம் படகுக்குள் ஆடுகளை அடைத்துப் போட்டுக் கொண்டுபோய் கரை சேர்ப்பதற்குள் போதும் போதும்

என்றாகிவிடும். அதற்குள் ஆடுகள் போடும் சத்தம் வத்தையையே இரண்டாக்கிவிடும்.

ஆடுகளை ஏற்றிக்கொண்டு போகும்போதே ஆறுமாதங்களுக்குத் தேவையான அரிசி உப்பு புளி மிளகாய் எல்லாவற்றையும் கையோடு கொண்டுபோய் விடுவார்கள். மன்னாரத்தில் கத்தரியும் மிளகாயும் நன்றாக விளையும். எனவே ஆட்டுக்கார பெண்கள் மிளகாய், கத்தரி விதைகளை நாற்றுவிட்டு வைத்திருந்து, போகும்போது நாற்றுகளாக எடுத்துக்கொண்டு போவார்கள். கூண்டு போட்டிருக்கும் இடத்தைச் சுற்றிலும் வெட்டிக் கொத்தி குழிபோட்டு பயிர் வைப்பார்கள். ஆட்டு புழுக்கைக்கு கன்றுகள் நன்றாக செழித்து வளரும். நிறைய காய்க்கும். மிளகாய் கத்தரிக்குள் ஊடுபயிராக கீரையும் விதைப்பதுண்டு. இப்படி எல்லா வகையிலும் ஆடுமேய்க்கும் கீதாரிகளுக்கு வாய்ப்பான இடமாகவே இருக்கிறது இந்த மன்னாரம். ஒவ்வொரு வருடமும் மன்னாரத்திற்கு நான்கைந்து குடும்பங்களாவது ஆடுகளை ஓட்டிக் கொண்டு வந்துவிடும்.

"எலே வெள்ளைச்சாமி சாத்தப்பன் பட்டிக்கிட்டருந்து எதோ சத்தங் கேக்குறமேரி இல்லடா" என்றார். சற்று கவனமாய் காதைக் கூர்மையாக்கிக்கொண்டு கேட்டான் வெள்ளைச்சாமி.

"ஆமாண்ண... சத்தங்தாங் கேக்குது."

எழுந்து உட்கார்ந்தார் ராமு. ராமுவும்கூட சாக்குக்குள்தான் கால்களை நுழைத்துக்கொண்டு படுத்திருந்தார். அவருக்கு இடுப்பள வுக்குத்தான் இருந்தது. சாக்கைவிட்டு கால்களை வெளியே இழுத்தார்.

"என்னன்னு போயி பாப்பமாண்ண" என்றபடியே உருண்டு எழுந்தான் வெள்ளைச்சாமி.

கூண்டுக்குள் தொங்கிக்கொண்டிருந்த அரிக்கனை சற்று தூண்டிவிட்டார். வெளியே தலையை மட்டும் நீட்டி என்னவென்று பார்த்தார். சாத்தப்பனின் பட்டி இவர்களிருந்த இடத்திலிருந்து சற்று மேற்கே தள்ளி போடப்பட்டிருந்தது. அதற்கடுத்து இன்னும் இரண்டு மூன்று பேர்களின் பட்டிகள் வரிசையாய் போடப்பட்டிருந்தன. சாத்தப்பனின் பட்டியிலிருந்து அதிக வெளிச்சம் தெரிந்தது.

"ஆடு குட்டிபோடுது பொலருக்குடா. வேற வொண்ணுமிருக்கா படு" என்றவர் பழையபடியே அரிக்கனை அடக்கி மாட்டினார். சாக்குக்குள் கால்களை நுழைத்துக் கொண்டு படுத்துவிட்டார்.

"அண்ண." மறுபடியும் தயங்கியாறே இழுத்தான்.

"என்னடா?"

"நாளக்கி நா கரயங்காட்டுக்கு பெயிட்டு வரட்டுமாண்ண?"

“யாண்டா இப்ப?”

“ஆயி ரெண்டயும் பாக்க ஆசயாருக்குண்ண. இந்த காத்து மளயில எப்புடியாருக்குவொளோ.”

“நீங்க ரொம்ப பெரிய மனுசந்தாங். போயி பாத்துட்டு வந்துருங்க மின்னாடி” என்றார் வெடுக்கென்று.

வெள்ளைச்சாமி எதுவும் வேசவில்லை.

“ரெண்டு நாளா எனக்கே அதுவொ நெனப்புதாண்டா அடிக்கடி வருது. ரெண்டும் யாங்கண்ணுக்குள்ளயே நிக்கிறமேரிருக்குடா” என்றார்.

பைத்தியக்காரப் பெண் பெற்றுப்போட்ட பிள்ளைகளாயிருந் தாலும் ராமு அவைகளின் மேல் மிகவும் பாசமாயிருந்தார். இருளாயி யுமே கூட தன்னால் முடியாத நேரங்களில் அப்படி இப்படியென்று சத்தம் போடுவாளேத் தவிர ஒருநாளும் அவைகளை வேறொருத்திப் பெற்றுப்போட்ட பிள்ளைகளாக நினைத்ததில்லை.

இந்த இரண்டு வருடங்களும் இந்த பிள்ளைகளை நல்லபடியாய் வளர்க்கவேண்டும் என்பதற்காகத்தான் மழைகாலத்தில் தன் கணவ னோடும் ஆட்டோடும் மன்னாரத்திற்குப் போகாமல் கரையங்காட்டு தோப்புக்குள்ளேயே கூண்டுபோட்டுக் கொண்டு தங்கியிருக்கின்றாள்.

எப்போதாவது நினைத்துக்கொண்டால் ராமுவும் வெள்ளைச் சாமியும் மாற்றிமாற்றி போய் பார்த்துவிட்டு வருவார்கள். மன்னாரத் தில் தங்கியிருக்கும் இவர்களுக்கு தேவைப்படும் பொருள்களை வாங்கு வதற்கென்றும் ஆடுகளுக்கு மருந்து, வேப்பெண்ணெய் வாங்குவதற் கென்றும் ராமுவோ வெள்ளைச்சாமியோ பதினைந்து நாட்களுக்கு ஒருமுறையாவது போய் வருவதுண்டு. ஆனால் இந்த முறை ஆடுகளை ஓட்டிக்கொண்டு வந்ததோடு சரி. வந்து மூன்று மாதங்களாகியும் ஒருமுறைகூட கரையங்காட்டிற்கு போகவில்லை. தேவையான பொருட் களை மீன் பிடிக்க வரும் வத்தைக்காரர்களிடம் காசைக் கொடுத்தனுப்பி வாங்கிவரச் சொல்லிவிடுகிறார்கள். கரையங்காட்டில் இருக்கும் இருளாயிக்கு ஏதாவது செய்தி சொல்ல வேண்டுமென்றாலும் வத்தைக் காரர்கள் மூலமாகவே சொல்லியனுப்பி விடுகின்றார் என்பதால் கரையங்காட்டிற்கு போக வேண்டிய அவசியமே ஏற்படாமல் போய் விட்டது. தவிரவும் மன்னாரத்தில் ராமுவுக்கும் வெள்ளைச்சாமிக்கும் சோறாக்கிக் கொடுக்க பெண்கள் யாரும் இல்லாததால் ஆடுகளையும் பார்த்துக்கொண்டு ராமுவே சோறாக்கவும் வேண்டியிருந்தது. ஒவ்வொரு நாளும் ஓய்வில்லாமல் பொழுதுக்கும் பாட்டுக்கும் சரியாயிருந்தது.

வெள்ளைச்சாமிக்கு பிள்ளைகளின் நினைவும் அவைகளை பார்க்க வேண்டுமென்ற ஆவலும் நாளுக்கு நாள் அதிகமாகிக்

கொண்டே இருந்தது. இங்கு வருவதற்கு முன்பெல்லாம் இரண்டு பிள்ளைகளையும் இரண்டு கைகளிலும் பிடித்துக்கொண்டு எங்கு பார்த்தாலும் சுற்றுவான். அவைகளால் நடக்க முடியாதபோது ஒன்றைத் தோளிலும் இன்னொன்றை முதுகிலுமாக தூக்கிக் கொள்வான்.

வளசையை சுற்றிச்சுற்றி வந்து விளையாட்டு காட்டுவான். அந்தப் பிள்ளைகளும் மழலையில் "தித்தப்பா.. தித்தப்பா" என்று கூப்பிட்டுக் கொண்டு அவனை விடமாட்டார்கள். பகலில் பெரும்பகுதிநேரம் ஆட்டோடு போய்விட வேண்டுமென்றாலும் ஆட்டில் நிற்கும்போதும் வெள்ளைச்சாமிக்கு அந்த பிள்ளைகளின் நினைவாகவே இருக்கும். ஆடு மேய்க்கப் போகுமிடத்தில் தனக்குக் கிடைப்பவைகளையெல்லாம் கொண்டுவந்து கொடுப்பான். இரவு வெகுநேரம் வரை அவைகளோடு விளையாடிக்கொண்டிருப்பான்.

ராமு இருளாயி முத்தம்மாள் எல்லோருக்கும் இரண்டு பிள்ளைகளிலும் கொஞ்சம் சிவப்பாயிருக்கும் சிவப்பியைத்தான் சற்று கூடுதலாய் பிடிப்பது போலிருக்கும். கருப்பாயிருக்கும் கரிச்சாவை எல்லோரும் சிறிது அலட்சியம் செய்வதுபோல வெள்ளைச்சாமிக்குத் தோன்றும். இரண்டும் ஒரே அழகுடன் இருப்பது போலத்தான் வெள்ளைச்சாமி நினைத்தான். வளையல்காரன் வரும்போதெல்லாம் வளையல், மணி வாங்கிப் போடுவாள் இருளாயி. அப்போதெல்லாம் "கருப்புக்கு நவப்போட்டு கண்ணால பாரு செவப்புக்கு நவப்போட்டு செருப்பால அடி" என்று வாய் வார்த்தைக்காக சொல்லுவாளே தவிர முதலில் சிவப்பியின் முகத்தில் தான் திருஷ்டி வழித்து நெட்டிமுறித்து தூக்கிக் கொஞ்சுவாள். அதைப் பார்க்கும் போதெல்லாம் வெள்ளைச் சாமிக்கு வருத்தமாகவே இருக்கும். கரிச்சாவை உடனே அவன் தூக்கி தோளில் வைத்துக் கொள்வான். அப்போதும் கரிச்சா சிரிக்காமல் 'உம்'மென்று இருந்தால் "சங்கு சக்கர சாமிவந்து, ஜிங்கு ஜிங்குன்னு ஆடுச்சாம். கூத்து மழ பேஞ்சுச்சாம், சிரிப்பு கொட்டு கொட்டுன்னு கொட்டுச்சாம்" என்று பாடிக்கொண்டே ஆட ஆரம்பித்து விடுவான். தோளில் இருக்கும் கரிச்சா அவன் தலையை கட்டிப் பிடித்துக்கொண்டு வயிறு குலுங்க சிரிப்பாள்.

வெள்ளைச்சாமிக்கு உடனே சிவப்பியையும் கரிச்சாவையும் பார்க்க வேண்டும் போலிருந்தது.

"நீங்க மொதல்ல போயி பாத்துட்டு வாங்கண்ண. நா ஆட்டுலருக்குறன். அப்பறமா நாம் போறன்" என்றான் வெள்ளைச்சாமி.

"நாளக்கி வத்த எதாச்சிம் போனா ஏத்தி வுடுறன். இப்ப படுத்துத் தூங்கு" என்றார் ராமு.

அதைக் கேட்டவுடன் வெள்ளைச்சாமிக்கு மிகவும் சந்தோஷமாகி விட்டது. வெளியில் வீசும் காற்றையும் வந்துமோதும் அலையையும் பற்றிய பயமெல்லாம் எங்கோ போய்விட்டது.

“ஐய் ஆயி ரெண்டயும் நாளக்கிப் பாக்கலாம்” என்று வாயிக்குள் சொல்லிக்கொண்டான். உற்சாகமாயிருந்து. எப்போது இரவு போய் பகல் வரும் என்றிருந்தது வெள்ளைச்சாமிக்கு. இந்த பிள்ளைகள் இரண்டும்தான் அவனுடைய பிஞ்சு மனதில் ஏற்பட்டிருக்கும காயத்திற்கு மருந்தாயிருக்கின்றன.

அவனுடைய தங்கையைப் பற்றிய நினைவையும் அதனால் உண்டாகும் வேதனையையும் இந்தப் பிள்ளைகள் இரண்டும்தான் அவன் மனதைவிட்டு கொஞ்சம் கொஞ்சமாக அழித்துக் கொண்டிருக்கின்றன. வெள்ளைச்சாமியின் தங்கை இப்போது உயிரோடு இருந்தால் ஏழெட்டு வயது சிறுமியாய் “அண்ண... அண்ண...” என்று அவனையே சுற்றி வந்து கொண்டிருப்பாள். பாவம் அவள்தான் பிறந்த ஆறாவது மாதமே அநியாயமாய் செத்துப் போய்விட்டாளே.

5

வெள்ளைச்சாமியின் அப்பா சேது. ராமநாதபுரம் பகுதியிலுள்ள அண்டக்குடிதான் சேதுவுக்கு சொந்த ஊர். சேதுவுடன் பிறந்தவர்கள் ஆண்களும் பெண்களுமாய் எட்டுப்பேர். பிள்ளைகள் பெருகியிருந்த அளவிற்கு வீட்டில் சொத்து பத்தோ வசதி வாய்ப்போ இல்லை. அவரவர் திறமைக்கு தேடி சம்பாதித்து கல்யாணம் செய்துகொண்டார்கள். சேது பக்கத்தூரில் இன்னொருவருக்கு கூலிக்கு ஆடுமேய்த்துக் கொண்டிருந்தான். சேதுவின் பெண்டாட்டி ராமாயி பொட்டகவயல் ஊரைச் சேர்ந்தவள். ஏதோ ஒருவகையில் சேதுவுக்கு சொந்தக்காரி. ஆள் கட்டையாய் கறுப்பாய் அழுத்தந்திருத்தமாய் இருப்பாள். சேது கொஞ்சம் நோஞ்சானான உடல்வாகு கொண்டவன். கல்யாணமாகிய மறு வருடத்தில் சேதுவுக்கு ஓர் ஆண் குழந்தை பிறந்தது. வேலை செய்யும் இடத்தில் சேதுவுக்கு கூலி கட்டுபடியாகவில்லை. ஆட்டின் சொந்தக்காரன் பணம் இருக்கும்போது ஏனோ தானோவென்று கூலி கொடுப்பான். பணம் இல்லாதபோது கூலியாய் ஒரு மூட்டை புழுக்கையை அள்ளிக்கொண்டு போ என்பான். சேதுவுக்கு கோபமாய் வரும். புழுக்கையை கொண்டுவந்து என்ன செய்யமுடியும்? சோற்றுக்குப் பதிலாய் அதையா திங்க முடியும்? ஒண்டிக்கட்டையாய் இருந்தாலும் பரவாயில்லை. பெண்டாட்டி பிள்ளை வேறு வந்தாகி விட்டது. வெறுத்துப்போய் ஒரு கட்டத்தில் வேலைக்குப் போகாமல் வீட்டிலேயே இருந்துவிட்டான். வேலைக்குப் போகாவிட்டால் வயிறு பசிப்பதை விட்டுவிடுமா? அண்ணன் தம்பிகளின் தயவை எதிர்பார்க்க வேண்டி வந்தது. எத்தனை நாட்களுக்குத்தான் அண்ணன் தம்பி சம்பாதித்துப் போடுவார்கள். தவிரவும் சிறுசிறு சண்டை சச்ரவுகளும் அவ்வப்போது ஏற்பட்டது. ராமாயி கோவித்துக்கொண்டு தாய் வீட்டிற்கு அடிக்கடி போக ஆரம்பித்தாள்.

உறவினர்களோடு இருந்தால் அமைதியே இருக்காது, நிம்மதி இல்லாமல் எத்தனை நாட்களுக்கு வாழமுடியும் என்று சேது யோசித்தான்.

ஒரு நாள் தன் பெண்டாட்டியைக் கூப்பிட்டு “இஞ்ச இருந்து பொளப்பு பண்ண முடியா. யாரு கண்ணுலயும் அம்புடாம எங்குட்

டாவுது கண்ணுக்காணாம பெயிடுவம் வா" என்றான். சொன்னது போலவே பெண்டாட்டி பிள்ளையை அழைத்துக்கொண்டு யாருக்கும் தெரியாமல் வீட்டைவிட்டு கிளம்பி விட்டான். ஊர் ஊராய்ச் சுற்றி அப்படி இப்படி விசாரித்துக்கொண்டு அத்திவெட்டி வரை வந்து விட்டார்கள்.

அத்திவெட்டியில் சுந்தரமூர்த்தி பண்ணையில் வேலை கேட்டு தன் பெண்டாட்டி பிள்ளைகளோடு போய் நின்றான் சேது. சுந்தர மூர்த்தி சேர்வைக்கு நஞ்சை புஞ்சைகளும் தென்னந்தோப்புகளும் நிறைய இருந்தன. ஏதாவது ஒரு வேலை கொடுக்கலாம் என்று சேர்வை மனமிறங்கினார். ஆனால் சேதுவுக்கு விவசாய வேலைகள் எதுவும் தெரியாது. அவனுக்குத் தெரிந்த ஒரே வேலை ஆடு மாடு மேய்ப்பது தான். அவன் அதையே சேர்வையிடமும் சொன்னான். "ஆடு மாடு மேய்க்கிறதெல்லாம் ஒண்டிக்கட்ட செய்யிற வேலை. நீ மேச்சி ஓம் பொண்டாட்டி புள்ளைய எப்புடி காப்பாத்துவ" என்று கேட்டார். இருப்பினும் அவனுடைய பரிதாபமான நிலையைப் பார்த்து தன்னுடைய பண்ணை மாடுகளை மேய்க்கச் சொன்னார்.

தென்னந்தோப்பு ஒன்றில் ஒரு கொட்டகையைப் போட்டுக் கொடுத்து அதில் குடியிருக்கச் சொன்னார். சேர்வைக்கு இருபதுக்கும் மேற்பட்ட மாடுகள் இருந்தன. எனவே சேதுவின் வேலை திருப்தியாக அமைந்தது. ராமாயி தோப்பில் விழும் பழுப்பு மட்டைகளை குட்டையில் ஊறப்போட்டு கீற்று முடைந்து அடுக்கி வைப்பாள். பாளை கிழித்துக் கொடுப்பாள். இவற்றிற்கெல்லாம் எண்ணிக்கைக்கு தக்கபடி கூலி கொடுத்துவிடுவார் சேர்வை. வீட்டிலிருக்கும் ராமாயிக்கு இப்படியொரு வருமானம் கிடைத்தது இன்னும் மகிழ்ச்சியாயிருந்தது.

சில மாதங்களுக்குப் பிறகு சேது சேர்வையிடமே கொஞ்சம் கடனாய் பணம் வாங்கி சந்தையில் தனக்கென்று இரண்டு மூன்று கிடாரிகளை பிடித்துக்கொண்டு வந்தான். சேர்வையின் மாடுகளோடு தன்னுடைய மாடுகளையும் மேய்த்துக்கொண்டு வருவான். அவனுடைய கிடாரிகளும் ஒவ்வொன்றாய் கன்று போட்டன. ராமாயி அடுத்ததாகவும் ஓர் ஆண்பிள்ளையைப் பெற்றெடுத்தாள். இரண்டாவ தாக பிறந்த இவன் தான் வெள்ளைச்சாமி. வெள்ளைச்சாமி பிறந்த பிறகு சேதுவின் குடும்பம் கொஞ்சம் விளக்கத்திற்கு வந்தது என்றுதான் சொல்ல வேண்டும். மாடு கன்று பெருகியது. காசு பணம் கையில் புகழங் கியது. நல்ல துணிமணிகளை பெண்டாட்டிக்கும் பிள்ளைகளுக்கும் எடுத்துக் கொடுத்தான் சேது.

தன் மாடுகளையும் சேர்வையின் மாடுகளையும் குடியிருந்த தோப்பை விட்டு வேறொரு தோப்பில் கட்டியிருந்தான் சேது. பகல் முழுவதும் மாடுகளை மேய்க்கப் போய்விடுவான். இரவில் மாடுகன்று களுக்கு காவலென்று அந்தத் தோப்பில் போய் படுத்துக் கொள்வான்.

இது ராமாயிக்கு சுத்தமாய்ப் பிடிக்கவில்லை. அடிக்கடி இதுகுறித்து சேதுவுடன் சண்டை போட்டுக்கொண்டிருந்தாள் ராமாயி. ஆனால் இதுபற்றியெல்லாம் கொஞ்சம்கூட கவலைப்படாதவனாய் தன் வேலைகளிலேயே மும்முரமாயிருந்தான் சேது.

இரண்டு பிள்ளைகளை பெற்றபின்பும்கூட அழகு கெடாமல இருந்தாள் ராமாயி. மேலும் வசதி வாய்ப்புப் பெருகியதில் உடலில் வனப்பும் மினுமினுப்பும் சற்று கூடியிருந்தது. தன்னுடைய தோப்பிற்கு குடிவந்து இரண்டு மூன்று ஆண்டுகள் ஆகிய பிறகு இப்போதுதான் புதிதாய்ப் பார்ப்பதுபோல ராமாயியை சேர்வை பார்க்க ஆரம்பித்தார். தோப்பைப் பார்க்கவென்றும் தேங்காய் வெட்ட என்றும் புதிய தென்னங்கன்றுகளை நட என்றும் அடிக்கடி ராமாயி இருக்கும் தோப்பிற்கு வரத் தொடங்கினார். ராமாயியின் பிள்ளைகளுக்கு அவ்வப் போது குச்சி ரொட்டி வாங்கிக் கொண்டு வந்து கொடுப்பதோடு ராமாயியிடமும் கொஞ்சம் அக்கறையாய் பேசினார். தன்னுடைய கணவனின் பாராமுகம் அவளை மிகவும் சோர்வடையச் செய்திருந்த நேரத்தில் சேர்வையின் கரிசனமான பேச்சு அவளை வெகுவாகக் கவர்ந்தது. நாளடைவில் சேர்வையுடன் நெருங்கிப் பழகவும் ஆரம்பித் தாள். இரவு பகல் எந்த நேரத்தில் வேண்டுமென்றாலும் தங்குதடை யில்லாமல் வந்துபோக ஆரம்பித்தார் சேர்வை. சேர்வையின் கூட்டால் வெள்ளைச்சாமிக்கு நான்கு வயதாகும் போது ராமாயிக்கு ஒரு பெண்பிள்ளை பிறந்தது.

பிறந்த பிள்ளை சேதுவைப் போலவோ அல்லது தன் அண்ணன் கள் போலவோ அல்லாமல் சேர்வையைப் போலவே இருந்தது. நல்ல நீட்டுப் போக்கான தடிமனான உடல்வாகு. கை கால்களெல்லாம் கரணைகரணையாய் கொழுகொழுவென்று அழகாயிருந்தது பிள்ளை.

சுற்றியுள்ள சனங்களுக்கு சேர்வை ராமாயியின் பழக்கம் தெரிந்தேயிருந்தது. சேர்வைக்குப் பிறந்த பிள்ளைதான் என்பதை அவர்களால் சுலபமாக தெரிந்துகொள்ள முடிந்தது. வாய்த்துடுக்கான சில பெண்கள் இது குறித்து வெளிப்படையாகவே பேசவும் செய்தார் கள். பிள்ளை அச்சு அசலாய் சேர்வையின் சாயலிலிருப்பதாய் அடிக்கடி சொல்லத் தொடங்கினார்கள். அவர்களின் பேச்சு சேதுவின் காதிலும் அவ்வப்போது விழுந்துகொண்டுதானிருந்தது. முதலில் பேசுபவர்களின் மீது ஆத்திரப்பட்டான். தன்னுடைய நிலையை எண்ணி தானே வருத்தப்பட்டான். இதையே நினைத்து நினைத்து மனதிற்குள்ளேயே புழுங்கினான். அவனால் இதுபற்றி யாரிடமும் பேசி ஆறுதலடைய முடியவில்லை. யாரிடம் சொன்னாலும் நம்மைத்தானே இகழ்வார்கள் என்று நினைத்து வருந்தினான். 'பொழுதோட தூங்குறவனுக்கு பொண் டாட்டி இல்ல. விடிஞ்சி தூங்குறவனுக்கு வெள்ளாம இல்லங்குறது எவ்வளவு உண்மையாருக்கு' என்று எண்ணி எண்ணி மருகினான்.

பெண்டாட்டியைக் கூட மன்னித்து ஏற்றுக்கொள்ளலாம் இன்னொருவனுக்குப் பிறந்த பிள்ளைக்கு நானெப்படி அப்பனாய் இருந்து வளர்ப்பது என்ற கோபமே அவனை நிம்மதியில்லாமல் அலைய வைத்தது. அவனால் எதுவும் செய்ய முடியவில்லை கடைசியாய் நடந்தது நடந்துபோச்சி. யாம்மேலயும் தப்புருக்குறத்தால வுடுறன். இனிமே அந்த சேர்வயோட நெழல்கூட ஒம்மேல படக்கொடாது. சொல்லிப்புட்டன். ஒளுங்கா குடும்பத்த நடத்துற வேலயப் பாரு" என்று தன் மனைவி ராமாயியை அழைத்து வைத்துக் கண்டித்தான். அவளும் கணவன் சொல்லுவதற்கெல்லாம் பெருமாள் கோயில் மாடுபோல தலையாட்டினாள்.

அன்று முதல் மாட்டுக்குக் காவலாய் படுக்கச் செல்வதை நிறுத்திவிட்டான். வீட்டிலேயே படுத்துக்கொண்டான்.

திடீரென்று ஒருநாள் இரவு மாடுகளெல்லாம் அக்கம்பக்கத்து கொல்லைகளில் விளைந்திருக்கும் பயிர்களை மேய்ந்து நாசம் செய்வதாக ஒருவன் வந்து சொன்னான். அதைக் கேட்டு எழுந்து ஓடிப் போய் பார்த்தான் சேது. ஏழெட்டு மாடுகள் கயிற்றை அறுத்துக் கொண்டு பயிரில் மேய்ந்துகொண்டிருந்தன. நிறைய நாசம் செய்துவிட்ட தால் மறுநாள் அந்த வயலின் சொந்தக்காரர் பஞ்சாயத்தைக் கூட்டி விட்டார். அபராதம் விதிக்கப்பட்டது சேதுவுக்கு. அடுத்தடுத்த நாட் களும் இதுபோன்று சின்னச்சின்ன அசம்பாவிதங்கள் தொடர்ந்து நடந்தன. ஒருநாள் கன்றுகளெல்லாம் தாயோடு நின்றன, அதனால் மறுநாள் பால் கறப்பது கெட்டது. இன்னொரு நாள் இரண்டு கொம்பு மாடுகள் ஒன்றோடு ஒன்று முட்டி சண்டை போட்டு குத்திக் கிழித்துக் கொண்டன. அத்தோடு அல்லாமல் கடைசியாய், இரண்டு மாடுகளின் கொம்புகளும், ஒன்றுக்குள் ஒன்று வகையாய் மாட்டிக் கொண்டு எடுக்கமுடியாமல் விழி பிதுங்க, கிடந்தன. விடிந்ததும் சேது எவ்வள வோ பிரயாசைப்பட்டு கொம்புகளை பிரித்தெடுக்க பார்த்தான் முடிய வில்லை. யார் யாரோ வந்து எடுத்துப் பார்த்தார்கள் யாராலும் முடியவில்லை. கடைசியாய் ஆசாரியை அழைத்து வந்து ஒரு மாட்டின் கொம்பை ரம்பத்தால் அறுத்தெடுத்த பிறகுதான் இரண்டு மாடுகளையும் தனித்தனியாய் பிரிக்க முடிந்தது. அதற்குள் மாடுகளிரண்டிற்கும் பாதி உயிர் போய்விட்டது என்றுதான் சொல்லவேண்டும்.

தான் மாட்டுக்குக் காவலாய் படுக்காததால்தான் இப்படி யெல்லாம் நடக்கிறது என்று நினைத்தான் சேது. மறுநாள் மனைவி யிடம் சொல்லிவிட்டு காவலுக்குச் சென்றுவிட்டான். பாதி இரவிற்கு மேல் மாடுகளையெல்லாம் மறுபடியும் ஒருமுறை பார்வையிட்டுவிட்டு எல்லாம் சரியாக இருக்கிறது என்ற நிறைவோடு தன் வீட்டிற்கு வந்தான். வீட்டை நெருங்கும்போதே அவனுக்கு மனது பக்கென்றது. வீட்டுக் குள்ளிருந்து சன்னமான பேச்சுக் குரல் கேட்டது. சேதுவுக்கு விஷயம்

புரிந்துவிட்டது. கையிலிருந்த அரிக்கனை தூண்டிவிட்டுக்கொண்டான். வாசல் தட்டியை இழுத்து தூர வீசிவிட்டு வேகமாய் உள்ளே போனான். இருவரும் இருந்த நிலையைப் பார்த்துவிட்டு ஆத்திரம் பொங்க அப்படியே நின்றான்.

இடுப்பு வேட்டியை இழுத்து ஒருகையால் பிடித்துக் கொண்டு ஒரு கையால் துண்டை உதறி தோளில் போட்டுக் கொண்டு விறுவிறு வென்று வெளியேறினார் சேர்வை. அவரை பேசுவதற்கோ அடிப்ப தற்கோ துணிவற்று நின்றான் சேது. ஆனால் அவருக்குப் பின்னால் சீலையை சரிசெய்து கொண்டு வந்த ராமாயியைப் பார்த்தவுடன் சேதுவுக்கு ஆத்திரம் எல்லை மீறியது. சுவற்றின் ஓர் ஓரமாய் சாத்தி வைத்திருந்த உலக்கையை எடுத்துக்கொண்டான். உலக்கையால் கண்மண் தெரியாமல் ஓங்கி ஓங்கி அடித்தான். மண்டை உடைந்து ரத்தம் கொட்டியது ராமாயிக்கு. அடியிலிருந்து தப்ப வேண்டும் என்ற எண்ணத்தாலோ என்னவோ வீட்டிற்குள் தொட்டிலில் கிடந்த பிள்ளையை ஓடிப்போய் தூக்கிக்கொண்டு கெஞ்சினாள். ஆனால் அவளுடைய எந்த கெஞ்சலும் அழுகையும் அவன் காதுகளுக்குக் கேட்க வேயில்லை. கொஞ்சமாய் தெரிந்த வெளிச்சத்தில் அவள் பிள்ளையைத் தூக்கிக் கொண்டது சேதுவுக்கு தெரிந்ததோ இல்லையோ, அவன் அடிப்பதை நிறுத்தாமல் முரட்டுத்தனமாய் தாக்கிக் கொண்டிருந்தான்.

அவளிடமிருந்து முனகல் சத்தமும் கேட்பது நின்ற பிறகுதான் உலக்கையைக் கீழே போட்டான் சேது. இந்த சத்தம் கேட்டு வீட்டிற்கு வெளியே தூங்கிக்கொண்டிருந்த வெள்ளைச்சாமியும் அவன் அண் ணனும் எழுந்து போட்ட சத்தத்தில் அந்த நேரத்தில் ஊரே கூடி விட்டது. கைக் குழந்தை என்ன ஆனது என்று பதற்றத்தோடு உள்ளே போய் பார்த்தவர்களுக்கு அதிர்ச்சியாயிருந்தது. தாயும் பிள்ளையும் இறந்து கிடந்தார்கள்.

பெண்டாட்டியையும் பிள்ளையையும் அடித்துக் கொன்றுவிட்ட பிறகும் கூட வேறு போக்கிடம் இல்லாததால் சேது அங்கேயே இருந்தான். தன்னுடைய இரண்டு மகன்களையும் கவனித்துக்கொண்டு மாடுகளையும் மேய்த்துக்கொண்டிருந்தான்.

சேர்வை தான் கொடுத்த பணத்தை சேதுவிடம் திருப்பிக் கேட்டார். சேதுவுமே கூட அவருடைய கடனை அடைத்துவிட்டு நிம்மதியாய் இருக்க வேண்டும் அல்லது எங்காவது போய்விட வேண்டு மென்று விரும்பினான். தன்னுடைய மாடுகளை எல்லாம் ஓட்டிக் கொண்டுபோய் சந்தையில் விற்றுவிடுவது, கிடைக்கும் பணத்தை கொடுத்து சேர்வையின் கடனை அடைப்பது என்று திட்டமிட்டி ருந்தான். இந்த எண்ணத்துடன் இவனிருக்கின்ற நேரத்தில் ஒருநாள் இரவு கட்டுத் தறியில் கட்டிக்கிடந்த சேதுவின் மாடுகள் காணாமல் போய்விட்டன.

சுற்றுபட்ட ஊர்களிலெல்லாம் எவ்வளவோ தேடிப் பார்த்தும் மாடுகள் கிடைக்கவில்லை. இருந்தாலும் விடாப்பிடியாய் பித்து பிடித்தவனைப்போல் தன் மாடுகளை, தேடிய இடத்திலெல்லாம் மறுபடியும் மறுபடியும் தேடிக் கொண்டிருந்தான்.

"அடியமாட்டுக்கு கேரளாவுக்குப் போயிருக்கும். இஞ்ச யாண்டா வீணா கெடந்து தேடுற" என்று இரக்கப்பட்ட சில பேர் சொல்லிய பிறகுதான் தேடுவதை நிறுத்தினான். சேர்வையோ கொடுத்த பணத்தைத் திருப்பிக்கேட்டு சதா ஆளனுப்பிக் கொண்டிருந்தார். 'வீராப்பா வூட்டவுட்டு கெளம்பிவந்த நம்ப எந்த மொவத்தோட ஊருக்குப் போற? அண்ணந் தம்பிக்கிட்ட எப்புடி பணங்கேக்குற?' என்று பலவாறாக எண்ணிக் குழம்பினான். கடைசியாய் எதுவும் செய்வதறியாது திகைத்து நின்றவன் மாட்டுக்கொட்டகை வரிச்சியில் தூக்குபோட்டுக் கொண்டு செத்துப்போய் விட்டான்.

சேது செத்த செய்தி அவனுடைய சொந்த பந்தங்களுக்கு சொல்லியனுப்பப்பட்டது. துக்கத்திற்கு வந்த சொந்தக்காரர்கள் தங்களோடு பிள்ளைகளிருவரையும் அழைத்துக்கொண்டு போவதாக சொன்னார்கள். ஆனால் சேர்வையோ அந்த இரண்டு பிள்ளைகளையும் அனுப்ப மறுத்துவிட்டார் "அப்பன் பட்ட கடன அடச்சிப்புட்டுத்தான் படுவா ரெண்டியரும் இந்த ஊரவுட்டுப் போவணும்" என்று சொல்லி விட்டார்.

ஊர் ஊராய் ஆட்டோடு திரிந்து பிழைப்பு நடத்தும் கீதாரிக் கூட்டத்தினர் தங்களுக்கான ஞாயத்தைப் பேசவோ தைரியமாய் எதிர்த்து நிற்கவோ துணிவின்றி பணிந்து போனார்கள். ஏழு வயதாகும் பெரியவனாவது பரவாயில்லை. ஐந்து வயதேயாகும் வெள்ளைச்சாமியை விட்டுவிட்டுப் போகத்தான் யாருக்கும் மனம் வரவில்லை. இருப்பினும் சேர்வையின் விருப்பப்படி மாடு மேய்ப்பதுதான் அவர்களது தலை யெழுத்து என்று சொல்லிவிட்டுப் போனார்கள்.

ராமு அப்போது மாயவரம் பகுதிகளில் பட்டி போட்டிருந்தார். சேது பற்றிய எல்லா செய்திகளையும் கேள்விப்பட்டார். கடைசியாய் சேர்வையிடம் அடிமைப்பட்டு கிடக்கும் பிள்ளைகள் இருவரையும் நினைத்து வருத்தப்பட்டார். இருவரையும் எப்படியாவது மீட்டுவிட வேண்டுமென்று தீவிரமாய் யோசித்தார்.

ஒரு நாள் பொழுதுபோன நேரத்தில் ஒரு ரொட்டிப் பொட்டலத்தை வாங்கிக்கொண்டு பிள்ளைகளிருவரையும் பார்க்கப் போனார் ராமு. பார்த்துவிட்டு உடனே திரும்ப மனமில்லாதவர் போல தயங்கித் தயங்கி நின்றார்.

"என்னய்யா மளுமாறிக்கிட்டு நிக்கிற? என்ன சங்கதி சொல்லு." என்றார் சேர்வை.

"ஒண்ணுமில்லண்ண... இருட்டி பெயிட்டு. ரொம்ப தூரம் போவனும். நடுராத்திரில வண்டிகிண்டி கெடக்காம திண்டாடுறமேரி ஆனாலும் ஆயிடும்."

"அதுக்காவ?"

"இன்னக்கி ராப் பொளுது மட்டும் பயலுகக்கூட தலய சாச்சி கெடந்துட்டு, கருக்கல்ல ஓடியர்றண்ண" என்றார்.

"ம்...ம்... வயத்துக்கு ரெண்டுவாச் சோத்த வாங்கித் தின்னுட்டு படுத்துக்க" என்றார் சேர்வை.

மாட்டுக் கொட்டகையில் பையன்களோடு தானும் துண்டை விரித்துப்போட்டு படுத்துக்கொண்டார். ஊரே அடங்கியது. நடுசாமத் தில் தூங்கிக்கொண்டிருந்த இரண்டு பிள்ளைகளையும் எழுப்பினால் வம்பாகிவிடுமென்று இருவரையும் இரண்டு தோள்களிலும் தூக்கிப்போட்டுக் கொண்டு தெக்கு திசை தெரியாமல் காட்டிலும் மேட்டிலும் கல்லிலும் முள்ளிலும் நடந்தார். கால்கள் சோர்வுறும் வரை நிக்காமல் நடந்தார். எப்படியோ அத்திவெட்டியை விட்டு தப்பித்துப் பிழைத்து வந்தாகிவிட்டது. இனிமேல் பயமில்லை என்ற தைரியம் வந்தபிறகே பிள்ளைகளை கீழே இறக்கிவிட்டார். தானிருந்த இடத்திற் கும் அழைத்துக் கொண்டு வந்துவிட்டார். இரண்டு மாதங்கள் வரை இரண்டு பையன்களையும் எங்கும் அனுப்பாமல் குட்டி கவிழ்க்கும் கூண்டுக்குள் போட்டு அடைத்து வைத்திருந்தார். யாராவது தேடிக் கொண்டு வந்து கண்டுபிடித்துவிட்டால் என்ன செய்வது என்ற பயம் இருந்துகொண்டே இருந்தது.

இரண்டு மாதங்களுக்குப் பிறகு 'இனிமே யாரு இவனுகளத் தேடி வரப் போறாக' என்ற எண்ணம் வந்த பிறகே இருவரையும் வெளியில் புழங்க அனுமதித்தார்.

மூத்தவனை சிதம்பரம் பக்கம் கிடை போட்டிருக்கும் தன்னுடைய மைத்துனனுக்கு ஆளாய் அனுப்பி வைத்தார். வருடம் முழுவதும் ஆடு மேய்ப்பான். மூன்று வேளையும் சோறு போட்டு துணிமணி வாங்கிக் கொடுக்க வேண்டும். இதையல்லாமல் வருடத்திற்கு இரண்டு ஆடுகளை அவனுக்கு கூலியாக பிடித்துவிட வேண்டும் என்று கராராய் பேசிக் கொண்டுதான் தன் மைத்துனனுடன் அனுப்பி வைத்தார்.

சின்னவன் வெள்ளைச்சாமிக்கு ஐந்து வயதுதான் ஆகிறதென் பதால் அவனால் ஆடு மேய்க்கவெல்லாம் போக முடியாது. எனவே அவனை தன்னுடன் வைத்து பார்த்துக் கொண்டார்.

ராமுவின் மகள் முத்தம்மாளுக்குத் துணையாக வெள்ளைச் சாமியை கூண்டிலேயே இருக்கச் சொன்னார். ஆனால் வெள்ளைச்சாமி சிறு வயதாயிருந்தாலும் ஓரிடத்தில் சும்மாயிருக்க மாட்டான். அடிக்கடி

ராமுவின் பின்னால் ஓடி விடுவான். ராமுவுக்கு உதவியாக ஆடுகளை வளைத்துத் தருவான். எனவே ஆறு வயது முதல் ராமு வெள்ளைச் சாமியை ஆடுமேய்க்க அழைத்துக்கொண்டு போனார். அவனுக்குக் கூலியாக ஒவ்வொரு வருடமும் இரண்டிரண்டு ஆடுகளை அவனுக் கென்று ஒதுக்கிவிட்டார்.

“இந்தாடா வெள்ளச்சாமி ஒனக்கு. இந்த ரெண்டு ஆடுகளும் இது போடுற குட்டிகளும் இனிமே ஒனக்குத் தாண்டா சொந்தம்” என்று சொல்லி ஏதாவதொரு நல்ல நாளில் அவன் கையில் ஆட்டை ஒட்டிக் கொடுப்பார் ராமு.

“நாந்தேன் எல்லா ஆடுகளயும் மேய்க்கிறனேண்ண எனக்கு யாண்ண ரெண்டு ஆடுக மட்டும் தனியா!” என்று அப்பாவியாய் கேட்பான் வெள்ளைச்சாமி.

“எலே.. இப்ப என்னகூட இருக்குற. நல்லதுக்கெட்டத்த நான் பாத்துக்கிறேன். அதுனால ஒனக்கு ஒண்ணுந் தெரியலடா. இன்னக் கிருக்குற நான் என்னக்கிமே இப்புடியே இருந்துருவனாடா. எனக்கு ஏதாவது ஒண்ணு நடந்து போச்சின்னா நீ அம்போன்னுல்லடா நிக்க ணும். இன்னம் அஞ்சி வருசமோ பத்து வருசமோத்தான் யாங்கொ நீ இருக்கலாம். அதுக்குப் பெறவு நீ ஓவ் வளியப் பாத்துக்கிட்டு போவாண்டமாடா? அப்ப நீ எதவச்சி பொளப்ப? இந்த ஆடுவ பெருவுச்சின்னா ஒனக்கு அப்ப அது மொதலாருக்குமுடா.

நீ என்னவுட்டுப் போவக்குள்ள முப்பது ஆடாவுது ஒனக்கு மொதலாருக்கணுமுடா. ஒன்னக்கிட்ட வேலய வாங்கிக்கிட்டு சும்மா வுட்டுட்டன்னு யாரும் ஒரு வார்த்தகொட சொல்லிப்புடக் கூடாதுடா. அத்திவெட்டியாங்ககிட்டயிருந்து ராவோட ராவா கள்ளத்தனமா ஒங்கள தூக்கியாந்தது ஒங்களுக்கு நல்ல வளி காட்டத்தாண்டாலே. நாங்க பொளக்கிறத்துக்கில்ல, நெனப்பு வச்சிக்க ஆமா” என்பார்.

ராமுவின் உயர்ந்த நல்லெண்ணத்தை அப்போது வெள்ளைச் சாமியால் புரிந்துகொள்ள முடியவில்லை. என்றாலும்கூட ராமு தான் தனக்கு எல்லாம் என்பதுபோல “அண்ண... அண்ண” என்று அவனையே சுற்றிச்சுற்றி வருவான்.

6

"அண்ண... அண்ண.. அந்தோ ஒரு வத்த வருதுண்ண." உற்சாகமாய் துள்ளிக்குதித்தான் வெள்ளைச்சாமி. கையில் வைத்திருந்த துணிப்பையை தோளில் மாட்டிக்கொண்டு கால் சட்டையின் இரண்டு கால்களையும் தூக்கிப் பிடித்தபடி தண்ணீருக்குள் இறங்கினான்.

"கிட்ட வரட்டுமுடா. போவலாம்" என்றார் ராமு.

வத்தை சற்று தூரத்தில் வந்துகொண்டிருந்தது. கரையை விட்டு விலகி கொஞ்சம் ஆழமான பகுதியில் வந்து கொண்டிருந்தது. தலை முண்டாசை அவிழ்த்து தலைக்கு மேலே வீசிக் காண்பித்து கரை யோரமாய் வரும்படி கூப்பிட்டார் ராமு. வழியே போய்க்கொண்டிருந்த வத்தை இவர்கள் நிற்குமிடம் நோக்கி கொஞ்சம் கரையோரமாய் ஒதுங்கி வந்தது.

இடுப்பு வேட்டியை தொடைக்கு மேல் சுருட்டிக் கட்டிக் கொண்டார் ராமு. முழங்காலளவு தண்ணீருக்குள் இறங்கிப் போனார்.

"எலே வெள்ளச்சாமி வாடாலே. யாம் பின்னுக்கே வாடால." அவரின் அருகில் வந்துநின்றான். நேற்று இரவு எழுந்ததுபோல் இப்போது அலை எழவில்லை. சின்னச்சின்னதாய் அலைந்து கொண் டிருந்தது.

"இது என்னடாலே பையில?" என்றார் ராமு.

"ஆயிவொளுக்கு வெளாட்டு சாமாண்ண."

"ஆயிவொ மேல ஒனக்கு அம்புட்டு ஆசயாடா?"

"..."

"இஞ்ச கெடக்குற குப்பக் கூளத்தயெல்லாம் பொறுக்கிக்கிட்டு போறியேல."

வெள்ளைச்சாமி எதுவுமே பதில் சொல்லவில்லை. படகில் ஏறப் போகிறோம் என்ற சந்தோஷத்தில் நின்று கொண்டிருந்தான்.

"எலே என்னடாலே பையில. பலவமேரி பெருசாருக்கு?" என்றார் மறுபடியும்.

“கல்லாம ஓடுண்ண. நாலஞ்சி கடல்மொரக் கட்டியும் சங்கும் பொறுக்கி வச்சிருக்குறண்ண” என்றான்.

கடல் ஆமை மிகவும் பெரியதாய் இருக்கும். கடலில் செத்துப போகும் ஆமைகள் கரையோரமாய் வந்து ஒதுங்கிக் கிடக்கும். பறவைகளுக்கு இறையாகும். அழுகிப்போகும். சில நாட்கள் கழித்துப் பார்த்தால் வெறும் ஓடு மட்டும் கிடக்கும். ஓடு பாத்திரம் போல குழியாய் இருக்கும். அதுபோல் கிடந்த ஓடுகளில் இரண்டை எடுத்து சுத்தம் செய்து பைக்குள் வைத்திருந்தான். கரையங்காட்டில் இருக்கும் சிவப்பிக்கும் கரிச்சாவிற்கும் ஆளுக்கொன்றாய் விளையாடக் கொடுக்க வேண்டுமென்று எடுத்து வைத்திருந்தான். அவற்றுடன் கடல்நுரைக் கட்டிகளையும் பொறுக்கிப் போட்டிருந்தான்.

அதிகமாய் அலையடிக்கும்போது கரையோரம் நிறைய நுரை வந்து ஒதுங்கும். நுரை காய்ந்து கட்டியாகிவிடும். இந்த கட்டிகள் காய்ந்து கரையோரமெங்கும் வெள்ளைக் கட்டிகளாய் கிடக்கும். இந்த நுரைக் கட்டிகளுடன் சங்கு போன்றவற்றையும் பொறுக்கிப் போட்டிருந்தான். வெள்ளைச்சாமிக்கு எதையாவது கொண்டுபோய் பிள்ளைகளுக்குக் கொடுக்க வேண்டுமென்பதே ஆசை. மன்னாரத்திலிருந்து அவன் வேறு எதைக் கொண்டுபோக முடியும்?

வத்தை அவர்களின் அருகே வந்தது. வெள்ளைச்சாமி வத்தையில் ஏறிக்கொண்டான். அவனை பத்திரமாக கொண்டுபோய் ஊரில் சேர்த்துவிடும்படி வேண்டிக்கொண்டார் ராமு.

வத்தையில் ஏறியவுடனேயே வெள்ளைச்சாமிக்கு கரையங்காட்டிற்கே போய்ச் சேர்ந்துவிட்டது போலிருந்தது. இவ்வளவு சீக்கிரமாய் ராமு அவனை அனுப்பி வைப்பாரென்று அவன் கொஞ்சமும் எதிர்பார்க்கவில்லை. மழைக்காற்று நேரத்தில் ஆடுகளை வைத்துக் கொண்டு ராமு மட்டும் எப்படித் தனியாய் சமாளிக்கப் போகின்றாரோ என்று ஒரு கணம் நினைத்துப் பார்த்தான்.

‘இன்னம் ரெண்டு நாளு களிச்சாவுது வந்துருக்கலாம்’ என்று தனக்குள்ளே சொல்லிக் கொண்டான். ராமுவைப் பற்றி அதற்கு மேலும் அதிகமாய் நினைத்துப் பார்க்க வெள்ளைச்சாமிக்கு விருப்பமில்லை. கரையங்காட்டிலிருக்கும் ஆயிகள் இரண்டுபேருமே அவனுடைய கண்முன் வந்து நின்றார்கள். வத்தை மிகவும் மெதுவாய் போவது போலிருந்தது வெள்ளைச்சாமிக்கு.

வாடியக்காட்டு ஆட்களின் வத்தையில்தான் வெள்ளைச்சாமி ஏறியிருந்தான். கவனைக்கரை வந்தவுடன் கரையங்காட்டு ஆள் ஒருவரிடம் சொல்லி வெள்ளைச்சாமிய அழைத்துக்கொண்டு போகச் சொன்னார்கள். வெள்ளைச்சாமிக்கே தனியாகப் போய்வரத் தெரியும். இருந்தாலும் ராமு சொன்னாரே என்பதற்காக வத்தைக்காரர்களும்

வெள்ளைச்சாமியும் துணை தேட வேண்டியதாயிருந்தது. சூரியன் மேற்கில் போய் உட்கார்ந்து விட்டது. கரையங்காடு போய்ச் சேருவதற்குள் நன்றாக இருட்டி விடும் என்று தோன்றியது வெள்ளைச்சாமிக்கு.

'நம்ம போறத்துக்குள்ள ஆயிவொ ரெண்டும் தூங்கிட்டுன்னா' என்று நினைத்தான். 'சிக்கிரமாய் வீடுபோய்ச் சேர்ந்தால் தேவலாமே' என்று நினைத்தவனாய் கரையங்காட்டு ஆளின் பின்னால் வேகவேகமாக நடந்தான். அவரும்கூட இவனின் அவசரம் தெரிந்ததுபோல வேகமாய் நடந்துகொண்டிருந்தார்.

தோப்புக்குள் நுழைந்த நேரம் இருட்ட ஆரம்பித்துவிட்டது. பழக்கப்பட்டவர் வேகவேகமாய் நடந்தார். வெள்ளைச்சாமிக்குத்தான் இருட்டில் ஒற்றையடிப் பாதையில் நடப்பது சிரமமாக இருந்தது. இரண்டு பக்கமும் உற்று உற்றுப் பார்த்துக்கொண்டு வந்தான். சற்று தூரத்திலிருந்த கருக்குட்டிகளெல்லாம் பேய்கள் உட்கார்ந்திருப்பது போலத் தெரிந்தன. தோப்பில் ஓரிடத்திலும் ஒருவரையும் காண முடியவில்லை.

தோப்பைப் பொருத்தவரை தோப்புக்குத் தோப்பு குளம், குட்டை ஏதாவது ஒன்றிருக்கும். இதுபோன்ற நேரத்தில் வயல் வேலைகளுக்குப் போய்விட்டு வரும் பெண்களும் ஆண்களும் குளித்துக் கொண்டிருப்பார்கள். கல்லில் அடித்து துணி துவைக்கும் சத்தமும் கேட்டுக் கொண்டிருக்கும். அப்படி எங்கிருந்தாவது சத்தம் கேட்கிறதாவென்று உற்று கவனித்தான். இன்று அதுபோல் ஒரு சிறிய சத்தம்கூட கேட்கவில்லை.

இப்படி யோசித்துக்கொண்டே வந்ததில் வீடு வந்து சேர்ந்ததை வெள்ளைச்சாமி கவனிக்கவில்லை.

"ஆட்டுக்காரம்மா. பய வந்துருக்குறான். பாத்துக்கிடுங்க" என்றவர் "போடாம்பி" என்று விட்டு தன்வழியே விடுவிடுவென்று நடையைக் கட்டினார்.

கூண்டுக்கு வெளியே கட்டியிருந்த வெள்ளாடுகளுக்கு தழையை ஒடித்துக் கட்டிக்கொண்டிருந்தாள் இருளாயி. அவளுடைய மகள் முத்தம்மாள் நான்கைந்து பாத்திரங்களை அரிக்கன் வெளிச்சத்தில் விளக்கிக் கழுவிக் கொண்டிருந்தாள்.

"என்னடா வெள்ளச்சாமி அத்தி பூத்த மேரி வந்து நிக்கிற? அண்ண வல்லயாடா?" என்றாள் இருளாயி.

"அண்ண ஆட்டுல இருக்காக. என்னயத்தான் போயி பாத்துட்டு வாடான்னு அனுப்பிவுட்டாக."

"யாங் அவுக வந்து பாத்துட்டுப் போனாக்க கொறஞ்சி பெயிடுவாகலாமா?"

"காத்தும் மளயுமாருக்கு. ரெண்டு நாளுப்போயி வாறேன்னாக."

"வரட்டும் வரட்டும். எப்ப யாவுவம் வருதோ அப்பயே வரட்டும். இப்ப யாரு இன்னக்கே வரணுமுண்டு பாக்கு வச்சிக்கிட்டு காத்திருக்குறவக" என்றாள் பெருமூச்சு விட்டபடி.

"முத்தம்மா வெள்ளச்சாமிக்கு சோத்தப் போட்டுக் குடுத்துட்டு நீனும் தின்னு" என்றாள் இருளாயி.

"அக்கா ஆயி ரெண்டும் தூங்கிட்டா" என்றான் வெள்ளைச்சாமி.

"அதுவ வெள்ளனுமே சோத்தத் தின்னுட்டு தூங்கிட்டுவடா"

"தூங்குறத்துக்குள்ள வந்து பாத்துறணுமுண்டு வந்தங்கா."

"எங்கடா பெயிடப் போவுதுக. விடிஞ்சி பாத்துக்கிர்றது" என்றாள். வெள்ளச்சாமிக்கு ஏமாற்றமாகவே இருந்தது.

கூண்டுக்குள் தூங்கும் பிள்ளைகளின் ஓரமாய்ப் போய் உட்கார்ந்து கொண்டான். இரு பிள்ளைகளும் தூங்குவதையே வாஞ்சை யோடு பார்த்துக் கொண்டிருந்தான்.

சோத்தைப் போட்டுக்கொண்டு வந்து வெள்ளைச்சாமியின் முன் வைத்தாள். தானும் ஒரு தட்டு சோற்றோடு அவனின் எதிரே உட்கார்ந்தாள்.

"தின்னுடா."

வெள்ளைச்சாமி தட்டை எடுத்து மடியில் வைத்துக்கொண்டு சாப்பிடத் தொடங்கினான்.

"எலே வெள்ளச்சாமி ஒனக்கு சேதி தெரியுமாடா?" என்றாள் முத்தம்மா.

"தெரியாதே. என்ன சேதி?"

"தென்னன்ட தோப்புல ஒரு குட்ட கெடக்கேத் தெரியுமாடா?"

"தெரியும்."

"நேத்து ராத்திரி கொற தங்கராசுங்குரவன் அந்த குட்டயில வுளுந்து செத்துப்போயி கெடந்தாண்டா."

"அய்யய்யோ... நெசமாவாக்கா சொல்லுற?"

"ஆமாண்டா. காலயில யாரோ வளில போனவ்வொ பாத்துட்டு சத்தம் போட்டு, எல்லாரும் ஓடிப்போயி பாத்தாக்க, ஆளு செத்துப் போயி கெடக்குறான்."

"எப்புடிக்கா குட்ட தண்ணி நெலக்காமயா செத்துட்டான்?"

"இல்லடா. தோளுபட்டவரக்கிம் ஒடம்பெல்லாம் கரயிலயும் தலயிம் களுத்துந் தாண்டா தண்ணிக்குள்ளயும் கெடந்திச்சி."

"எப்புடிக்கா உளுந்துருப்பான்?"

"புல்ரோட்டா சாராயத்த குடிச்சிட்டு வந்தப்ப இருட்டுல மேடு பள்ளம் தெரியாம, காமாடு தலமாட்டா வுளுந்துருப்பான்னு பேசிக்கிர்றாவொடா."

"ம்."

"எப்புடிடா இந்த எடத்துல இருக்கப் போறமுண்டு பயந்துக் கிட்டே கெடந்தமுடா. நல்லவேள நீ வந்துட்ட" என்றாள் முத்தம்மாள்.

"பாவங்க்கா."

"எல பாவமுண்டு சொல்லாதடா. கொற தங்கராசப் பத்தி இன்னோரு மேரியும் பேசிக்கிர்றாவோ தெரியுமுல்ல."

"என்னக்கா?"

"பத்து பயிஞ்சி வருசத்துக்கு மின்னாடி இஞ்ச சோடாக் கம்பெனி வச்சிருந்தாராண்டா நடராசின்னுட்டு ஒருத்தரு. அவரு பணப் பொளக்கம் உள்ளவராண்டா. எப்பயிம் கையில கெடிகாரம் மோதுரம் களுத்துச் சங்கிலி எல்லாம் போட்டுருப்பாறாம். ஒரு நாளு இடுப்பு வாறு கொள்ளாம பணம் வச்சிருந்தாராம் நடராசு. சாராயக்கட வச்சிருந்த சண்முகம் அத பாத்துட்டானாம். எப்புடியாவுது பணத்த அபேசு பண்ணனுமுன்னு திட்டம் போட்டு இந்த தங்கராசத்தான் தொணக்கி அளச்சிக் கிட்டானாம். ரெண்டியருமா கூட்டுச்சேந்துக்கிட்டு நடராசனுக்கு சாராயத்த ஊத்திக் குடுத்து தனியா அளச்சிக்கிட்டுப் போயிருக்குறானுவ."

"அப்புறம்?"

"கொன்னு ஏதோ ஒரு பனமரத்தடியில பொதச்சிப்புட்டு காசு பணம் கெடிகாரம் மோதுரம் சங்கிலி எல்லாத்தயும் எடுத்துக்கிட்டு வந்துட்டானுவளாம்."

"அடப்பாவியொகுள."

"ரெண்டு பேரும் கூட்டுச்சேர்ந்து செஞ்சாலும் தங்கராசுக்கு ஒண்ணுமே தராம ஏமாத்திப்புட்டானாம் சாராயக் கட சண்முவம்."

"...."

"நடுராசன் புதுசா கல்யாணம் பண்ணுனவராமுடா. பொண் டாட்டி மேல ஆசையாத்தான் இருந்துருக்குறாரு. இத்த கொலகார கம்முனாட்டி பயலுவொ என்ன கத கட்டி வுட்டுப்புட்டானுக தெரியுமா?"

"...."

"பொண்டாட்டிய புடிக்காம ஓடிப் பெயிட்டான்னு, ஊருல பேர கௌப்பிவுட்டுட்டானுகளாம்."

பெரிய மனிதனைப் போல கதையை ஆர்வமாய் தலையாட்டிக் கேட்டுக் கொண்டிருந்தான் வெள்ளைச்சாமி.

"புருசங்காரன் காணாமப் போயி பயிஞ்சி இருவது வருசம் ஆயிங்கொட 'நம்ம புருசன் வருவான் வருவான்னு' பூவு பொட்டோட இருக்குதாண்டா அந்தப் பொண்ணு."

"பாவமுக்கா."

"தங்கராசு போயி அடிக்கடி கொல பங்கு குடுண்டு சம்முவத் துக்கிட்ட நச்சரிச்சிக்கிட்டே இருப்பானாம். ஆனா அந்த சாராயக் கடக்காரன் ஒரு கிளாசு சாராயத்த ஊத்திக் குடுத்துட்டு போடா நாளக்கித் தர்றன்ம்பானாம்."

"..."

"கடசா என்னாச்சின்னாக்க. கேட்டு கேட்டு அலுத்துப் போயி, நடந்தத நா எல்லாருக்கிட்டயும் சொல்லிப்புடுவேன் ஒளுங்கா யாங்கொல பங்க குடுத்துடு"ன்னு மெரட்டிருக்குறான் தங்கராசு."

"அப்புறம் குடுத்துட்டானாமா?"

"லேசுபட்டவனா சாராயக்கடக்காரன். குடுத்துடுவானா அவன்? சொன்னா நீனுந்தாண்டா மாட்டுவ. அவங் கைய காலத்தானடா நா புடிச்சிருந்தன். களுத்துல துண்ட போட்டு இறுக்கிக்கொன்னது நீதானடா. போயி நடந்தத்தயெல்லாம் அப்புடியே சொல்லண்டான்னு பதிலுக்கு சண்முகமும் மெரட்டிருக்குறான்."

"...."

"வெறுத்துப் போயி யாண்டா இவங்கொட கூட்டு வச்சிக்கிட்டு ஒருத்தன கொன்னமுண்டு நெனச்சி நெனச்சி அளுதுருக்குறான் தங்கராசு."

"இதெல்லாம் எப்புடிக்கா தெரிஞ்சிது? அவனே சொன்னா னாமா?"

"அவனே சொன்னானா என்னன்னு ஒண்ணுந் தெரியல. ஆனா நேத்து, முந்தாநாளு, மொத நாளெல்லாம் குடிச்சிப்புட்டு வந்து 'நாகப் பாம்ப கொன்னது நா நவரெத்தனத்த எடுத்துக்கிட்டது அவன்' என்று சதா பொலம்பிக்கிட்டே இருந்துருக்குறான்."

"அதுநாலதான் இப்ப இவஞ் செத்துப் பெயிட்டானா?" இவனா சாவலடா வெள்ளச்சாமி. தங்கராச இனிமே வுட்டு வச்சிருந்த முன்னாக்க எல்லாத்தயும் ஒளறிக்கொட்டி நம்மள மாட்டி வுட்டுடு வான்னுட்டு அந்த சண்முவமே குட்டக்குள்ள கொன்னு போட்டுருக் கணுமுன்னு பேசிக்கிர்றாவொடா."

"இவ்வளத்தயும் ஒனக்கு யாரு சொன்னா?"

நீ யாருகிட்டயும் சொல்லிப் புடாதடா. இஞ்ச எல்லாரும் இதயேத்தாம் பேசிக்கிட்டுருக்குறாவோ. ஊருல எல்லாருக்குமே இந்த விசயமெல்லாந் தெரியும்" என்றாள் முத்தம்மாள்.

இருவரும் சாப்பிட்ட பின்பு சிவப்பி கரிச்சா இருவரையும் தனித்தனியாய் ஒதுக்கிப் போட்டுவிட்டு இருவருக்கும் நடுவில் படுத்துக்கொண்டான் வெள்ளைச்சாமி. மன்னாரத்தில் முதல் நாளிரவு அடித்த காற்று அலை, மழை பற்றிய சிந்தனை லேசாக நினைவில் வந்து போனது. இரண்டு கையாலும் இரு பிள்ளைகளையும் அணைத்தபடி கண்களை மூடினான் வெள்ளைச்சாமி. நாளை இரவு இதுபோல் தூங்க முடியாது என்ற நினைவும் வந்தது வெள்ளைச்சாமிக்கு.

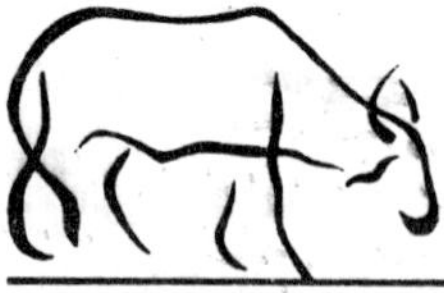

7

வைகாசி மாதம், குன்னலூர் கோட்டகத்தில் கிடை கட்டியிருந்தார் ராமு. கிழக்கு மேற்கான வாய்க்காலின் கரையோரமாய் கூண்டு போட்டிருந்தார்கள். வாய்க்கால் கரை நெடுகிலும் ஆங்காங்கே கருவை மரங்களிருந்தன. நல்ல வெயில் நேரம். ஆடுகளெல்லாம் மேய்ச்சலுக்குப் போயிருந்தன. இருளாயி மட்டுமே கூண்டுக்குள்ளிருந்தாள்.

"கீதாரி... கீதாரி..."

யாரோ கூப்பிடும் சத்தம் கேட்டு இருளாயி கூண்டைவிட்டு வெளியே வந்து பார்த்தாள். கருவை மர நிழலில் நின்றுகொண்டு கரையங்காட்டு சாம்பசிவம்தான் கூப்பிட்டார். சட்டென்று இருளாயியால் அவரை அடையாளம் கண்டுகொள்ள முடிந்தது.

"வாங்க. வாங்க." என்றாள் மலர்ச்சியுடன்.

"எங்க அவரு இல்லையா?"

"அவுக ஆட்டுல போயிருக்காக."

"சாயந்தரமாத்தாம் வருவாரா?"

"ஆமா. ஏதாவது முக்கியமான செய்தியண்டா சொல்லுங்க. நாம் போயி ஆட்டுல நிண்டுகிட்டு அவுகள வரச் சொல்லுறங்."

"முக்கியமான வெசயந்தான். ஆனா நீங்களும் இருந்தாத்தான நல்லாருக்கும்."

"என்னண்டு சொல்லுங்களேன்."

"நா வாக்கு குடுத்தமேரியே ஒரு புள்ளய யாங் வூட்டுக்கு அளச்சிக்கிட்டு போவலாமுன்னுட்டு வந்தன்."

"அப்புடியா சங்கதி? நீங்க அளச்சிக்கிட்டுப் போறான்னாக்கொட இப்ப அந்த புள்ளைக ரெண்டும் இஞ்ச இல்லையே."

"எங்க பெயிட்டுவொ?"

“யாம்மக முத்தம்மாள கட்டிக்குடுத்துருந்தமுல்ல. அவ இஞ்ச வந்துருந்தா, எங்களப் பாத்துட்டு போவமுண்டு. அவ கௌம்பி போவக்குள்ள இதுகளும் அடம்புடிச்சி அவகொட பொயிட்டுதுக.”

“எந்த ஊருல இருக்கு ஒங்க மவகுடும்பமெல்லாம்?”

“இஞ்சதான் வீரன்வயநக்குல இருக்காக.”

“இந்த வருசம் பள்ளிக்கொடத்துல சேத்து வுட்டுடலாமுன்னு நெனச்சித்தான் இப்ப வந்தன். இன்னம் ரெண்டு நாளக்குள்ள போயி அளச்சாந்துடுங்க. வாற பொதங்கெளம நா வந்து அளச்சிக்கிட்டுப் போறன்.” என்றார் சாம்பசிவம்.

“எங்க போனாலும் ஒண்ணாப் போயி, ஒண்ணா தின்னு, ஒண்ணா ஒறங்கி, ஒண்ணாவே இருந்து பளவிப்புட்டுதுக. ரெண்டயும் எப்புடி ஒண்ணவுட்டு ஒண்ணப் பிரிச்சி அளச்சிக்கிட்டு போப்போறிக?” சொல்லும் போதே இருளாயிக்கு கண்கள் கலங்கிவிட்டன.

“அதயெல்லாம் பாத்தாக்க முடியுமா? பெத்த தாயவுட்டே புள்ளைவொள பிரிக்கலயா? நல்லத்துக்காவத்தான பிரிக்கிறம். அது வொள கெடுக்கவா நெனக்கிறம்?” சமாதானப் படுத்தினார் சாம்பசிவம்.

“ரெண்டுல எத அளச்சிக்கிட்டுப் போப்போறிய?”

என்ன இப்புடிக் கேக்குறிய? நா எப்பவோ புடிச்சோ சொல்லிக் கிட்டுத்தான இருக்குறன். அந்த செவப்பு புள்ளய என்னக்கிட்ட வுட்டுடணுமுன்னு.”

“எதாயிருந்தான்ன. ஒங்களுக்குப் புடிச்ச புள்ளய நீங்க அளச்சிக் கிட்டுப் போங்க. கருப்புன்னான்ன செவப்புன்னான்ன, எங்களுக்கு ரெண்டும் புள்ளைகதான்” என்றாள் பெருமூச்சு விட்டபடி.

“இருந்து நா சீதாரிய நேராப் பாத்து சொல்லிப்புட்டு போவட்டா?” என்றார் சாம்பசிவம்.

“அதெல்லாம் வேண்டாமுங்க. நா சொல்லிக்கிறேன். அவக ஒண்ணும் நெனச்சிக்கிட மாட்டாக” என்றாள் இருளாயி.

இருளாயியின் முகத்தில் ஆரம்பத்திலிருந்த மலர்ச்சி கொஞ்சம் கொஞ்சமாக குறைந்து ஒருவித சோகம் படர்ந்திருந்தது. அதை சுலப மாக சாம்பசிவத்தால் கண்டுகொள்ள முடிந்தது.

“என்ன ஆட்டுக்காரம்மா. ஒங்க மொவம் இருண்டுபோயி தெரியிது. புள்ளய நா அளச்சிக்கிட்டுப் போறத்துல ஒங்களுக்கு இஷ்ட மில்லையோ?” என்றார்.

அதெல்லாம் ஒண்ணுமில்லங்க. ஆறு வருசமாக் கைக்குள்ளயே வச்சி வளத்த புள்ளைக. அதேன் கொஞ்சம் கவலயாருக்கு. பொம்பளப் புள்ளைக எப்பயிருந்தாலும் அடுத்தவன் வூட்டுக்குப் போறதுகத்தான்.

யாவ் வயத்துல பொறந்த பொண்ண இந்தாக் கட்டிக்குடுத்துட்டு நா இருக்கலயா."

"நா மட்டும் எங்க சீமைக்கா அளச்சிக்கிட்டு பெயிடப்போறன். இந்தா இருக்குற கரையங்காட்டுலதான ஆட்டுக்காரம்மா இருக்கப் போவுது. நீங்க எப்ப வேணுமுன்னாலும் வந்து பாத்துகிடலாம்'' என்றார் சாம்பசிவம்.

''கட்டிக் குடுத்தாக்கொட என்னக்கிருந்தாலும் எங்கவூட்டுப் புள்ளயிண்ணு சொல்லிக்கிடலாம். இது அப்புடியா? நீங்க அளச்சிக் கிட்டு பெயிட்டியண்ணாக்க அன்னயிலேருந்து அது ஒங்க வூட்டுப் புள்ளதேன். நாங்க எப்புடி சொந்தங் கொண்டாடிக்கிட்டு வரமுடியும்?''

''அதுமேரியெல்லாம் நெனக்காதிய ஆட்டுக்காரம்மா. எங்க வூட்டுல வளந்தாலும் அது ஒங்கவூட்டு புள்ளதான்.

நீங்க ஆறுவருசமா வளத்துருக்குறிய அதுதான் பெரிசி. இதுக்குமேல நா அத அளச்சிக்கிட்டுப் போயி என்ன பெரிசா அந்த புள்ளக்காவ செருமப்படப் போறன்? இன்னம் ரெண்டு வருசம் அப்புடி இப்புடி ஓடிவுடியாந்து செத்த நெடுவிச்சின்னா அப்பறம் அதுக்கு யாரு என்ன செய்யணும் சொல்லுங்க. திங்கிற சோத்துக்கு வேலய செஞ்சிப் புட்டு தானா வளர்ந்துடப் போவுது."

இருளாயியால் எதுவும் பதில் பேச முடியவில்லை. அமைதியா யிருந்தாள்.

"ஒங்க மவளக் கட்டிக்குடத்தன்னியளே ஆட்டுக்காரம்மா எடம் எப்புடி? புள்ளக்குட்டி எதுவும் இருக்கா?"

"பெறத்தியில குடுக்கல. சொந்தக்காரப் புள்ளக்கித்தான் கட்டிக் குடுத்துருக்குறம். போன பெரட்டாசியிலதான் கட்டிக் குடுத்தம். இன்ன மும் வருசம் முடியல. புள்ளக்குட்டி எதுவுமில்ல. சும்மாதான் இருக்கு."

"மருமவனுக்கும் ஆட்டுத் தொழில்தானா?"

"ஆமா.. ஆடுமேய்க்கிறத்தவுட்டா எங்க ஆளுகளுக்கு வேற என்ன தொழில் தெரியுமுங்குறிய? ஆடுதேன் மேய்க்கிது. ஆத்தா அப்பங்கிட்ட யிருந்து பத்தாடு பிரிச்சி ஓட்டிக்கிட்டு வந்திச்சி அந்தத் தம்பி. நாங்க ஒரு நாப்பதாடு பொண்ணுக்கு சீதனமா ஓட்டிவுட்டம். இப்ப அம்பு தாட்ட வச்சிக்கிட்டு காலத்த ஓட்டுதுக. அதுகளப்பத்தி கவலயில்ல. மிச்சம் மீதியிருக்குற கொஞ்ச நஞ்ச ஆடுகளயும் மருமயன் ஆட்டோட வுட்டுட்டு கடசிக்காலத்துல மகளோடயே இருந்துருவமுண்டு நெனச் சம். இந்த ரெண்டு புள்ளைகளால எதுவும் புரியாம நிக்கம்'' என்றாள் இருளாயி.

''ஒங்ககொட இன்னோரு பையன் இருந்தானே. அவன் இருக்கு றான்ல இப்பயும்?"

"ம்.. இருக்குறான். அவனப்பத்தி கவலயில்ல. அவன் வளந்து ஆளா சங்கதியா ஆயிட்டான். அவனுக்குன்னு அறுவது எளுவது ஆடுகளும் நிக்கி. அவன்தான் எங்களுக்கு இப்ப ஒதவி ஒத்தாசயா இருக்குறான். யாம்மயள கட்டிக்குடுக்க ஆனசெலவு அம்புட்டுலயும் அவம்பங்கும் இருக்கு. அவனுக்குண்டு பெருவி நிக்கிற ஆடுகதேன் அவனுக்கு மொதலாருக்கு. மத்தபடி கெட கட்டுற காசி, குட்டி விக்கிற காசி எல்லாம் எங்களோடதேன் சேருது. ஒத்த காச அவன் வெரலால தொடு றல்ல. ஊரான் வூட்டு புள்ளயாருந்தாலும்கொட வளத்த பாசத்துக்கு கொற வக்காம நடந்துக்கிடுறான். இன்னக்கே அவன தனியா ஒதுக்கி வுட்டாலும் பொளச்சிக்கிடுவான். இன்னம் மிச்சமாவும் இருப்பான். நாங்கதான் கெடுக்குறம். பெத்த புள்ளயாட்டம் வளத்துட்டம் வுட மனசில்ல"

"கீதாரி மனசுக்கும் ஒங்க கொணத்துக்கும் ஒரு கொறயும் வராது ஆட்டுக்காரம்மா. கவலப்படாதிய்ய. இதுமேரியெல்லாம் வூரான் வூட்டு புள்ளய யாரு வளத்தூடுவா? சொந்தக்காரன் ஒருத்தன் நல்லாருந்துட் டாலே போதும். அத பாத்து பொருந்துக்கிடாம வஞ்சவமாடி குளிபெறிச்சி குப்பறத்தள்ளுற காலமாருக்கு. இந்தக் காலத்துல யாரு இப்புடியெல்லாம் செய்வா? ஒங்க ரெண்டியரு மனசும் யாருக்கும் வராது ஆட்டுக்காரம்மா."

"போவக்குள்ள என்னத்த வாரிக் கட்டிக்கிட்டு போவப் போறம். நம்மளால யாராவுது ரெண்டு பேரு நல்லாருந்தா அதுதேன் நம்ம போற கதிக்கி சம்பாரிச்சிக்கிட்டு போற புண்ணியம். எனக்கு இப்ப இந்த புள்ள கரிச்சாவப் பத்தித்தான் கவலயெல்லாம்.

செவப்பிய நீங்க அளச்சிக்கிட்டு பெயிடுவிய. அதப் பத்தி கவலயில்ல. இந்த கரிச்சாவ என்ன செய்யிறண்டு தெரியல."

"...."

இத வளத்து ஒரு எடத்துல புடிச்சிக்குடுக்குற வரக்கிம் எங்க ஒடம்புல உசுரு இருக்குமாண்டு தெரியல."

"ஒங்களுக்கு ஒரு கொறயும் வராது. நீங்க செய்யிற புண்ணியம் ஒங்கள காலம்போயிம் காப்பாத்தும். கவலப்படாதிய்ய ஆட்டுக் காரம்மா."

"....."

"அப்ப நான் பெயிட்டு வர்றங். கீதாரி வந்தா வெசயத்த சொல் லுங்க. நாம் வாற பொதங் கௌம கருக்கல்லயும் ஆடு அவுக்குறத்துக் குள்ள வந்தர்றங்."

"சேரி பெயிட்டு வாங்க. நாஞ் சொல்லியர்றங்" என்றாள் இருளாயி.

இருளாயிக்கு சாம்பசிவம் வந்துபோனது முதல் மனம் சரியில்லாமல் போய்விட்டது. எதையோ பெரிதாய் இழந்துவிடப்போவது போல மனது அடித்துக்கொண்டது. தனியாய் உட்கார்ந்து கொஞ்ச நேரம் அழுதாள். எதற்காக அழுகிறோம் என்று நினைக்கும் போது அவளுக்கே வியப்பாக இருந்தது. எப்போது வந்து ஒரு பிள்ளையை அழைத்துக்கொண்டு போவார் என்று காத்திருந்தவள்தான் இந்த இருளாயி. இன்று அழைத்துக் கொண்டு போகிறேன் என்று சொன்னதைக் கேட்டு அவள் ஏன் இப்படி கலங்க வேண்டும்?

எப்போதும் அவளுக்கு பகலில் படுக்கப் பிடிக்காது. ஏதாவது வேலையை செய்துகொண்டே இருப்பாள். ஆனால் இன்று சிறிதுநேரம் படுத்தால் தேவலாம் போலிருந்தது. கூண்டுக்குள் போய் சுருண்டு படுத்தாள். கொஞ்சநேரம்தான். அதற்குமேல் படுத்திருக்கவும் அவளால் முடியவில்லை. எழுந்து வெளியே வந்தாள். சூரியன் உச்சியிலிருந்து சற்று மேற்கில் சாய்ந்திருந்தது. சுள்ளென்று எரித்துக் கொண்டுதானிருந்தது. கூண்டுக்குள் உள்ள பொருட்களை நன்றாக மூடி வைத்து கூண்டையும் கவிழ்த்து மூடினாள். தலைக்கு முந்தானையைப் போட்டுக்கொண்டு கிளம்பிவிட்டாள் ஆடு மேயுமிடம் தேடி.

ஆட்டில் ராமுவும் வெள்ளைச்சாமியும் நின்று கொண்டிருந்தார்கள். தூரத்தில் இவள் வருவதை முதலில் வெள்ளைச்சாமிதான் பார்த்தான். ராமுவிடமும் சொன்னான். என்றுமில்லாமல் இன்று இருளாயி வருவதைப்பார்த்து இருவருக்கும் ஒன்றும் புரியவில்லை. ஆரம்பத்திலெல்லாம் ஆட்டோடு இருளாயியும் போய்க் கொண்டுதானிருந்தாள். வெள்ளைச்சாமி தலைப்பட்டதிலிருந்து இருளாயியை ஆடு மேய்க்க வரக்கூடாதென்று பிடிவாதமாகச் சொல்லிவிட்டான். இன்று ஏன் வருகிறாள். இந்த வெயில் நேரத்தில் தேடிக்கொண்டு வரவேண்டியதற்கான அவசியமென்னவென்று இருவருக்கும் புரியவில்லை. ஆடு மேய்ந்து கொண்டிருந்த இடத்திலும் நிறைய கருவை மரங்கள் இருந்தன. ஒரு மரத்தின் நிழலில் போய் சோர்வாக உட்கார்ந்தாள் இருளாயி. ராமுவும் வெள்ளைச்சாமியும் கிட்டே வருவதற்குள் அழவே ஆரம்பித்து விட்டாள். என்ன ஏதென்று விசாரித்து விவரத்தை தெரிந்து கொள்வதற்குள் போதும் போதும் என்றாகிவிட்டது ராமுவுக்கு.

"எட்டி நம்ம புள்ளையில ஒரு புள்ள நல்லாருக்கப் போவுது. அதுக்காவ நம்ம சந்தோஷப்படுறதா இல்லயாடி. அதவுட்டுட்டு நீ இப்புடி ஒக்காந்துக்கிட்டு அளுவலாமாடி" என்று கடிந்து கொண்டார் ராமு. இப்படி சொன்னாலும்கூட அவருக்குள்ளும் கவலை அப்பிக் கொண்டது. வெள்ளைச்சாமிக்கு ஏற்பட்ட கவலைக்கும் அதிர்ச்சிக்கும் அளவேயில்லை. இருந்தாலும் அவனால் எதுவும் சொல்ல முடியவில்லை. முன்புபோல சின்னப் பிள்ளையாய் இருந்தால் மனதில்

தோன்றுவதை மறைக்காமல் "வேண்டாண்ண நம்ம ஆயிய யாரு கிட்டயும் குடுக்காதிய" என்று பட்டென்று சொல்லியிருப்பான். ராமுவின் கஷ்ட நஷ்டங்களை அவனால் புரிந்துகொள்ள முடிகிறது என்பதால் தன்னுடைய வருத்தத்தை வெளிக்காட்டாமல் மௌன மாகவே இருந்தான்.

"செரிடி, நீயிருந்து வெள்ளச்சாமியோட ஆட்ட ஓட்டியா இருட்டுறத்துக்குள்ள நாம் போயி புள்ளைவொள அழச்சாந்தர்றங். ரெண்டு நாளக்கி நம்மளோட இருந்துட்டுப் போவட்டும்" என்றார்.

என்னதான் ராமு தன்னுடைய கவலையை மறைக்கப் பார்த் தாலும் இதைச் சொல்லும்போது அவருடைய வாய் ஒரு பக்கமாய் கோணவே செய்தது. சொன்னவர் துண்டை தலையில் கட்டிக்கொண்டு கிளம்பிவிட்டார்.

"செவப்பிய மட்டும் தூக்கியாங்க. கரிச்சா அங்கணயே இருக்கட்டும். ஒண்ணவுட்டு ஒண்ணு எட்டி வெலவுனதில்ல இந்நேர வரக்கிம். அது கண்ணு பாக்க அவரு செவப்பிய அளச்சிக்கிட்டுப் போனா புள்ள ஏங்கிப் பெயிரும்" என்றாள் இருளாயி.

நின்று ஒரு நிமிடம் வெறுமையாய் இருளாயியையே பார்த்தார். பின்பு எதுவும் சொல்லாமல் விறுவிறுவென்று நடையைக் கட்டினார்.

இருளாயி சொன்னது போலவே சிவப்பியை மட்டும்தான் தூக்கிக்கொண்டு வந்திருந்தார் ராமு. இரண்டு நாட்களும் சிவப்பியோடு நேரத்தைக் கழிப்பதிலும் அவளுக்கு தேவையானவற்றை செய்து கொடுப்பதிலும் இயல்பாகவே ஆர்வத்தை காட்டினார்கள். சொன்னது போல புதன்கிழமை விடியற்காலையிலேயே சிவப்பி எழும்புவதற்குள் வந்துவிட்டார் சாம்பசிவம்.

யாருடைய முகத்திலும் தெளிவில்லை. இழக்கக் கூடாத ஒன்றை இழக்கும் சோகம் எல்லோருடைய முகத்திலும் அப்பட்டமாகத் தெரிந்தது. சிவப்பி எழுந்தாள். அவளிடம் "இந்த அப்பாகொட நீ போவணும்" என்று ராமுதான் மெதுவாக ஆரம்பித்தார். போக மாட்டேன் என்று சாதாரணமாக சொல்லியவள் ராமுவும் மற்றவர் களும் அவளை அவருடன் போகச் சொல்லி வலியுறுத்துவதன் தீவிரத்தை உணர்ந்ததும் "போவவே மாட்டன்" என்று அழுது அடம்பிடிக்க ஆரம்பித்தாள்.

"நீ பள்ளிக்கொடம் போயி எளுத்தெல்லாம் படிச்சிக்கிட்டு பெரிய வாத்தியாரம்மாவா வரணும். படிக்காத முட்டாக் களுதையொளாக் கெடக்குற எங்களுக்கு எளுத்துக் கத்துக்குடுக்கணும்" என்று எவ்வளவோ சமாதானப்படுத்திப் பார்த்தார் ராமு.

ஆடு மேய்க்கும் சூழலில் வளரும் ஆறு வயது சிறுமிக்கு பள்ளிக்கூடம், வாத்தியார் உத்தியோகம் என்று சொன்னால் என்ன புரியப் போகிறது?

கடைசியாய் அழுது அடம் பிடிக்கும் சிவப்பியைப் பார்த்து இருளாயியும் வெள்ளைச்சாமியும் அழ, ராமுவே தூக்கிக் கொண்டு சாம்பசிவத்தோடு கரையங்காட்டிற்குப் போனார். அன்று சாயங்காலம்வரை அவளோடு சாம்பசிவத்தின் வீட்டிலேயே இருந்தார். ஆறுமணிக்கு மேல் சிவப்பி கண்ணயர்ந்து தூங்க ஆரம்பித்த பிறகே மெதுவாக அவளை விட்டுவிட்டு வந்தார் ராமு.

8

எங்கோ தூரத்தில் கோழி கூவும் சத்தம் சன்னமாய்க் கேட்டது. கண்களை கசக்கிக்கொண்டு எழுந்து உட்கார்ந்தாள் கரிச்சா. "இன்னமும் வாங்கு சொல்லலயே அதுக்குள்ள எப்புடி கோளி கூவுது?" அவிழ்ந்து கிடந்த முடியை அள்ளி முடிந்துகொண்டாள். தாவணியை சரி செய்தபடி கூண்டைவிட்டு எழுந்து வெளியே வந்தாள். அன்னாந்து வானத்தைப் பார்த்தாள். கிழக்கு வானத்தில் புதிய நட்சத்திரங்கள் அப்போதுதான் தோன்றியிருந்தன. விடிவதற்கு இன்னும் நிறைய நேரமிருந்தது. "அதுக்குள்ள எப்புடி கோளி கூவுச்சி" சந்தேகமாகவே இருந்தது கரிச்சாவுக்கு. இன்னும் சிறிதுநேரம் படுக்கலாமென்று நினைத்தாள்.

இப்போதே எழுந்து என்னதான் செய்யப் போகிறாள்? இவ்வளவு நேரத்திலிருந்தே செய்யுமளவுக்கு ஒன்றும் வேலையுமில்லை. ஐந்தாறு பாத்திரங்களை விளக்குவது, குடிக்க நல்ல தண்ணீர் தூக்கிவருவது இவையிரண்டும்தான் காலை நேரத்தில் செய்யவேண்டிய வேலையாயிருந்தது.

மற்றபடி குட்டி அவிழ்த்து விடுவது நொண்டும் ஆடுகள் கழியும் ஆடுகள் என்று ஒவ்வொரு ஆட்டையும் பார்த்து பார்த்து கவனிப்பதெல்லாம் விடிந்த பிறகுதான் முடியும்.

பானையிலிருந்த தண்ணீரை கொஞ்சம் சாய்த்து வாய் கொப்பளித்தாள். அடி வயிறு கனத்தது. எந்தப் பக்கம் போய் உட்காருவதென்று ஒருகணம் யோசித்தாள். இப்போதெல்லாம் கரிச்சாவிற்கு இது ஒரு பெரும் பிரச்சனையாகவே இருக்கிறது. அவசரத்திற்கு போக முடியவில்லை.

வெள்ளைச்சாமி படுத்திருந்த கூண்டைப் பார்த்தாள். வாசலோரமாய் தலை வைத்து கூண்டுக்குள் கால் நீட்டிப் படுத்திருந்தான் விழித்துக் கொண்டிருப்பானோ என்று நினைத்தாள். நடுக் கோட்டகம். மரம் மட்டை எதுவுமில்லை. சிறியதொரு மறைவும் கிடையாது. திடீரென்று அவன் எழுந்து வந்துவிட்டால் என்று நினைத்தாள். வெள்ளைச்சாமி அவள் நினைத்ததைப் போலவெல்லாம் இல்லாமல்

அமைதியாய் தூங்கிகொண்டிருந்தான். ஆட்டுப் பட்டியை சுற்றிக் கொண்டுபோய் தூரமாய் உட்கார்ந்து எழுந்து வந்தாள். மறுபடியும் கூண்டுக்குள் வந்து படுத்துக் கொண்டாள். ஆனால் தூக்கம் வரவில்லை. இருளாயி ராமுவின் நினைவு வந்தது.

ராமுவும் இருளாயியும் இவர்களோடு இருந்தவரை எந்தவிதமான கவலையுமில்லாமலிருந்தாள் கரிச்சா. அவளுக்கு கஷ்டமென்றால் என்ன என்றுகூட பெரிதாய் தெரிந்து கொள்ள முடியாமலிருந்தது அப்போது. இருளாயி சொல்லும் வேலைகளைச் செய்துவிட்டு அவளையே "அம்மா அம்மா" என்று சுற்றி வந்துகொண்டிருந்தாள்.

கரிச்சாவிற்கு பதினொரு வயதிருக்கும். அப்போதுதான் இருவரும் கரிச்சாவையும் வெள்ளைச்சாமியையும் தனியாக விட்டுவிட்டு அவர்களுடைய மகள் முத்தம்மாவின் குடும்பத்தோடு போனார்கள்.

ராமுவிற்கு பொழுது போனால் சரிவர கண் தெரியாமல் போயிருந்தது. முன்புபோல ஆடுகளை பராமரிக்க முடியவில்லை அவரால். ராமுவின் ஆடுகளும் ஏனோ படிப்படியாகக் குறைந்துகொண்டே வந்தன. ஆனால் வெள்ளைச்சாமியின் ஆடுகள் பெருகிக்கொண்டே இருந்தன. ராமு இதுகுறித்து எதுவும் வருத்தமாய் நினைக்கவில்லை. ஆனால் அவர் மருமகனால் இதைத் தாங்கிக்கொள்ள முடியவில்லை.

முத்தம்மாவிடம் இதுபற்றி பேசி சதா வம்பு வளர்த்துக் கொண்டே இருந்தான்.

"ராமு கீதாரிக்கிப் பொறந்தது நீயில்ல.. அந்த வெள்ளச்சாமிதான்" என்பான்.

"யாம் இப்புடியெல்லாம் பேசுறிய? அவுக என்ன பாவத்தப் பண்ணுனாக ஒங்களுக்கு?" என்பாள் முத்தம்மாள்.

"ஒன்ன பெத்த பொண்ணா நெனச்சிருந்தா இஞ்ச வந்து இருந்துக்கிட்டு நம்ம கெடயயில்ல பெருக்கணும். அனாதப் பயல ஆளாக்கி வுட்டதுமில்லாம அவங்கெடய பலுக்கி வுட்டுக்கிட்டு இருக்குறாரே" என்பான்.

பலநாள் தொல்லை தாங்க முடியாமல் ஒருநாள் முத்தம்மாள் கிளம்பி வந்து தன் அம்மா அப்பாவிடமே இதுபற்றி கேட்டும் விட்டாள்.

"ஏதோ அனாதப் புள்ளைகள எடுத்து வளத்தீங்க. புண்ணியந் தேங். இல்லங்கல. பெத்த பொண்ண கொஞ்சமாவுது நெனக்க வேண்டாமா? ஒங்களாலயே யாம் வாழ்க்க பாளாப் போவுது. இதுக்குமேலயும் நா வேணுமுன்னு நெனச்சியன்னா இருக்குற ஆட்ட ஓட்டிக்கிட்டு எங்களோட வந்து சேருங்க. இல்லன்னா தலய முளுவிப்புட்டு இவங்கொடயே இருந்துடுங்க" என்று ஆத்திரத்தோடு குமுறிக் கொட்டினாள்.

“வெள்ளச்சாமி கெடக்குறான். அவன யாரு பாத்துக்கிடணும். அவன் ஆம்புளப்புள்ள. இந்த கரிச்சாவ நெனச்சித்தான் நாங்க கெடக்குறம். இந்தப் புள்ளய என்ன செய்யிற? எங்களோடயே அளச்சாந்துரவா? ஒம்புருசன் ஒண்ணுஞ் சொல்லாதே?” என்றாள் இருளாயி.

“யாம் புருசன் இதுக்கெல்லாம் ஒத்துக்கிடவே மாட்டாக. ஒங்க தலவிதி தெருவுல கெடந்ததயெல்லாம் கட்டிக்கிட்டு அளுதிய. எங்களுக்கென்ன கேடு. எங்கபுள்ளைகள வளக்கவே எங்களால முடியல” என்றாள் முத்தம்மாள்.

“இந்தப் பொண்ணுக்கு நம்மளவுட்டா யாருருக்குறா? ஒந்தங்கச்சி மேரி நெனச்சிக்க ஆயி. பாவம். வேண்டாமுண்டு அறுத்துக் கட்டாத.” கெஞ்சினாள் இருளாயி.

இருளாயியின் கெஞ்சல் எதுவும் முத்தம்மாவின் காதுகளில் விழவில்லை.

“வாறதாயிருந்தா நீங்க ரெண்டியரும் மட்டும் வாங்க. இல்லையின்னா நீங்க செத்துக் கெடந்தாக்கொட நா வந்து திரும்பிப் பாக்கமாட்டேன். ஆமா.” சொல்லிவிட்டு வந்த வேகத்தோடு திரும்பியும் போய்விட்டாள் முத்தம்மா.

ராமுவுக்கு மகள் மீதும் மருமகன் மீதும் ஆத்திரமாக வந்தது. கடைசிவரை அவர்களுடைய முகத்தில் விழிக்காமல் வெள்ளைச்சாமியுடனேயே இருந்துவிடலாம் என்ற முடிவிற்குக்கூட வந்துவிட்டார். ஆனால் இருளாயியால் அப்படி இருக்க முடியவில்லை. பெற்றவயிறு. பெண்ணை வேண்டாமென்று வெறுத்துப் பேச முடியவில்லை. தினமும் புலம்புவதும் அழுவதுமாக இருந்தாள். ராமுவோடு அடிக்கடி சண்டையும் போடவேண்டி வந்தது இதனால்.

இந்தப் பிரச்சனை வெள்ளைச்சாமிக்கும் தெரிய வந்தது. அவனுக்கு என்ன செய்வதென்று தெரியவில்லை. ராமு அவர் மருமகனுடன் போய்விட்டால் இவன் மட்டும் தனியாக எப்படியிருப்பான்? நினைக்கவே அவனுக்கு கலக்கமாக இருந்தது. இருந்தாலும் அவன்தான் என்ன செய்யமுடியும்? அவருடைய மருமகனுடன் போட்டிபோட்டுக் கொண்டு உரிமை கொண்டாட முடியுமா? நான் விடமாட்டேன் என்று அவரை பிடித்து வைத்துக்கொள்ள அவன் யார்? நாம் சிரமப்பட்டாலும் கூட ராமுவை மகள் வீட்டோடு அனுப்பி வைத்து விடுவதென்று தீர்மானித்தான் வெள்ளைச்சாமி.

ராமுவிடம் இதுபற்றி பேசுவதற்கு நல்லதொரு சந்தர்ப்பத்தை எதிர்பார்த்துக் கொண்டிருந்த வெள்ளைச்சாமிக்கு அந்த வாய்ப்பும் அமைந்தது. ஆடு திருப்பிவிடும் நேரமிருக்கும். ராமு வாட்டமாய் காணப்பட்டார். அவர் மனதிற்குள் நிம்மதியில்லாமல் தவிப்பது நன்றாகத் தெரிந்தது.

"என்னண்ண ஒருமேரி இருக்குறிய? ஒடம்பு கிடம்பு சரியில்லயா?" என்று பேச்சை ஆரம்பித்தான்.

"ஒடம்புக்கு ஒண்ணுமில்லடா" என்றார் ராமு.

நேரடியாகவே கேட்டு விடுவதென்ற முடிவோடு, "அண்ண நீங்க கொஞ்ச நாளக்கி பேரப் புள்ளைவொகொட போயி இருந்துட்டு வந்தான்ன?" என்றான்.

"என்னடா சொல்லுற?"

"நா எல்லாத்தயும் கேள்விப் பட்டண்ண. அக்கா வந்து சண்ட போட்டுட்டு போயிருக்கு. நீங்க என்னகிட்ட சொல்லவேயில்ல."

"என்னத்தடா சொல்லுற?"

"அக்கா கூப்புடுறத்துல தப்புல்லண்ண."

"சரிதாங்குறியா?"

"ஆமாண்ண. ஒங்க மருமவனுக்கு மட்டும் யாருருக்குறா? நீங்க ரெண்டுயரும் போயி ஒதவி ஒத்தாசயாருந்தா நல்லாத்தான் இருக்கும்."

"…"

"கொஞ்ச நாளக்கி போயி இருந்துட்டு வாங்கண்ண."

"நெசமாத்தாஞ் சொல்லுறியாடா?"

"ஆமாண்ண"

"நா இல்லாம நீ இந்த கெடய வச்சிக்கிட்டு வரவு செலவு பண்ணிருவியாடா?" சட்டென்று இந்தக் கேள்விக்கு வெள்ளைச்சாமியால் பதில் சொல்ல முடியவில்லை. முகத்தை வேறுபக்கமாய் திருப்பிக் கொண்டு நின்றான்.

"எலேய். நாம் போயி மட்டும் அங்க ரெண்ட நாலாவும் எட்ட பத்தாவுமாடா ஆக்கப் போறன்?"

"ஆக்குறியளோ இல்லையோ. அவனுக்குப் பொறாம. நீங்க பெயிடுங்க. எனக்கு வேண்டாம்" என்றான் வெடுக்கென்று.

ராமு அதற்குமேல் எதுவும் பேசவில்லை. ஆடுகளை திருப்பி ஓட்ட வேண்டுமென்று நினைக்கவில்லை. விறுவிறுவென்று வளசையை நோக்கி நடந்தார். இருளாயியை மூட்டை முடிச்சுகளைக் கட்டி வைக்கச் சொன்னார்.

"நாளக்கிக் கருக்கல்ல நம்ம ஆட்டப் பத்திக்கிட்டு ஓம்மவ வூட்டோட போறமுடி" என்றவர்தான். அதற்குமேல் இருளாயி ஏதேதோ கேட்டபோதும்கூட எதுவும் பேசவில்லை.

இருந்த பாத்திர பண்டங்களில் வெள்ளைச்சாமிக்கு தேவையானவைகளை வைத்துவிட்டு ஏதோ கொண்டுபோக வேண்டுமே என்பதற்

காக ஒருசில பாத்திர பண்டங்களையும் துணிமணிகளையும் சாக்குக்குள் பொறுக்கிப் போட்டு கட்டினாள் இருளாயி.

கரிச்சாவிற்கு என்ன நடக்கிறது என்று எதுவுமே புரியவில்லை. ஆனால் மனதில் இனம்புரியாத பயம் கவ்விக்கொண்டது அவளுக்கு. பயத்தில் மிரண்டுபோய் பார்த்துக்கொண்டு நின்றாள். இருளாயி அழுதுகொண்டேயிருந்தாள்.

கரிச்சாவை பக்கத்தில் கூப்பிட்டு உட்கார வைத்துக் கொண்டாள். ஏதேதோ சொன்னாள்.

"இத்துன நாளும் எப்புடி இந்த வளசயில நா வேல வெட்டி செஞ்சேனோ அதுமேரி இனிமே நீதேங் செய்யணும். நானும் ஒங்கப் பாவும் இனிமே இஞ்ச இருக்க மாட்டம். நீ வெள்ளச்சாமி காடதான் இருக்கணும். அவன் சொல்ற பேச்ச கேட்டுக்கிட்டு புத்திக்ருத்தா நடந்து கிடணும். ஒளுங்கா சோறாக்கிக் குடுக்கணும். வெள்ளச்சாமி நல்ல புள்ள. அவன் ஒனக்கு உண்டானதயெல்லாஞ் செய்வான். அதுக்கு மேல ஆண்டவன் வுட்ட வளி" என்றாள்.

வெள்ளைச்சாமியிடமும் அவள் அறிவுரை சொல்ல மறக்க வில்லை.

"அப்பன் ஆத்தா இல்லாத புள்ள. நம்மளே கதின்னு நிக்கி. நீதாம்பா அதுக்கு தொண. பாத்துக்கப்பா. எல்லா வேலயும் செய்யும். எக்குத்தப்பா எதாவுது செஞ்சிப்புட்டா பொறுத்துக்கடா. ஒன்னவுட்டா அதுக்கு போக்கெடம் கெடயா. ஒன்ன நம்பித்தான் வுட்டுட்டுப் போறம்." வெள்ளைச்சாமி கலங்கிய கண்களுடன் எல்லா வற்றிற்கும் செம்மறியாடு போல தலையாட்டிக்கொண்டு நின்றான்.

விடியற்காலம் பட்டியில் நின்ற ஆடுகளில் தன்னுடைய ஆடுகளை மட்டும் பிரித்து ஒதுக்கினார் ராமு. அவருடைய ஆடுகளை ஒதுக்குவது மிகவும் சிரமமாக இருந்தது. பிரித்துப் பார்த்தபோது ராமுவின் ஆடுகள் மிகவும் குறைவாகவே தெரிந்தன. வெறும் பதின்மூன்று ஆடுகள் மட்டுமே ராமுவுக்கு இருந்தது, அப்போதுதான் வெள்ளைச்சாமிக்கு உறைத்தது. இவ்வளவு காலமும் தன்னுடைய ஆடுகள் என்று நினைத்துப் பார்க்காதவன் இப்போது ராமுவின் ஆடுகளை ஒதுக்கி விட்ட பிறகு பட்டிக்குள் நின்ற தன்னுடைய ஆடுகளைப் பார்த்தான். பட்டி நிறைந்திருந்து. இவ்வளவு ஆடுகளும் என்னுடையதா என்று வியப்பாக இருந்தது. ஆனால் ராமுவின் ஆடுகளைப் பார்த்து அவன் மனம் துணுக்குற்றது. அவனுக்கு என்னவோ போலிருந்தது. ராமு ஆடுகளை ஓட்டிக்கொண்டு கிளம்பினார். வெள்ளைச்சாமி பட்டிக்குள் நுழைந்து தன்னுடைய ஆடுகளிலிருந்து மேலும் பத்து ஆடுகளை ஓட்டி ராமுவின் ஆடுகளோடு சேர்த்து விட்டான். ஆனால் ராமு வேண்டாம் என்று ஆடுகளை திருப்பியடித்தார். தன்னுடைய ஆடுகளை மட்டும்

வேகமாக அதட்டி ஓட்டினார். இருளாயி மூட்டையைத் தூக்கித் தலையில் வைத்துக்கொண்டு அவரின் பின்னால் போனாள். கரிச்சா அழுது களைத்துப்போய் அவர்கள் போவதையே வெறித்துப் பார்த்துக் கொண்டிருந்தாள்.

அவர்கள் கொஞ்சதூரம் போனபிறகு தான் ஓட்டிவிட்ட பத்து ஆடுகளையும் பின்னாலேயே ஓட்டிக்கொண்டு போனான் வெள்ளைச் சாமி. மறுபடியும் ஆடுகளோடு சேர்த்து விடும்போது திருப்பியடிக்க முனைந்தார் ராமு. ஆனால் அதற்குள் ராமுவின் கால்களில் விழுந்து அவர் கால்களை கட்டிப்பிடித்துக் கொண்டு கதறினான் வெள்ளைச் சாமி. அதற்கு மேலும் தன்னுடைய கோபத்தை காட்ட முடியவில்லை ராமுவால். அவருடைய கண்களும் கலங்கியது. அவரால் வந்த அழுகையை அடக்க முடியவில்லை.

“நீதாண்டா யாம் மயன். ஒன்ன வுட்டுட்டு போவச் சொல்லுறி யேடா” என்று அழுதார்.

மறுபடியும் வெள்ளைச்சாமியோடு திரும்பிப் போய் விடுவாரோ என்று இருளாயிக்கு மனது திடுக்கிட்டது. தலைச் சுமையுடன் ஆடுகளை ஓட்ட ஆரம்பித்தாள்.

கொஞ்சதூரம் சென்றபிறகு திரும்பிப் பார்த்தாள். ராமுவும் வெள்ளைச்சாமியும் ஏதே பேசிக்கொண்டு அதேயிடத்தில் நின்று கொண்டிருந்தார்கள்.

“எலேய் வெள்ளச்சாமி ஆடுக பச்சைக்கு பறந்து ஓடுதுக. தலச் சொமயோ வளைக்க முடியல, வரச்சொல்லுடா” என்று சத்தம் போட்டாள்.

வெள்ளைச்சாமியையும் கரிச்சாவையும் தனியாய் விட்டுவிட்டு அன்றைக்குப் போனவர்கள் தான். போய் மூன்று வருடங்களாகி விட்டது. இன்றுவரை இவர்களோடு வந்து சேரவேயில்லை. அவ்வப் போது இவர்களை வந்து பார்த்துவிட்டுப் போவதோடு சரி. கடந்த ஒரு வருடமாக அதுவும் நின்று போனது. குட்டிகள் விற்கும் போதும் பொங்கல், வருட பிறப்பின்போதும் வெள்ளைச்சாமி தான் அவர்களைப் போய் பார்த்து தன்னிடம் இருப்பதை கொடுத்துவிட்டு வருவான்.

கரிச்சா அவர்கள் விட்டுவிட்டுப் போன அந்த ஒருவருடமும் மிகவும் கஷ்டப்பட்டாள். படிப்படியாக எல்லாம் பழகிவிட்டது. இப்போதெல்லாம் எந்த சிரமமும் தெரியவில்லை. தனியாய் இருப்பது மட்டும்தான் அவளுக்கு கஷ்டமாக இருந்தது.

9

வேகமாக நடந்துகொண்டிருந்தாள் கரிச்சா. அவளுக்கு மெதுவாக நடக்கவே தெரியாது. எப்போதுமே இப்படித்தான் வேகவேகமாய் நடப்பாள். அக்காவை பார்க்கப் போகிறோம் என்ற சந்தோஷத்துடன் நடந்ததாலோ என்னவோ நடையில் துள்ளல் தெரிந்தது. கோட்ட கத்தை கடந்து வந்து தார்ரோட்டில் ஏறினாள். வேதாரண்ணியத் திலிருந்து பட்டுக்கோட்டைக்கு போகும் பேருந்தொன்று வேகமாகப் போய்க்கொண்டிருந்தது. "ப்பீம்.. ப்பீம்" என்று ஆரன் சத்தம் வேறு. பேருந்தை பார்த்ததும் சந்தோஷமாயிருந்தது கரிச்சாவிற்கு. பேருந்தில் உட்கார்ந்திருப்பவர்களின் தலைகள் மட்டும் தெரிந்தன. அவர்களைப் பார்க்க வியப்பாக இருந்தது. அவர்களெல்லாம் பணக்காரர்களாகவும் வசதியாக வாழ்பவர்களாகவும் இருப்பார்களென்று நினைத்துக் கொண்டாள். பேருந்திற்கு உள்ளே எப்படியிருக்கும் என்று நினைத்துப் பார்த்தாள். இரும்பாலான அடித்தளமும் படிக்கட்டுகளும் இருக்கை களுமாக அவள் கற்பனையில் தெரிந்தது. இருக்கைகளில் மட்டும் நிறைய தலையணைகளை வைத்துத் தைத்திருப்பார்கள் என்று நினைத்துக் கொண்டாள்.

வேகமாக சென்ற பேருந்து அவள் பார்த்துக் கொண்டிருக்கும் போதே சற்று தூரத்திலிருந்த ஈறுகுத்தி ஆலமரத்தடியில் போய் நின்றது. யாரோ இரண்டுபேர் இறங்கினார்கள். 'அய்யய்யோ பஸ்சு நிக்கே. இந் நேரம் நம்ம அங்க போயிருந்தமுன்னாக்க பஸ்ஸ கிட்டக்க பாத்து ருக்கலாமே' என்று நினைத்தாள். ஓடிப்போய் பார்க்கலாமென்று எத்தனித்த நேரத்தில் புழுதியைக் கிளப்பியபடி பேருந்து புறப்பட்டுப் போனது.

ஈறுகுத்தி ஆலமரத்தடியில் வந்து நின்றாள். வேறு ஏதாவது பேருந்து வந்தால் பார்த்துவிட்டுப்போய் தன் அக்காவிடம் அதுபற்றி சொல்லலாமென்று தோன்றியது அவளுக்கு. ஆனால் பேருந்து வருவதற்கான அடையாளமெதுவும் வெகுதூரம் வரை கிழக்கிலும் மேற்கிலும் அறவே தெரியவில்லை. ஊரைப் பார்த்தாள். கொஞ்சதூர மணற்பாங்கான வயல்வெளியைத் தாண்டி ஊரின் பச்சை தெரிந்தது.

மரங்களுக்கிடையேயுள்ள வீடுகள்கூட ஒன்றிரண்டு தெரிந்தது. அவள் அக்கா இருக்கும் சாம்பசிவம் வீடு தெரிகிறதாவென்று பார்த்தாள். தெரியவில்லை. வீட்டைச் சுற்றியிருந்த தென்னை மரங்களும் புளிய மரங்களும்தான் தெரிந்தன. வயல் வெளியில் குறுக்கே புகுந்து நடந்தாள். கொஞ்சதூரம் போன பிறகுதான் வீடு தெரிந்தது. சாம்பசிவத்தின் வீடு ஓட்டு வீடு. பெரிய வீடு. கரையங்காட்டில் கொஞ்சம் வசதியானவர்களில் சாம்பசிவமும் ஒருவர். இரண்டு மூன்றுமுறை ஊரின் பஞ்சாயத்து தலைவராய் இருந்திருக்கிறார்.

சாம்பசிவத்திற்கு ஐந்தாறு தென்னந் தோப்புகளும் தரைவாயில் ஏழெட்டு மா நிலமுமிருந்தன. அதையல்லாமல் நல்லமணிக்கார் கோட்டகத்திலும் பத்து மாவுக்கு மேல் நிலமிருந்தது. எத்தனை பேர் இந்தாலும் உட்கார நேரமில்லாமல் செய்ய எப்போதும் வேலை இருந்துகொண்டே இருக்கும் அவருடைய வீட்டில். இரண்டு பெண்டாட்டிகள் பிள்ளைகள் என்று குடும்பமும் பெரியதுதான். அந்த வீட்டின் வேலைகளை அசைமடக்கவென்றே வளர்ந்து கொண்டிருப் பவள் தான் சிவப்பி. தென்னம்பிள்ளைக்கு தண்ணீர் ஊற்றுவது, பயத்த நெற்று எடுப்பது, கடலை பிடுங்குவது, கேழ்வரகு நாற்று ஊன்றுவது, கதிர் அறுப்பது என்று ஏதாவது வேலை செய்து கொண்டே இருப்பாள் சிவப்பி. வீட்டில் கொஞ்ச நேரம்கூட சும்மாயிருக்க மாட்டாள். சும்மாயிருக்க அவளை யாரும் விடுவதுமில்லை.

உள்ளூர் பள்ளிக்கூடத்தில் ஐந்தாவது வரையாவது படித்துவிட வேண்டுமென்றுதான் ஆசைப்பட்டாள் சிவப்பி. ஆனால் மூன்றாவது போகும் போதே பள்ளிக்கூடம் போவதை நிறுத்திவிட்டாள் சாம்ப சிவத்தின் முதல் மனைவி. அவளுடைய பிள்ளைகள் யாரும் ஒழுங்காய் பள்ளிக்கூடம் போய் எதையும் கற்றுக்கொண்டு வரவில்லை. தான் பெற்ற பிள்ளைகளே படிக்காதபோது இந்த அனாதைப் பெண் ஏன் படிக்க வேண்டுமென்ற எண்ணம் அவளுக்கு. "நீ படிச்சி என்னத்த கிளிக்கப் போற. ஊட்டோட கெட" என்பாள் அடிக்கடி. ஆனால் சாம்பசிவத்தின் இரண்டாவது மனைவியோ எப்படியாவது சிவப்பியை பள்ளிக்கூடம் அனுப்பவேண்டும் என்பதிலேயே ஆர்வமாயிருந்தாள். அதற்கு காரணமில்லாமலுமில்லை. அவளுடைய கடைக் குட்டியை அந்த வருடம்தான் ஒன்றாம் வகுப்பில் சேர்த்திருந்தார்கள். பள்ளிக் கூடத்தில் அவனை யாரும் அடித்துவிடாமல் பார்த்துக் கொள்ளவும் அடிக்கடி சட்டையோடு கழிந்துவைக்கும் அவனுடைய கால்சட்டையை கழற்றிவிட்டு அருகிலுள்ள குட்டையில் அவன் கைகால்களை கழுவி விடவும், கால் சட்டையை கசக்கி காய வைத்து போட்டு விடவும் சிவப்பி அவனுடன் கூடவே பள்ளிக்கூடம் போவதுதான் நல்லதென்று நினைத்தாள் அவள்.

சின்னவளின் எண்ணத்தை தெரிந்துகொண்டுதானோ என்னவோ மூன்று மரக்கால், நான்கு மரக்கால் என்று ஒருநாள் விட்டு ஒருநாள் நெல்லை அவித்துக் கொட்டி விடுவாள் மூத்தவள். காய வைக்கும் நெல்லுக்கு காக்கா ஓட்ட சிவப்பியை களத்தில் உட்கார வைத்து விடுவாள்.

செத்துப்போன காக்கையின் இறகுகளை நுனியில் வைத்துக் கட்டியிருக்கும் நீண்ட குச்சியை கையில் வைத்துக்கொண்டு நெல்லோடு சேர்ந்து சிவப்பியும் காய வேண்டியதாகி விட்டது.

மெல்ல மெல்ல பள்ளிக்கூடம் போகும் ஆசையும் படிக்கும் ஆசையும் சிவப்பியை விட்டு போயே போய் விட்டது. அவள் வளர வளர வீட்டு வேலைகளும் வயல் வேலைகளும் அதிகமாகிவிட்டது. நிற்க நேரமில்லாமல் எப்போதும் வேலை செய்து கொண்டேயிருப்பாள். பெரியவள் ஒரு வேலையை சிப்பியிடம் விட்டால் போதும் தனக்கும் அதிகாரம் உண்டு என்பதை காட்ட வேண்டுமென்பதற்காக சின்ன வளும் ஒரு வேலையை விடுவாள். இருவருக்கும் மாற்றிமாற்றி ஓடி யோடியே பழகிப் போனது சிவப்பிக்கு. தன்னையொத்த பிள்ளை களுடன் விளையாட வேண்டும் என்ற ஏக்கமிருந்தாலும் அதை ஒரு போதும் அனுமதித்ததில்லை சாம்பசிவத்தின் மனைவிகள்.

இதுபற்றியெல்லாம் சாம்பசிவம் சிறிதும் கண்டுகொள்வதே இல்லை. மற்ற ஊர்க்காரர்கள் மதிக்க வேண்டுமென்பதற்காக வீராப்பாய் பேசிவிட்டு, கொடுத்த வாக்கை காப்பாற்ற வேண்டுமென்பதற்காகவே சிவப்பியை தூக்கி வந்தவன், அவளைப் பற்றி எப்படி அக்கறை கொள்வான்? வெற்றுப் பெருமைக்கு ஆசைப்பட்டு ஊர் மெச்ச வேண்டு மென்பதற்காக காரியங்களைச் செய்பவர்களால் யாருக்கு லாபம்? பலபேரின் பாவத்திற்கு அளாவதுதான் முடிவாக இருக்கும்.

கரிச்சாவைப் போலவே சிவப்பியும் இப்போது நன்றாக வளர்ந்து விட்டாள். கரிச்சாவை விடவும் அழகாயிருந்தாள். ஏழெட்டு மாத இடைவெளிக்குப் பிறகு போன தடவை கரிச்சா போய் பார்த்தபோது சிவப்பி தாவணி போட்டிருந்தாள். அளவு சரியில்லாத முன்பு தைத்த பழைய ஜாக்கெட்டைப் போட்டிருந்தாள். கையில் சதை பிதுங்கிக் கொண்டு தெரிந்தது. உடம்பில் சதை போட்டிந்தது.

"அக்கா நீ வளந்துட்டக்கா" என்றாள் கரிச்சா.

"நீனுந்தான் வளந்துட்ட. பாரு யாவ் ஒசரத்துக்கு இருக்குற" என்று தோளோடு தோள் வைத்துக் காட்டினாள் சிவப்பி. கரிச்சாவிற்கு சந்தோஷமாக இருந்தது அப்போது.

'நம்ம பாத்து பத்து நாளுக்கு மேலாவுது. இப்ப எப்புடியிருக்கோ' என்று நினைத்துக்கொண்டே நடந்தாள்.

சாம்பசிவத்தின் வீட்டு வாசலிலிருந்த மர நிழலில் இரண்டு மூன்று கிழவிகள் உட்கார்ந்து பேசிக்கொண்டே விதைக் கடலை உடைத்துக் கொண்டிருந்தார்கள். கடலை உடைக்குமிடத்தில் அக்கா இல்லாதது ஆச்சரியமாக இருந்தது கரிச்சாவிற்கு. இதைவிடவும் கஷ்டமான வேலையிருந்தால் அதைத்தானே செய்யச் சொல்லுவார்கள் பாவம் அக்கா. இந்த வீட்டுக்கு உழைத்துப் போட்டுக் கொண்டு இருக்கும்படி அதனுடைய தலையில் எழுதிவிட்டானே கடவுள் என்ற விதமாய் சிந்தித்துக்கொண்டே போனாள்.

இவளைப் பார்த்தவுடன் கிழவிகளில் ஒருத்தி, "வாடியம்மா கீதாரிமவளே. ஒன்னத்தாண்டி வருவியா வருவியான்னு பாத்துக் கிட்டுருந்தம்" என்றாள்.

"யாங் ஆத்தா?"

"ஓங் ஒக்கா அறக்குள்ளருக்குறா. மவனா மவளான்னு போயி பாரு" என்றாள்.

கரிச்சாவிற்கு ஒரு கணம் ஒன்றுமே புரியவில்லை. திருதிருவென்று விழித்தாள். கிழவிகள் சேர்ந்து சிரித்தார்கள். பிறகுதான் கரிச்சாவிற்கு விஷயம் புரிந்தது. ஒரே எட்டாக வீட்டிற்குள் ஓட நினைத்தாள்.

"த்தே... த்தே... இஞ்சயில்ல. அங்க." ஆடு மாட்டை அதட்டுவது போல வீட்டிற்குள்ளிருந்து அதட்டிக் கொண்டே வந்தாள் சாம்ப சிவத்தின் மூத்த மனைவி.

கரிச்சாவின் முகத்தில் வென்னீண்ணீரைக்கொட்டியது போலி ருந்தது அவளுடைய அதட்டல். சமாளித்தவளாய் மாட்டுக் கொட்ட கைக்குள் நுழைந்தாள்.

கொட்டகையின் ஓர் ஓரமாக இரண்டு கன்றுக்குட்டிகள் கட்டப்பட்டிருந்தன. இன்னொரு பக்கம் தொம்பைக் கூடு. சுவற்றோர மாய் கொஞ்சமாய் இடைவெளி விட்டு பச்சை விரியெலை மட்டை கட்டப்பட்டிருந்தது.

'அக்கா வயசிக்கி வந்துட்டு' என்று நினைத்தவளுக்கு பூரிப்பாயி ருந்தது. விரியெலை மட்டையை விலக்கிக்கொண்டு பார்த்தாள். சுவற் றோரமாய் சாய்ந்து உட்கார்ந்துகொண்டு கைகளில் தலைசாய்த்து கவிழ்ந்திருந்தாள் சிவப்பி.

"அக்கா."

திடுக்கிட்டு எழுந்தாள். தன் தங்கையை பார்த்தவுடன் ஏனோ சிவப்பிக்கு அடக்கிக்கொள்ள முடியாத அளவிற்கு அழுகை வந்தது. கண்கள் சிவக்க தேம்பித்தேம்பி அழுதாள். கரிச்சாவால் எதுவும் சொல் லித் தேற்ற முடியவில்லை அக்காவுடன் சேர்ந்து அவளும் அழுதாள்.

அழுது ஒருவழியாய் ஓய்ந்த பிறகு அவள் வயதுக்கு வந்தது பற்றி விசாரிக்க நினைத்தாள். ஆனால் தயக்கமாகவும் சங்கடமாகவுமிருந்தது கரிச்சாவிற்கு. இருந்தாலும் இவளை விட்டால் விசாரிக்க அவளுக்கு மட்டும் யாரிருக்கிறார்?

“எப்பக்கா?” என்றாள் கன்றுக்குட்டியை பார்த்தபடியே.

“முந்தா நாளு.”

“எங்களுக்கு யாருமே வந்து சொல்லல?”

“யாரு வந்து சொல்லுவா?”

“....”

நீண்ட நேர அமைதிக்குப் பின் “வுடு தங்கச்சி. எதயும் நெனக்காத. நம்ம தலயெழுத்து” என்றாள்.

“ஒன்ன இஞ்ச குடுத்துருக்காண்டாம். எங்களோடயே நீ இருந்துருக்கலாம்.”

“நம்ம சொல்லியா எல்லாம் நடக்குது?”

“....”

“ஆம்புளைவொ மொவத்துல முளிக்கக் கொடாதுண்ணு உள்ளயே இருன்னுட்டாவோ. ராவோட ராவா வடக்காலருக்குற குட்டக்கிப் போயி துணிய கசக்கிக்கிட்டு வாறங் கை கால வச்சிக்கிட்டு சும்மா ஒரேயெடத்துல ஒக்காந்துருக்க முடியல. அலுப்பாருக்கு.”

“கடல ஒடக்கிறாவொளே கொஞ்சம் அள்ளியாந்து போடச் சொல்லி ஒடச்சிக்கிட்டு இருக்கவேண்டியான?”

“தொடக் கொடாதாம். எதையுமே தொடக் கொடாதாம். தானியத்த தொட்டா பூச்சி புடிச்சிருமாம். சட்டிபானய தொட்டா ஒடஞ்சி பெயிருமாய். பயிறுபச்ச செடிகொடிய தொட்டா செத்துப் பெயிருமாம்.”

“...”

“யாரும் வந்து எட்டிப் பாக்குறது கொட இல்ல.”

“கவலப் படாதக்கா. இனிமே தெனமும் ஒருநட நா வந்து பாத்துட்டுப் போறன்” என்றாள்.

இதுபோன்ற வருத்தங்களெல்லாம் ஏராளமாயிருந்தாலும் கூட கரிச்சாவிற்கு சிவப்பியைப் பார்க்கப் பார்க்க சந்தோஷமாக இருந்தது. அவளுடைய கன்னங்களிரண்டும் பூசியதுபோல் கும்மென்று இருந்தன கண்களில் ஒளி தெரிந்தது உடலெங்கும் மினுமினுப்பு கூடியிருந்தது.

“அக்கா நீ ரொம்ப அளகா இருக்குற?” என்றாள் திடீரென்று. அதைக் கேட்டு சிவப்பிக்கு சிரிப்பு வந்தது. சிரித்துக்கொண்டே

"நீனுந்தான் இப்ப நல்லா வளந்துட்ட. முந்தி பாத்தத்துக்கு இப்ப அளகா இருக்குற மேரிருக்கு."

நீண்ட நேரம் அக்காவும் தங்கையும் ஏதேதோ பேசிக் கொண்டிருந்தார்கள். உளுத்தங் களியும் ஒரு கொட்டங்கச்சியில் நல்லெண்ணெயும் கொண்டு வந்து வைத்துவிட்டுப் போனாள் ஒரு கிழவி.

அதை சிவப்பியின் பக்கமாய்த் தள்ளி வைத்து "தின்னுக்கா" என்றாள்.

"நீ கொஞ்சம் தின்னு பாரு தங்கச்சி."

"வேண்டாங்க்கா. நீனே தின்னு. நா வளசக்கிப் போயி தின்னுக்கிர்றங். பளயது நெறயாருக்கு" என்றாள்.

"மூணு வேளயும் இந்தக் களிதான் தங்கச்சி. இதுதான் ஒடம்புக்கு நல்லதாம். இடுப்பு வலி, வயத்து வலி வராதாம்" என்றாள் புன்சிரிப்போடு கேட்டுக்கொண்டிருந்தாள் கரிச்சா.

"சேரிக்கா. ஆட்டுல போவணும். நாம் பெயிட்டு வரட்டா" என்றாள்.

"போறியா?"

"நாளியாயிட்டே. சித்தப்பா காணுமேன்னு பாக்குமுல்ல."

"சேரி, பெயிட்டு வா தங்கச்சி" என்றவள்,

"எப்புடிக்கா சொல்லுற?"

"சித்தப்பாக்கிட்ட சொல்லுவயிா?" என்றாள் தயக்கமாக.

"சொல்லாண்டாம்."

"அக்கா நா நாளக்கி வாறங்" என்று சொல்லிவிட்டு வெளியே வந்தாள் கரிச்சா.

வீட்டு வாசலில் உட்கார்ந்திருந்த கிழவி இவள் போவதைப் பார்த்துவிட்டு. "கீதாரி மவள. கௌம்பிட்டியா" என்றாள்.

"ஆமாந்த்தா."

"ஒக்காவுக்கு அறப்பலாரமா என்ன செஞ்சாந்து போடப் போற?"

"என்னாத்தா செஞ்சாரணும்? 'சொல்லுங்க" அக்கறையோடு விசாரித்தாள்.

"நீ என்ன செஞ்சாந்து போடப் போறப்போ. நாஞ் சும்மா வெளயாட்டுக்குக் கேட்டன்" என்றாள் கிழவி.

"..."

"பயிஞ்சாம் நாளு தலக்கி தண்ணி வூத்தக்குள்ள ஒன்னால முடிஞ்சா ஒரு புதுத்துணி வாங்காந்து போட்டுட்டுப் போ" என்றாள்.

“சேரியாத்தா.”

“நாஞ் சொல்ல மறந்துட்டன். ஒக்கா மொவத்த பாத்தா பேசிக்கிட்டுருந்த?”

“ஆமாந்த்தா.”

“அடக் கடவுளே... நீ வயசிக்கி வராதவளாச்சே. மொவத்தப் பாக்காம பேசியிருக்கலாமுல்ல.”

“யாந்த்தா?”

“யானா? அவளுக்கு தலக்கி ஊத்துறத்துக்குள்ள நீனும் ஒக்காந்துருவ போ.”

மனது திடுக்கிட்டது கரிச்சாவிற்கு. வேகமாய் வளசையை நோக்கி நடந்தாள். நெஞ்சுக்குழி லேசாய் துடிப்பது போலிருந்தது.

“நீனும் ஒக்காந்துருவ.” கிழவி சொன்னது திரும்பத் திரும்ப காதில் ஒலித்துக்கொண்டே இருந்தது. சந்தோஷமும் பெருமையும் ஏற்பட்டது. துள்ளலோடு நடந்தாள். ஏதாவது ஒரு பாட்டை பாடிக்கொண்டே நடந்தால் தேவலாம் போலிருந்தது. அவளுக்கு ஒரேயொரு பாட்டுதான் தெரியும். கோயில் திருவிழாவிலும் கல்யாணக்காரர்களின் வீட்டிலும் ரேடியோ போடும்போது கேட்டுக்கேட்டு கற்றுக்கொண்ட பாட்டு அது. கரிச்சாவிற்கு மிகவும் பிடித்த பாட்டும் அதுதான்.

“சுராங்கனி... சுராங்கனி....
சுராங்கனிக்கா மாலுக்கன்ன வா...
மாலு... மாலு... மாலு..
சுராங்கனிக்கா மாலு
சுராங்கனிக்கா மாலுக்கன்ன வா”

பாடிக்கொண்டே ஓட்டமும் நடையுமாக வந்து சேர்ந்தாள்.

10

உயரமான மணல் மேடுகளைக் கொண்ட மேட்டு நிலம் தோப்பு. தோப்பின் முடிவில் தொடங்குகிறது தரைவாய். தோப்பிலிருந்து மிகவும் தாழ்ந்திருக்கும் களிமண் நிலம்தான் தரைவாய். தோப்பின் சரிவில் தரைவாயில் நெடுகிலும் சிறுசிறு குட்டைகள். ஓரத்து தோப்புகளில் போடப்படும் தென்னைகளுக்கு இந்த குட்டைகளிலிருந்துதான் தண்ணீர் தூக்கி ஊற்றுவார்கள்.

பொழுது விடிந்தபோதே குடத்துடன் வந்துவிட்டாள் சிவப்பி. பிள்ளைக்கு ஐந்தைந்து குடமாக தூக்கி ஊற்றிக் கொண்டிருந்தாள். மேட்டிலிருந்து வெறுங் குடத்துடன் சரிவில் இறங்குவது சுலபம். ஆனால் தண்ணீர் குடத்துடன் மேலே ஏறுவதுதான் சிரமமாக இருந்தது. மணி பத்துக்கு மேலாகியிருக்கும். வெயில் சுள்ளென்று எரிக்க ஆரம்பித்திருந்தது. இதுவரை காலை ஆகாரமோ தெளுவோ எதுவு மில்லாமல் வெறும் வயிற்றோடு தூக்கி ஊற்றிக் கொண்டிருந்தாள்

முப்பது நாற்பது பிள்ளைகள் புதிதாய்போட்டவை. நான்கு நாட்களுக்கு ஒருமுறையாவது தண்ணீர் ஊற்றாவிட்டால் செத்துவிடும். காலையிலும் மாலையிலும் சிவப்பிதான் வந்து ஊற்றிக் கொண்டிருந்தாள். சிவப்பி வயதுக்கு வந்ததிலிருந்து சாம்பசிவத்தின் பெண்டாட்டிகள் இருவருமே அவளை வீட்டிற்குள் புகுந்து வேலைசெய்ய விடுவதில்லை. எவனுக்கு பிறந்த பெண்ணோ, எப்படி வீட்டிற்குள் விட முடியும்? கன்னித்தீட்டு வீட்டைத் துடைத்துவிடும். அவளை வீட்டிற்குள் விட்டால் அவர்களின் சாமிக்கு ஒத்துக்கொள்ளாது. வீட்டுச்சாமி வெளியேறிவிடும் என்றெல்லாம் நம்பினார்கள். அவளையோ அவளுடைய துணிமணிகளையோ யாரும் தொடுவதில்லை. எனவே வெளி வேலைகளையே செய்துவிட்டு விட்டைச் சுற்றிச்சுற்றி வந்து கொண்டிருப்பாள்.

கரிச்சா சிவப்பியைத் தேடிக்கொண்டு வீட்டிற்கு வந்து பார்த்து விட்டு தோப்பிற்கே வந்துவிட்டாள்.

“வா தங்கச்சி.”

"ஊத்தி முடிச்சிட்டியா?"

"இன்னம் அஞ்சாறு புள்ள கெடக்கு."

"இஞ்ச குடுக்கா நா ஊத்துறன்."

"வேண்டாம். நீ போயி மட்டய எடுத்துப்போட்டு அந்த மரத்தடில ஒக்காரு. இன்னம் ரெண்டு கொடம் ஊத்திப்புட்டு வாறங்."

"இஞ்ச குடுக்கா" என்று வெடுக்கென்று குடத்தை பிடிங்கிக் கொண்டு குட்டைக்குள் இறங்கினாள் கரிச்சா. தோப்பு மேட்டிலேயே நின்றுகொண்டு கரிச்சா போகும் பக்கமெல்லாம் திரும்பித் திரும்பி பேசிக் கொண்டிருந்தாள் சிவப்பி.

"ஒஞ்சடங்குக்கு எடுத்தாந்த தாவணி பாவட புடிச்சிச்சா ஒனக்கு."

"நல்லாருக்கு தங்கச்சி."

"சித்தப்பாதான் எடுத்தாந்திச்சி."

"நீ யாங் இதயெல்லாம் சித்தப்பாக்கிட்ட சொன்ன?"

"சொல்லாம என்ன செய்யிற? நாங்க எடுத்தாராட்டி ஒனக்கு அன்னக்கி புதுசே இருந்துருக்கால்ல."

"புதுசு இல்லாட்டி என்ன. வண்ணாத்தி குடுக்குறதும் புதுசுதான் நம்மளுக்கு."

"....."

"அதுசரி சித்தப்பாக்கிட்ட எப்புடிச் சொன்ன?"

"அக்கா சடங்குக்கு புதுத்துணி எடுக்கணும். மூட்டகாரன் போனாக்க கூப்புட்டாங்க சித்தப்பான்ன."

"...."

"மறுநாளு பாத்தா துணியே எடுத்தாந்துட்டு."

ஊத்துனது போரும். கொடத்த வச்சிட்டு வந்து ஒக்காரு என்றவள் தோப்பிற்குள் போனாள். விழுந்து கிடந்த குறும்பைகளில் நீருள்ள பெரிய குறும்பைகளாய்ப் பார்த்து பொறுக்கிக்கொண்டு வந்தாள்.

குறும்பையின் வாய் பகுதியை வாயால் கடித்து ஓட்டைபோட்டு இருவரும் உறிஞ்சிக் குடித்தார்கள். வழுக்கை விழாத குறும்பைகளாயிருந் தாலும் கூட தண்ணீர் சுவையாயிருந்தது. நிறையவும் இருந்தது.

"ஒனக்கொரு சேதி தெரியுமா தங்கச்சி."

"என்னக்கா?"

"சித்திரமுன்னு ஒரு பொண்ண தெரியுமா ஒனக்கு? எங்க வூட்டுக்கு நாலுவூடு தள்ளி கௌக்கால இருந்திச்சே."

“தெரியுமே.”

“அந்த சித்திரம் செத்துப்பெயிட்டு தெரியுமா?”

“எப்பக்கா?”

“அப்ப நீங்கள்லாம் இஞ்ச வல்ல. வையாசி மாச ஆரம்பத்துலயே.”

“அப்ப நாங்க எடயூடு கோட்டாவத்துல கெட போட்டுருந்தம்.”

“அப்பதான்.”

“யாஞ் செத்துச்சி?”

“தானா சாவல. அப்பனும் அண்ணனுமே அடிச்சிக் கொன்னுப் புட்டானுவொ.”

“நெசமாவாக்கா சொல்லுற? யாங்க்கா?”

“தொளசாப்பட்ணம் ஔவையாரு கோயிலு திருவுளாவுக்கு எல்லாருகொடயும் சேந்துக்கிட்டு இதுவும் போயிருக்கு.”

“....”

“கரகாட்டம், வானவேடிக்க பாக்க கூட்டமான கூட்டம் வந்திருந் துச்சாம். கூட்டத்தோட கூட்டமா யாரோ ஒருத்தன் சித்துரத்து பின்னாடியே வந்து பேச்சு குடுத்தானாம். தெரிஞ்சவனாத்தான் இருக்கணும். இல்லாட்டி சொந்தக்காரனோ என்னமோ யாரு கண்டா. இதுவும் பதிலுக்கு ஏதோ சிரிச்சிச் சிரிச்சி பேசிருக்கு. அவ்வளதுதான். இதப் பாத்துட்டு வந்து யாரோ வூட்டுல சொல்லிப் புட்டாவோ.”

“அப்பறம்?”

“அப்பறம் என்ன? சித்துரத்தோட கதய முடிச்சிப்புட்டாவோ.”

“எப்புடிக்கா.”

“சித்துரத்தோட அண்ணங்காரனுக்கு மறு பயிஞ்சி நாளுக்குள்ன கல்யாணம்.”

“....”

“கல்யாணத்துக்கு வெறவு வெட்டணும் வாத் தங்கச்சின்னு கூப்புட்டுருக்குறான் அண்ணங்காரன்.”

“ராவயில எப்புடி வெட்டுற? விடிஞ்ச பெறவு போவமுண்ண’ அப்படின்னுருக்கு சித்துரம்.”

“கோயிலு தோப்புல பவல்ல வெட்டுனாக்க தலயாரி புடிச்சிடுவான். அதான் ராத்திரில போறாவோ. அப்பா அண்ணங் கொட நீனும் போ. அப்புடின்னு பெத்த தாயே தந்துரமா பேசி அனுப்பி வச்சிருக்குறா?”

"...."

"கோடா, கத்தியோட போனவனுவ இலுப்ப தோப்புல கொண்ட வச்சி அந்தப் பொண்ண அடிஅடின்னு அடிச்சி கையி கால யெல்லாம் முறிச்சி கொன்னுட்டானுவொ"

"தப்பிச்சி வுடியாற வேண்டியதுதான இது?"

"எப்புடி தப்பிக்கிற? ஆம்புளைவொ ரெண்டு பேரு சேந்துக்கிட்டு தொரத்தித் தொரத்தி அடிக்கக்குள்ள எப்புடி தப்பிக்க முடியும்?"

"...."

"அதால ஆனமட்டும் சத்தம் போட்டுக்கிட்டு மரத்துவொள சுத்திச்சுத்தி ஓடி தவாளிக்கத்தான் பாத்துருக்கு. ஆனா முடியல அதால."

"யாருக்குமே சத்தங் கேக்கலயா?"

"யாருக்குக் கேக்கும்? கத்துனா காதுல வுளுவுற எடத்துலயா கொண்டவச்சி கொன்னானுவொ. அப்புடியுங் கொட வடக்கி ஓடக் கரயில சீட்டாடிக்கிட்டு இருந்த ஒரு கும்பலுக்கு இந்தப் பொண்ணு சத்தம் போட்டது கேட்டுருக்கு. ஆனா ஏதோ பேயோ பிசாசோ சத்தம் போடுதுன்னு பயந்து துண்டகாணும் துணிய காணுமுன்னு எல்லாரும் ஓடிட்டானுவொளாம்."

"இப்புடியெல்லாமா இருப்பாவோ?"

"தோப்பு எறக்கத்துலருந்த குட்டக்குள்ள தெக்கி ஓரமா வேரும்தூறுமா கொடவு மேரி இருந்துருக்கு. அந்த கொடவுக்குள்ள ஒடம்ப தள்ளி அளுத்திப்புட்டு மேல ஆகாயத்தாமர வெங்காயத்தாமர பாசியப்போட்டு மூடிப்புட்டு வந்துட்டானுவொளாம்."

"அடப்பாவிவொள... பெத்த பொண்ண கொல்ல அப்பங்கார னுக்கு எப்புடி மனசு வந்திச்சி?" மிகவும் அதிர்ச்சியாயிருந்தது கரிச்சா விற்கு.

"இந்த ஊரு மோசமான ஊரு தங்கச்சி. கொல்லுகொலைக்கி அஞ்சமாட்டாவோ யாரும்."

"அப்பறம் எப்புடிக்காத் தெரிஞ்சிச்சாம்?"

"பூன கண்ண மூடிட்டா ஒலகமே இருண்டு பெயிருமோ? செஞ்சது தெரியாமப் பெயிருமா?"

உண்மைதான். எத்தனை நாட்களானாலும் உண்மை ஒருநாள் வெளியே வரத்தான் செய்யும். எதையும் யாரிடமிருந்தும் மறைத்து விடலாம் என்று நினைப்பது எவ்வளவு பெரிய முட்டாள் தனம். இரண்டு நாட்கள்வரை சித்திரத்தைக் கொன்றது யாருக்கும் தெரியாமல் தான் இருந்தது. சித்திரம் எங்கே என்று கேட்ட அக்கம்பக்கத்தினரிடம்

கூட நாட்டுச்சாலையிலுள்ள அவளுடைய பெரியம்மா வீட்டிற்கு போய்விட்டதென்று சாமர்த்தியமாக பொய் சொல்லிக்கொண்டுதான் வந்தார்கள். ஆனால் மூன்றாம் நாளே எல்லாம் அம்பலத்திற்கு வந்து விடுமென்று அவர்கள் யாரும் நினைத்துப் பார்த்திருக்க மாட்டார்கள்.

கரையங்காட்டு இராசேந்திரன் ஒரு மேடை நாடகக் கலைஞன். தானே நாடகத்தை எழுதி தன் குழுவினரோடு சேர்ந்து நடிப்பது வழக்கம். சுற்றுவட்டாரத்திலுள்ள எந்தக் கோயிலாக இருந்தாலும் இராசேந்திரனின் நாடகத்தை போடுவதை ஒரு கௌரவமான விஷய மாக ஒவ்வொரு ஊர்க்காரர்களும் கருதினார்கள். பெண் வேடமிட்டு ஆண்கள் நடிப்பதையல்லாமலும் உண்மையாகவே கதாநாயகி வேடத்திற்கு தஞ்சாவூரிலிருந்து இரண்டு இளம்பெண்களை அழைத்துக் கொண்டு வருவான்.

கரகாட்டம் குரவன்குறத்தி ஆட்டமென்று ஒவ்வொரு கோவி லிலும் பார்த்ததையே பார்த்துக்கொண்டிருந்த சனங்களிடையே இராசேந்திரனின் சீர்திருத்த மற்றும் சமூக நாடகங்கள் நல்ல வரவேற்பைப் பெற்றன.

இராசேந்திரனின் திறமையைக் கண்டு வியந்தோ அல்லது தங்களையும் நாடகக்குழுவில் சேர்த்துக்கொள்ள வேண்டுமென்ற எண்ணத்திலோ எப்போதும் இராசேந்திரனுடன் ஒரு பட்டாளம் இருந்துகொண்டேயிருக்கும். சாயிங்கால நேரங்களில் இந்த கோஷ்டி தோப்புப் பக்கம்போய் மணிக்கணக்காய் அரட்டையடித்துக்கொண்டு உட்கார்ந்திருப்பது வழக்கம்.

இராசேந்திரனுக்கு மூலச்சூடும் இருந்தது. இதற்கு ஆமைக்கறி தின்றால் சரியாகிவிடுமென்று யாரோ சொல்லியிருக்கிறார்கள். வாரத்தில் ஒருநாள் இந்த கோஷ்டியில் எல்லோருமாய் சேர்ந்து ஆமைக்கறி ஆக்கித் தின்பது வழக்கம். எண்ணெய், மிளகாய்த்தூள் மற்ற பொருட்களோடு தோப்புக்கு போவார்கள். அங்கு குட்டைகளில் கிடக்கும் ஆமைகளைப் பிடித்து சுத்தம் செய்து தளதளவென்று கொதிக்க வைப்பதற்குள் யாராவது ஒருவர் வாய்மேடு போய் பரோட்டா வாங்கிக்கொண்டு வந்துவிடுவார்கள். எல்லோருமாய் கூடி எல்லா வற்றையும் தின்று முடித்துவிட்டுத்தான் வீட்டிற்குத் திரும்புவார்கள்.

அப்படித்தான் அன்றும் இராசேந்திரனும் நண்பர்களும் தோப்பிற்குப் போனார்கள். வேட்டியை விரித்து இரண்டு பக்கமும் இரண்டுபேர் நின்றுகொண்டு தண்ணீருக்குள் அழுத்தி லாவகமாய் ஆமையைப் பிடிப்பார்கள். அன்றைக்கு என்று அவர்கள் ஆமை பிடிக்க இறங்கியது சித்திரத்தை கொன்று அழுத்திவைத்திருந்த குட்டைக்குள். ஆகாயத்தாமரையும் வெங்காயத்தாமரையும் அடர்ந்துகிடந்த அந்தக் குட்டைக்குள் ஆமைகளும் நிறையவே கிடந்தன.

பாசிகளை விலக்கினால்தான் காற்று முட்டையிட்டபடி தண்ணீருக்குள் கிடக்கும் ஆமைகள் தெரியும். எனவே ஆமை பிடிக்கச் சென்ற இருவரும் குட்டைக்குள் இறங்கி பாசிகளைத் தள்ளத் தொடங்கினார்கள். பாசியோடு சித்திரம் கட்டியிருந்த புடவையின் ஒரு பக்கம் வந்தது. இங்குள்ள குளம் குட்டைகளில் நிறைய துணிகள் கிடக்கும். வீட்டுக்குத் தூரமான பெண்கள் குளித்து விட்டு பயன்படுத்திய தீட்டுத் துணியை தண்ணீருக்குள்ளேயே விட்டுவிட்டுப் போய்விடுவார்கள். அது போல்தான் ஏதோவொன்று கிடக்கிறதென நினைத்தார்கள் இருவரும்.

''என்ன எளவோ கெடக்கு பாருடா'' என்றான் ஒருவன். "தண்ணிக்குள்ள கெடக்குறத்துல எந்த அசிங்கமும் இருக்காதுடா தூக்கி எறிடா எட்டி" என்றான் இன்னொருவன். நுனி விரல்களால் தூக்கி வீசப்பார்த்தான். எளிதில் துணி கையோடு வரவில்லை. எனவே சற்று வலிந்து இழுத்தான். வேர்கள் நிறைந்திருந்த கொடவுக்குள்ளிருந்து பொதுக்கென்று வந்தது உடல். ஒரு பெண்ணின் உடல்தானென்று நம்ப முடியாத அளவிற்கு உப்பி பருத்துப் போயிருந்தது. நாற்றம் குபீரென று முகத்திலடித்தது இருவருக்கும். தோல் வெள்ளையாய் வெளுத்துப் போயிருந்தது. சில இடங்களில் சதை பிய்ந்து உதிர்வதைப் போலிருந்தது. அவ்வளவுதான் குட்டைக்குள் இறங்கிய இருவரும் அலறியடித்துக் கொண்டு விழுந்தடித்து ஓடிப்போய் இராசேந்திரனிடம் சொன்னார்கள். எல்லோருமாக சேர்ந்து வந்து என்ன ஏதென்று பார்த்தார்கள். இறந்து கிடப்பது சித்திரம்தான் என்பது தெரிந்தது. உடனே ஊரில் யாருக்கும் விசயத்தை சொல்லுவதற்கு முன்னால் வாய்மேட்டு காவல் நிலையத்தில் புகார் கொடுத்தார்கள். இரவோடு இரவாக போலீஸ் வந்தது விசாரித்தது. செத்தது எப்படியென்று எங்களுக்கு எதுவுமே தெரியாதென்று சாதித்தனர் சித்திரத்தின் பெற்றோரும் அண்ணனும். தானாகவே தற்கொலை செய்துகொண்டதாக சொல்லி போலீசும் விசாரணையை முடித்துக்கொண்டது. அடுத்த சில நாட்களில் நடக்கவிருந்த சித்திரத்து அண்ணனின் திருமணம் எந்தவிதமான தடை தாமதமுமின்றி அதே நாளில் நடந்தது.

"அக்கா நாளக்கி ஆடு மன்னாரத்துக்குப் போவுது. இன்னம் ஆறுமாத்தக்கி இந்தப் பக்கம் வரமுடியா. சொல்லிப்புட்டு போவ முன்னுதாங் வந்தங்" என்றாள் கரிச்சா.

"என்ன தங்கச்சி இப்புடி சொல்லுற?"

"ஆமாங்க்கா. ஆவணியும் பொறந்துட்டு. எல்லா எடத்துலயும் நடவு நட்டுட்டாவோ. இருந்த ஓரம் ஒண்டுல இவ்வள நாளும் மேச்சிக்கிட்டுருந்தம்."

"..."

“பயிஞ்சி நாளக்கி முந்தியே போயிருக்க வேண்டியது. தொணக்கி யாரும் போவலயேன்னுட்டு இருந்தம். நேத்து யாரோ ரெண்டு பேரோட ஆடுவ வத்தயில ஏத்திப் போச்சாம். வத்த காரவ்வொள பாத்து விசாரிச்சிட்டு வந்திச்சி சித்தப்பா. நாங்களும் பெயிடணும். மளதண்ணி அதியமாயிட்டா போயிச் சேரமுடியா” என்றாள்.

“...”

“நீ பத்தரமாருக்கா. இந்த ஊரே கெட்டுக்கெடக்கு. நீ யாரு கிட்டயும் பேச்சுவார்த்த வச்சிக்கிடாத. ஒண்டியா எங்குட்டும் போவாத. பாத்து நடந்துக்க.”

“நீ சொல்லுறமேரி, எனக்கும் பயமாத்தாங் இருக்கு. இந்த வூட்டு அப்பா மின்னாடிமேரி இல்ல. குடிச்சிட்டு வந்துட்டா வெறிக்க வெறிக்க பாக்குறாரு. அவரப் பாக்கவே பயமாருக்கு தங்கச்சி.”

“அவர பாத்துப்புட்டெல்லாம் பயப்புடாதக்கா. அவரு ஒன்ன தாம்புள்ளமேரி தூக்கியாந்து வளத்தவரு. ஒனக்கு அப்பாவா இருக்குற வரு. தலயெல்லாம் நெறச்சிப் போச்சி. அவரப்போயி தப்பா நெனச்சிக் கிட்டு என்னகிட்ட சொன்னமேரி வேற யாருகிட்டயும் சொல்லிப் புடாத” என்றாள் கரிச்சா.

“ஒனக்கு தெரியா தங்கச்சி. அவரு நல்லவராத்தான் இருந்தாரு. ஆனா இப்ப மாறிட்டாரு. பாக்குற பார்வையே சரியில்ல.”

“அருண்டவங்கண்ணுக்கு இருண்டதெல்லாம் பேயிம்பாவோ. அதுமேரிதான் நீயும் வீணா பயப்புடுற. சின்னூண்டு புள்ளயா நம்ம தூக்கியாந்த பொண்ணு இப்ப இப்புடி வளந்து நிக்கேன்னு சந்தோஷமாக்கொட பாத்துருப்பாரு.”

“நீ என்ன சொன்னாலும் சொல்லு. ஆனா எனக்குத்தான் தெரியும் அவரோட எண்ணம். பாசமா பாக்குறதாருந்தா சும்மா இருக் கக்குள்ள பாக்குறதுதான? குடிச்சிட்டு வந்தா மட்டும்தான் பாசம் வருமா?”

கரிச்சாவிற்கு தன் அக்காவிடம் என்ன சொல்லுவது. எப்படி சமாதானப்படுத்துவது என்று ஒன்றும் புரியவில்லை.

“இல்லன்னாக்க நீனும் எங்களோடயே வந்துடங்க்கா. ஒருத்தருக் கொருத்த தொணயாருப்பம்” என்றாள்.

இந்த யோசனை சிவப்பிக்கும் பிடித்துதானிருந்தது. ஆனாலும் அவளால் சம்மதிக்க முடியவில்லை.

இத்தனூண்டு இருக்கக்குள்ளயே தூக்கியாந்து இவ்வள நாளும் வளத்தவ்வொள வுட்டுட்டு எப்பிடி வாற? கேட்டா வுடுவாவொளா? நம்ம போயி கேக்குறதுதான் நல்லாருக்குமா?”

"....."

"என்ன ஆனாலும் ஆவட்டும். நீ பெயிட்டு வா தங்கச்சி. நம்ம தலயில எளுதுனபடிதான் எதுவும் நடக்கும்" என்றாள் பெருமூச்சு விட்டபடி.

கரிச்சாவிற்கு சிவப்பியை விட்டுவிட்டுப் போகவே மனம் வரவில்லை. அதற்காக என்னதான் செய்ய முடியும்? அக்காவை இவர்களிடம் வளர்ப்பதற்கு கொடுக்காமல் இருந்திருந்தால் எவ்வளவோ நன்றாக இருந்திருக்கும். ஏன்தான் இந்த அம்மாவும் அப்பாவும் புத்தியில்லாமல் இப்படித் தூக்கிக் கொடுத்தார்களோ என்று நினைத்து வருத்தப்பட்டாள். என்னயிருந்தாலும் அவர்களின் வயிற்றில் பிறந்த பிள்ளைகளாயிருந்தால் இப்படி விட்டிருப்பார்களா? ஒரு பயித்தியம் பெற்ற பிள்ளைகள் தானே. இந்த அளவிற்காவது நம்மை ஆளாக்கியது பெரிய விஷயம்தான் என்று பலவாறாக நினைத்தாள். கலங்கிய கண்களுடன் தன் அக்காவைப் பிரிந்து நடந்தாள்.

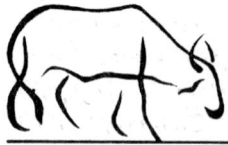

11

கரை மோதித் திரும்பும் தொடர்ச்சியான அலைகளின் பேரிரைச்சல். சுற்றிலுமுள்ளவைகளை இன்னதென்று தெரிந்துகொள்ள முடியாத மையிருட்டு. கடலின் மறுகரையில் முழங்கும் வானம். வெகுதூரத்தில் தீற்றலாய் ஒளிர்ந்து மறையும் மின்னல். ஐப்பசி மாத அடைமழை நாளொன்றின் நள்ளிரவு நேரம் இப்படித்தானிருந்தது மன்னாரத்தில். இன்னும் சிறிது நேரத்தில் மழை பெய்யத் தொடங்குவதற்கு அடையாள மாக நீர்ச் சிதறலோடு கலந்து வீசியது காற்று. கரிச்சாவின் மனதிற்குள் இனம்புரியாத படபடப்பு. என்னவாக இருக்கும்? அடிவயிறெங்கும் மெல்லிதாய் வலித்துக்கொண்டேயிருந்தது. வலிக்கும் வயிற்றை தடவிப் பார்த்துக்கொண்டாள். தொடைகளுக்கிடையே நசநசப்பு, முன்பை விடவும் அதிகமாய்த் தெரிந்தது. சந்தேகமேயில்லை அதுதான். அக்காவைப் போல நாமும் பெரியவளாகிவிட்டோமென்று நினைத் தாள். யாரிடம் சொல்வது? யாரிருக்கிறார்கள் இங்கே. வெள்ளைச் சாமியை விட்டால் வேறு யாரைத்தான் தெரியும் அவளுக்கு? அவனிடம் எப்படிச் சொல்வது? 'நா வயசிக்கி வந்துட்டன் சித்தப்பா' என்று இருபத்தியொரு வயது இளைஞனிடம் எப்படிச் சொல்ல முடியும்? எந்தப் பெண்ணிற்குத்தான் இதை சொல்வதற்கான துணிவு ஏற்படும்? அடுத்தடுத்த ஆட்டுக்காரர்களின் வளசைகளில் பெண்கள் இருந்தா லாவது அவர்களிடம் சொல்லலாம். ஆண்கள் மட்டும்தானே இருக் கிறார்கள். எவரிடம்போய் சொல்ல முடியும்?

கரிச்சாவிற்கு நெஞ்சின் படபடப்பு அதிகமாகிக்கொண்டு வந்தது. கை கால்கள் லேசாக நடுங்குவது போன்றிருந்தது. "கடவுளே மகமாயி" வாய் முணுமுணுத்தது. அடுத்து என்ன செய்வதென்று தெரியாத குழப்பம். எதிர்பார்த்தது தான் என்றாலும் திடீரென்று இந்த நள்ளிரவில் அதுவும் அத்துவான காடுபோலிருக்கும் இந்த மன்னா ரத்தில் பெண் துணையென்று யாருமற்ற இந்த நேரத்தில். "அம்மா" நெஞ்சுக்குழியிலிருந்து எழுந்து வந்தது. முதன்முறையாக தன்னைப் பெற்ற தாயின் துணைக்காக ஏங்கியது அவளுடைய மனது. ஏங்கினால் உருகி உருகி அழைத்தால் வந்துவிடுவாளா அவளைப் பெற்றவள்? ஒரு பைத்தியத்திற்கு மகளாய் பிறந்ததன் கொடுமையை உணர்ந்தாள்.

நெஞ்சில் சுள்ளென்று நெருப்பு சுடுவதுபோல வலித்தது. இயலாமையும் பீதியும் வயிற்றில் சொரசொரப்பை ஏற்படுத்தியது. தொடையிலிருந்து வடிந்த உதிரம் கால்களிரண்டிலும் வழிந்தோடியது. மனது சோர்ந்து போனது. கைகால்கள் தெம்பற்றுப் போனது போலிருந்தது. மழை லேசாக தூற ஆரம்பித்தது. தளர்ந்த கால்களை எடுத்துவைத்து கூண்டுக்குள் வந்தாள். அப்படியே குப்புற விழுந்தள். என்ன காரணத் தாலோ அழுகை பீறிட்டுக்கொண்டு வந்தது. பக்கத்துக் கூண்டிற்குள் வெள்ளைச்சாமி படுத்திருக்கின்றானே என்ற எண்ணம் ஒருபுறம் இருந்தாலும் வேறு வழியற்றுப்போய் அழுதாள். தேம்பித்தேம்பி அழுதாள். வேறு என்ன செய்வாள்? இப்போது அவளுக்கு அழுவது மட்டுமே ஆறுதலளிக்கக்கூடியதாயிருந்து. இந்த அழுகையாவது அவளுக்கு ஒரு வழியைக் காட்டினால் நன்றாகத்தானிருக்கும்.

ஆனால் வெள்ளைச்சாமியின் தூக்கத்தை இந்த அழுகைச் சத்தம் கலைத்ததாய்த் தெரியவில்லை. மழையின் சத்தத்தோடு கலந்து கரைந்தது அவளது அழுகை. வெள்ளைச்சாமி நிம்மதியாய் தூங்கிக் கொண்டி ருந்தான்.

எவ்வளவு நேரம்தான் அழுதுகொண்டிருக்க முடியும்! ஓய்ந்தாள். விடிவதற்கு இன்னும் எவ்வளவு நேரமாகுமோ? எழுந்து உட்கார்ந்தாள். பாவாடை நனைந்திருந்தது. மறுபடியும் “அம்மா” என்றழைத்தது மனது. அர்த்தமற்ற அழைப்பு. அவளைப் பொறுத்தவரை அம்மா என்ற வார்த்தையே அர்த்தமற்றதுதான். என்ன செய்யலாமென்று யோசித் தாள். அவளிடம் ஒரு தாய்க்கு நிகரான அன்பைக் காட்டும் அக்காவின் நினைவு வந்தது அவளுக்கு. உடனே அக்காவை பார்க்க வேண்டும் போலிருந்தது. அக்காவின் துணைக்காக ஏங்கத் தொடங்கியது அவளு டைய மனது. அக்காவிடம் போவதுதான் நல்லதென்று தோன்றியது அவளுக்கு.

பாவாடை மாற்றிக்கொண்டு கட்டியிருப்பவைகளை துவைத்துப் போட்டால் தேவலாமென்று நினைத்தாள். வெளியே மழை கொட்டிக்கொண்டிருந்தது. இருட்டு வேறு. எங்கே போய் எப்படி துணி களை துவைப்பது? அரிக்கனை ஏற்றி வைத்து பழைய துணிமூட்டை களை பிரித்துப் பார்த்தால் கிழிந்த துணிகளிருக்கும். எடுத்து பயன் படுத்திக் கொள்ளலாம். ஆனால் அரிக்கனை கொளுத்தவே அவளுக்கு என்னவோ போலிருந்தது. வெளிச்சத்தைப் பார்த்துவிட்டு வெள்ளைச் சாமி எழுந்து வந்துவிட்டால், இப்படி காலோடு கையோடு இழுப்பிக் கொண்டு நிற்பதை பார்த்துவிட்டால் என்ன செய்வதென்று பயந்தாள். அரிக்கனையை கொளுத்த வேண்டாம், இருட்டாகவே இருக்கட்டும், இருட்டுதான் நமக்கு நல்லதென்று யோசித்தவளாய் உட்கார்ந்திருந் தாள். இந்த நிலையிலேயே நீண்டநேரம் அவளால் உட்கார்ந்திருக்க முடியவில்லை. கட்டியிருந்த பாவாடையையே சுருட்டி தொடைகளுக்

கிடையே வைத்துக்கொண்டாள். அப்படியும்கூட அவளால் அதிக நேரம் உட்கார்ந்திருக்க முடியவில்லை. கூண்டுக்கு வெளியே மழை வலுத்திருந்தது. என்ன ஆனாலும் ஆகட்டுமென்று கூண்டைவிட்டு எழுந்து வெளியே வந்தாள். கொட்டும் மழையில் வந்து நின்றாள். நீண்டநேரம் அப்படியே நின்றாள். மழை அவளை சுத்தம் செய்து விட்டது. தொப்பலாய் நனைந்த பாவாடையை பிழிந்துவிட்டுக் கொண் டாள். மறுபடி மறுபடி நனையவும் பிழியவுமாயிருந்ததால் பாவாடை யிலிருந்த உதிரமெல்லாம் கரைந்து பாவாடை சுத்தமானது. பிழிந்து விட்டபடி கூண்டுக்குள் போனாள். அரிக்கனை ஏற்றி மாற்றுத் துணி களை உடுத்திக்கொண்டாள். தலையிலிருந்து வடிந்துகொண்டே இருந்தது தண்ணீர். தலைமுடியை முறுக்கிப் பிழிந்து விட்டாள். தட்டி முதுகில் விரித்துப்போட்டுக் கொண்டாள். குளிரெடுத்தது. கைகால் களில் மயிர் சிலிர்த்து குத்திட்டு நின்றது. எதுவும் சித்தப்பாவிற்கு தெரிந் துவிடக் கூடாதென்று நினைத்தாள். விடிவதற்காக காத்திருந்தாள்.

கோழிகூவும் நேரமிருக்கும். ஊர்களிலென்றால் இன்னேரம் நாலா பக்கத்திலிருந்தும் கோழி கூவும் சத்தம் கேட்கும். மன்னாரத்தில் கோழியேது? நட்சத்திரங்களைப் பார்த்துத்தான் நேரத்தை தெரிந்து கொள்ள வேண்டும். கூண்டை விட்டு வெளியே வந்து பார்த்தாள். புதிய நட்சத்திரங்கள் தோன்றி சற்று மேலே வந்திருந்தன. இன்னும் சற்று நேரத்திற்கெல்லாம் கீழ்வானம் வெளுக்க ஆரம்பித்துவிடும். அரிக்கனை எடுத்து வைத்துக்கொண்டு பாத்திர பண்டங்களைக் கழுவினாள். கூண்டுக்குள் செய்யவேண்டிய சிறுசிறு வேலைகளை செய்துமுடித்தாள். வெள்ளைச்சாமி படுத்திருந்த கூண்டோரமாய் போய் நின்றுகொண்டு அவனை எழுப்பினாள்.

"சித்தப்பா... சித்தப்பா."

"ஆங்" என்று துடித்துப்பிடித்து எழுந்தான் வெள்ளைச்சாமி.'

"என்ன சின்னாயா?"

"சித்தப்பா. நா அக்காவப் போயி பாத்துட்டு வரட்டுமா?"

"யாம் இப்ப?"

"...."

"எதுவும் கனவுகினவு கண்டியா?"

"இல்ல."

"அவசரமா போவணுமா?"

"ஆமாஞ் சித்தப்பா."

"சேரி பெயிட்டு வரலாம்."

"..."

"எப்பப் போவணும்?"

"இப்பயே."

"இப்பயேவா?"

"ஆங்."

"யாங்?"

"..."

தலை குனிந்தபடி நின்றாள் கரிச்சா. அவள் அப்படி பதில் சொல்லாமல் நிற்பதைப் பார்த்த வெள்ளைச்சாமிக்கு என்ன ஏதென்று ஒன்றும் புரியவில்லை. இருந்தாலும் நம்மிடம் சொல்லமுடியாத காரணம் ஏதாவது இருக்குமென்று தோன்றியது அவனுக்கு. அதற்கு மேல் அவளிடம் எதுவும் விசாரிக்கவில்லை. "கௌம்பி ரெடியாரு, நாம் போயி வத்த எதுவும் வருதான்னு பாக்குறன்" என்றான்.

கடலோரமாய் போய் நின்றுகொண்டு கிழக்கிலும் தெற்கிலும் நீண்டதூரம் வரைப் பார்த்தான். இரவு பிடியலுக்குப் போகும் வத்தைகள் திரும்பிவரும் நேரம்தானிது. ஏதாவது ஒன்றிரண்டு வத்தைகளாவது வருமென்று பார்த்துக்கொண்டு நின்றான். பாய் மரத்தை விரித்தபடி தொலைவில் ஒரு வத்தை வருவது தெரிந்தது.

"சின்னாயா; வத்த வருது வா." சத்தமாய்க் கூப்பிட்டான். ஒரு பையில் இரண்டு மூன்று துணிமணிகளை எடுத்துவைத்துக் கொண்டு வந்தாள் கரிச்சா. வெள்ளைச்சாமி நிற்குமிடத்திற்கு தயங்கித்தயங்கி வந்தவள் வழக்கத்தை விடவும் சற்று அதிகமாய் ஒதுங்கி நின்றாள். குனிந்த தலை நிமிராமல் நின்றுகொண்டிருந்தாள். அவளுக்கு வெள்ளைச்சாமியின் முகத்தை நிமிர்ந்து பார்க்கவே கூச்சமாயிருந்தது.

"பெயிட்டு எப்ப சின்னாயா வருவ?"

சட்டென்று அவளால் பதில் சொல்ல முடியவில்லை. அதற்கான பதில் அவளுக்கேத் தெரியாதபோது எப்படிச் சொல்லுவாள்.

"வந்தர்றன் சித்தப்பா" என்றாள் மெதுவாக.

"...."

"சோறு தண்ணிக்கி கஷ்டமாருக்குமா சித்தப்பா?"

"சோறுதான? நாம் பாத்துக்கிர்றன் நீ பெயிட்டு வா" என்றான். இதுவரை வெள்ளைச்சாமி தானாய் ஒருநாளும் சோறாக்கித் தின்றதில்லை. மற்ற ஆட்டுக்கார ஆண்களெல்லாம் தானே ஆக்கிச் சாப்பிடுவார்கள். ஆனால் வெள்ளைச்சாமிக்கு அதுபோல் ஒரு சந்தர்ப்பம் ஏற்பட்டதேயில்லை. எப்போதும் கரிச்சா அவனைவிட்டு இதுபோல்

போனதுமில்லை. வத்தை அடிக்கும் காற்றில் வேகமாக வந்து கொண்டிருந்தது. தலைக்குமேலே துண்டை வீசிக்காண்பித்து கூப்பிட்டான் வெள்ளைச்சாமி. கரையோரமாய் ஒதுங்கி வந்தது வத்தை.

"என்ன வேணும்?" வத்தையிலிருந்த ஆளொருவன் கேட்டான்.

"நீ போயி ஏறிக்க சின்னாயா" என்றவன் வத்தை ஆட்களிடம் விஷயத்தைச் சொன்னான்.

"ஆடுக பத்தரம்" என்றவள், வத்தையில் போய் ஏறிக் கொண்டாள். வத்தையின் பின்பக்கமாய் குறுக்கு பலகையொன்றில் யாரையும் தொட்டுவிடாமல் ஒடுங்கி உட்கார்ந்து கொண்டாள். சிறிய வத்தை தான். வலைகளும் குண்டான்களுமாக அடிப்பகுதி நிறைந்திருந்தது. இறால்கள் மீன்களின் வாடை லேசாய் நாசியில் வந்து மோதியது. வயதானவர்களும் நடுத்தர வயதினரும் இளவட்டங்களுமாய் இருபது பேர்போல உட்கார்ந்திருந்தார்கள். எல்லோருமே தன்னையே பார்ப்பது போலிருந்தது கரிச்சாவிற்கு.

"வயசிக்கி வந்த பொண்ணுவொ தலக்கி தண்ணி வூத்துற வரக்கிம் ஆம்புளைவொ மொவத்தையே பாக்கக் கொடாதாம்." அவளுடைய அக்கா சிவப்பி சொன்னது நினைவுக்கு வந்தது.

"ஒருத்தரா ரெண்டுபேரா இருவது ஆம்புளைவொளுக்கு நடுவுல ஒக்காந்து போறம். "ம்..." என்று பெருமூச்சு விட்டாள். குளிர்காற்று வேகமாய் வந்து மோதியது. குளிர் தாங்கமுடியாத அளவுக்கு இருந்தது. தாவணியால் உடம்பைப் போர்த்திக்கொண்டாள். வீடு போய்ச் சேரும் வரை மழை பெய்யாமலிருந்தால் நன்றாக இருக்குமென்று நினைத்தாள்.

வத்தையிலிருந்தவர்கள் அவர்களுடைய பாடு பற்றியும் மறுநாள் போவது பற்றியும் ஏதேதோ பேசிக்கொண்டு வந்தார்கள். அவர்களின் பேச்சு எதுவுமே கரிச்சாவின் காதில் விழவில்லை. தன் அக்காவிடம் போய் என்ன சொல்வது? எப்படிச் சொல்வது என்பதைப் பற்றியே யோசித்துக் கொண்டிருந்தாள்.

தன் அக்காவிடம் போய்ச்சொன்னால் அக்கா என்ன செய்யும்? தன்னோடு இருக்கவைத்து செய்ய வேண்டியவைகளைச் செய்யுமா? அதற்கு அந்த வீட்டுக்காரர்கள் சம்மதிப்பார்களா? என்று நினைத்தாள். இதுவரை இப்படியொரு பிரச்சனை இருப்பதை அவள் கொஞ்சம்கூட யோசிக்கவேயில்லை.

வத்தை கவணைக்கரைக்கு வந்து சேர்ந்தது. கரையோரமாய் நங்கூரம் பாய்ச்சி வத்தையை நிறுத்தினார்கள்.

"நீ மின்னாடி எறங்கிக்கப்பா" என்றார் வயதான ஒருவர். "ம்" என்றபடி வத்தையை விட்டு இறங்கினாள்.

“சீதாரி மவள. நீ இப்ப எங்கபோற?” என்றான் வத்தையிலிருந்த ஒருவன்.

“கரயங்காட்டுக்கு எங்கக்காவப் பாக்கப் போறன்” என்றாள்.

“சாம்பசிவம் வூட்டுக்கா.”

“ம்”

“போப்போ.. மளவர்றமேரிருக்கு சீக்கிரமாப் போ” என்றான்.

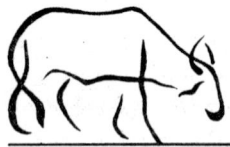

12

"எட்டி செவப்பி. சோறாக்குன அடுப்பு சும்மா கெடக்கு. நெருப்பு கெடக்கக்குள்ளயே இலுப்பப்பூ வறுத்துக் கொட்டுறன் இடிக்கிறியா" என்றாள் சாம்பசிவத்தின் மூத்த மனைவி.

"சேரிம்மா."

"அந்த ஒரல உருட்டியாந்து இப்புடிப் போடு."

உரலின் மீதிருந்த மூட்டை முடிச்சுகளை இறக்கி வைத்துவிட்டு துடைத்து உருட்டிக்கொண்டு வந்தாள். வறுத்து உரலில் கொட்டுவதற்கு வாகாய் அடுப்பிற்கு முன்னால் கொண்டுவந்து போட்டாள். உலக்கையின் பூண் துடைத்து உரலில் சாய்த்து வைத்தாள்.

வீட்டிற்குள்ளிருந்த பானையிலிருந்து காய்ந்த இலுப்பைப் பூவை. முறம் நிறைய அள்ளிக்கொண்டு வந்தாள் மூத்தவள். வறஓட்டை அடுப்பில் வைத்து பூவை வறுக்க ஆரம்பித்தாள். காய்ந்து சப்பையாயிருந்த பூவெல்லாம் சூடுபட்டு உப்பி, வறவோடு நிரம்பியது. இலுப்பைப் பூ வறுக்கும் வாசனை வீடெங்கும் பரவியது. வறுபட்ட பூவை உரல் கொட்டினாள். அதோடு ஒரு வெல்லக்கட்டியையும் போட்டாள்.

"ஓலக்கய சீக்கிரம் போடு" என்றாள். தயாராய் நின்ற சிவப்பி பூவை இடிக்க ஆரம்பித்தாள். சூட்டோடு இருந்த பூ வெல்லத்தோடு இடிபட்டு பிசுபிசுப்போடு கெட்டியானது. உரலின் அடியில் புளிபோல் அடையாய் பிடித்துக்கொண்டது.

"அடில போயி புடிச்சிக்கிட்டு. தோண்டிவுட்டு திருப்பிப் போட்டு இடிக்கட்டாம்மா?" என்றாள் சிவப்பி.

"வேண்டாம். வேண்டாம். நீ கைய வச்சிடாத. கெட்டுப் பெயிரும். ரெண்டு மூணு நாளு வச்சிருந்துகொட திங்கலாம். சலுப்படிச்சி பெயிட்டுன்னாக்க அப்பறம் குப்பயிலதான் கொட்டணும்" என்றாள் முகம் சுளித்தவளாக.

சிவப்பியால் பதிலேதும் சொல்ல முடியவில்லை. என் கைபட்டால் சலுப்படித்துப் போய்விடுமாம். இந்தப் பூவையெல்லாம் பொறுக்கி

வந்து காயவைத்து த்தாளடித்துக் கொடுத்தது யார்? நான்தானே. அப்போது கெடாத பூ இப்போது மட்டும் கெட்டுவிடுமா?

கரையங்காட்டில் அதிகமாயிருப்பது புளிய மரங்களும் இலுப்பை மரங்களும்தான். பங்குனி சித்திரை மாதங்களில் இலுப்பைப்பூக் கொட்டும். இலுப்பைப்பூ பொறுக்குவதில் ஏகப்பட்ட போட்டியிருக்கும். ரெட்டயிலுப்ப யாம்மரம், அம்மாயி இலுப்ப எனக்கு, காட்டேரியிலுப் பயில நாந்தான் பொறுக்குவன், ஊத்தாக்கட்டி இலுப்ப மரத்துப் பக்கம் யாராவுது வந்து பாருங்க என்று சிவப்பி ஈட்டு பெண்களெல்லாம் கோவிலுக்குச் சொந்தமான இலுப்பை மரங்களை ஆளுக்கொன்றாய் பிடித்துக் கொள்வார்கள். விடியற்காலத்திற்கு முன் மூன்றுமணிக் கெல்லாம் போய்ப் பார்த்தால் தரையே தெரியாத அளவிற்கு பூ கொட்டிக் கிடக்கும்.

இலுப்பைப்பூ பொறுக்குவதற்காக கற்பகநாதர்குளம் வாடியக்காடு வாய்மேடு போன்ற ஊர்களிலிருந்தெல்லாம் ஆண்களும் பெண்களுமாய் நிறையபேர் வருவார்கள். இரவு பனிரெண்டு மணிக்குமேல்தான் இலுப் பைப்பூ கொட்ட ஆரம்பிக்கும். மூன்று மணிக்கெல்லாம் பார்த்தால் அத்தனை மரத்தின் கீழும் உட்கார்ந்துகொண்டு பூ பொறுக்கிக் கொண்டிருப்பார்கள். அந்த அமைதியான நேரத்தில் யாரும் யாருடனும் பேசாமல் பூப்பொறுக்குவதிலேயே கவனமாயிருப்பார்கள். பூக்கள் ஒவ்வொன்றாய் பொட்டுபொட்டென்று விழும் சத்தம் மட்டும் எங்குப் சன்னமாக கேட்டுக்கொண்டே இருக்கும். ஒவ்வொரு மரத்தின் கீழும் உட்கார்ந்திருக்கும் உருவங்கள் அசைவது மட்டும்தான் தெரியும் நிலவுள்ள நாட்களில் நிலா வெளிச்சத்தில் இலுப்பைப்பூப் பொறுக்கு வது நன்றாக இருக்கும். நிலா இல்லாத அமாவாசை நாட்களிலும்கூட இலுப்பைப்பூ பொறுக்குவதில் அதிக சிரமமிருக்காது. எவ்வளவு இருட்டிலும்கூட இலுப்பைப்பூ பளிச்சென்று வெள்ளையாய்த் தெரியும். உட்கார்ந்ததும் கொஞ்சம் தடுமாற்றம் ஏற்பட்டாலும்கூட இருட்டில் பார்க்க பழகிய பின் கண்களுக்கு எல்லாமே நன்றாகத் தெரியும்.

மூன்றுமணி வாக்கில் உட்கார்ந்து பொறுக்குபவர்களுக்கு பூ நிறைய சேரும். வெளியூர்காரர்களெல்லாம் விடிய விடிய தூங்காமல் விழித்திருந்து இந்த நேரத்தில் பொறுக்கிக்கொண்டு போய்விடுவார்கள். அயர்ந்து தூங்கிவிட்டு அடித்துபிடித்து விடிந்தபிறகு எழுந்துவந்து பார்க்கும் கரையங்காட்டு சனங்களுக்கு இரண்டாவது கொட்டு பூக்கள்தான் அள்ளித்தெளித்தது போல கொட்டிக் கிடக்கும். முதல் கொட்டு பூவை பொறுக்கிச் சென்றவர்களை வாய்க்கு வந்தபடி பேசிய வாறே புதுப் பூக்களை பொறுக்குவார்கள்.

பேயிலுப்பை பெரிய பெரிய பூவாக இருக்கும். தேனிலுப்பை சிறிய சிறிய பூவாக சற்று மஞ்சள் நிறத்துடனிருக்கும். சிவப்பிக்கு தேனிலுப்பை

தான் பிடிக்கும். சிவப்பிக்கு முன்னால் யாருமே இந்த தேனிலுபபையை பொறுக்கியது கிடையாது. எல்லோருக்கும் முன்பாக இரண்டு பெரிய குட்டான்களுடனும் ஒரு கொட்டுக் கூடையுடன் போய் உட்கார்ந்து பொறுக்குவாள். இலுப்பைப்பூ நாட்களில் அவளுக்கு பாதி ராத்திரிக்கு மேல் தூக்கம் வராது.

நெல்லு காய வைக்கும் களத்தில் ஒவ்வொரு நாள் பூவையும் தனித்தனியாக காய வைப்பாள். காய்ச்சலின் அளவுக்கு தகுந்தபடி தனித்தனி வட்டங்களாய் பிரித்துக்காட்டும் நிறங்களில் காய்ந்து கொண்டிருக்கும். ஐந்தாறு நாள் காய்ச்சலுக்குப் பிறகு தென்னை மட்டையில் செய்த அடி மட்டையால் காய்ந்த பூவை முட்டு சேர்த்து வைத்து அடிப்பாள். பூவின் உள்ளேயிருக்கும் தாள்களெல்லாம் கொட்டிவிடும். பிறகு பூவைப் புடைத்து மறுபடியும் காய வைத்து பானைகளில் கொட்டி வைப்பாள். தினம் தினம் சிவப்பி பொறுக்கி வந்து சேர்க்கும் இலுப்பைப்பூ ஒரு ஊருக்கே போதுமானதாக இருக்கும். எனவே சாம்பசிவத்தின் மனைவிகள் இருவரும் வீட்டிற்குத் தேவையானதை வைத்துக்கொண்டு மீதி இலுப்பைப் பூவை வியாபாரி யிடம் விற்றுவிடுவார்கள்.

இப்படி பதனம் பண்ணி வைத்த போதெல்லாம் சிவப்பி பூக்களை தொட்டுத்தான் செய்தாள் அப்போதெல்லாம் கெடாத பூ, வறுத்து இடிக்கும்போது தொட்டால் மட்டும் கெட்டுவிடும் என்று சொன்னால் யாரால்தான் சகித்துக்கொள்ள முடியும்? எதுவும் பேசாமல் இடித்துக்கொண்டே இருந்தாள் சிவப்பி.

“எட்டி செவப்பி.”

“என்னம்மா!”

“சின்னவள கூப்புட்டு வறுத்துக்கொட்டச் சொல்லு. நா உருண்ட புடிக்கிறன். சுடச்சுட புடிச்சாத்தான் புடிக்கலாம். ஆறிட்டுன்ன புடிக்க முடியா.”

“சேரிம்மா” என்றவள் வீட்டிற்குள்ளிருந்த சாம்பசிவத்தின் இரண் டாவது மனைவியைக் கூப்பிட்டு அடுப்பில் உட்காரச் சொன்னாள்.

அள்ளி வந்தது போதாதென்று மறுபடியும் போய் இன்னொரு முறம் பூ அள்ளிக்கொண்டு வந்தாள் மூத்தவள்.

“புள்ள குட்டிவொ இருக்குற எடம். கூடக்கொறயப் புடிச்சிப் போட்டமுன்னாக்க மளக்கி எடுத்துக் கடிச்சிக்கிட்டு கெடக்குங்க.” என்றாள்.

வறுக்கவும் இடிக்கவும் பிடிக்கவுமென்று வேலை விறுவிறுப்பாய் நடந்துகொண்டிருந்தது.

கை வேலைசெய்யும்போது எப்போதுமே பெரியவளுக்கு வாய் சும்மாயிருக்காது.

"எட்டி செவப்பி ஒனக்கொரு கத தெரியுமா?" என்றாள்.

"தெரியாம்மா."

"ஒரு ஊருல ஒருத்தனுக்கு ரெண்டு பொண்டாட்டியாம். மூத்தவ சாது. சின்னவ கொடுக்கு."

"...."

"ஒருநாளு எப்புடியோ மூத்தவ தவறிட்டா."

"..."

"செத்துப்போனவளுக்கு கண்ணு தண்ணிய வடிச்சி ஒப்பாரி வக்கணும். இல்லாட்டி பேசாம இருந்துடணும்."

"...."

"இந்த சின்ன செறுக்கி என்ன செஞ்சாத் தெரியுமா?"

"...."

"ஊருசனம் மெச்ச ஒப்பாரி வக்கிறமேரி நடிச்சிக்கிட்டு தல மாட்டுல ஒக்காந்துக்கிட்டு என்ன சொன்னா தெரியுமா?"

இந்தக் கதை ஏதோ பீதியை கிளப்பி விடுவதுபோலிருந்தது சிவப்பிக்கு. பெரும்பாலும் இந்த வீட்டில் சக்களத்திச் சண்டை இப்படித் தான் ஆரம்பிக்கும். இதற்கு மேல் எவும் சொல்லித் தொலைக்காம லிருந்தால் நன்றாக இருக்குமென்று நினைத்தாள் சிவப்பி.

பெரியவள் என்ன சொல்லப்போகிறாள், அதற்கு நாமெப்படி பதிலடி கொடுக்கலாம் என்ற முனைப்போடு இருந்தாள் சின்னவள். பெரியவள் தொடர்ந்தாள்,

"பொரிய பொரிச்சிவச்சி - நீ
பொளுதிருக்க செத்திருந்தா
பொரிய தின்னுப்புட்டு -நா
போதரவா மாரடிப்பேன்...

அவுல இடிச்சிவச்சி - நீ
அந்திசாய செத்திருந்தா
அவுல தின்னுப்புட்டு - நா
ஆதரவா மாரடிப்பேன்..

எளும்பி நின்னு மாரடிக்க - நீ
என்ன வச்ச ஏதுவச்ச

பொத்த ஒரல வச்ச
பொளக்கடயில் பேணுவச்ச..."

பாட்டை முடிப்பதற்குள் ஆத்திரம் தாங்காத சின்னவள் நேரடியாகவே பாய ஆரம்பித்தாள்.

"அடி, சுண்ணாம்பு கலயத்துல
சோறாக்கி வச்சவளே...
சுடுகாட்டு மண்டயில
யாம் புருசனுக்கு போட்டவளே..

நோயும் ஒனக்கு
நொடில வந்துடுமா?
சாவும் ஒனக்கு
சட்டுன்னு வந்துடுமா...?

என்னயும் மன்னரையும் - நீ
எடுத்து முளுங்குறவ
எத்தி பொளக்கிறவ
எமனுக்கும் அஞ்சாதவ...?"

இருவருக்கும் பெரும் சண்டையே நடந்து கொண்டிருந்தது.

சிவப்பிக்கு நெஞ்சு வேகவேகமாய் அடித்துக்கொண்டது. இடிப்பதை நிறுத்திவிட்டு இருவரையும் மாறி மாறிப் பார்த்தாள்.

"சின்னம்மா முண்டாமருங்க."

"அம்மா பேசாதிய்ய."

"சின்னம்மா எளும்பிப் போங்க."

"அம்மா சத்தம் போடாதிய்ய."

"அப்பா காதுல வுளுந்துடப் போவுது."

"ரெண்டியரும் வெலவிப் போங்க."

ஏதேதோ சொல்லிப் பார்த்தாள். இருவரும் குடுமிபிடி சண்டைக்கு தயாராவது போலிருந்தது அவர்களின் பேச்சு.

எப்படியோ சத்தம் கேட்டு சாம்பசிவம் சோறாக்கும் கொட்டகைக்கே வந்துவிட்டார். அவரைக் கண்டவுடன் கையிலிந்த உலக்கையை எடுத்துக்கொண்டு மெதுவாக வெளியே நழுவிவிட்டாள் சிவப்பி. வீட்டின் சந்தில் சுவற்றோரமாய்ப் போட்டுவிட்டு அம்மாக்களுக்கு அடி விழுந்துவிடுமோ என்ற பயத்தில், மெதுவாக எட்டிப் பார்த்தாள். ஆனால் என்ன ஆச்சரியம். சற்று முன்பு சக்களத்திச் சண்டை நடந்ததற்

கான சிறிய சாயல்கூட தெரியாத விதமாக இருவரும் தத்தமது வேலைகளை செய்து கொண்டிருந்தார்கள்.

"எட்டி செவப்பி. ஒலக்கய தூக்கிக்கிட்டு எங்குட்டு ஓடிட்ட? எடுத்தாந்து போடு. பூ ஆறிடப் போவுது" என்றாள் பெரியவள். ஒன்றும் புரியாதவளாக ஓடிப்போய் உலக்கையை எடுத்துக்கொண்டு வந்து இடிக்க ஆரம்பித்தாள் சிவப்பி.

"என்னடி செவப்பி' அவுச்ச ஆட்டுக்கறி, சப்புன மாங்கொட்ட மேரிருக்கு ஓம்மூஞ்சி? என்றாள் மூத்தவள்"

எதுவுமே பேச முடியாதவளாக இடித்துக் கொண்டிருந்தாள் சிவப்பி.

"என்னடி செவப்பி கேக்குறன் வாயேத் தொறக்காம உம்முன்னு இருக்குற?" என்றாள் மறுபடியும் சீண்டுபவளைப் போல.

சிவப்பிக்கு புரிந்தது. இது தனக்கான கேள்வி கிடையாதென்பது. சின்னவளுக்கான சாடைப் பேச்சுதான் இது.

"அம்மா ஒண்ணும் பேசாண்டாம். நீங்க பாட்டுக்கும் உருண்டைய புடிங்க" என்றாள் சிவப்பி.

யார் செய்த புண்ணியமோ சின்னவளின் வாய் ஏனோ ஓய்ந்தே கிடந்தது. முன்பை விடவும் வேலை இப்போது சுறுசுறுப்பாக நடந்தது.

பொதுவாகவே யாரையாவது திட்டிக்கொண்டும் ஏசிக் கொண்டும் செய்தால்தான் பெண்களுக்கு வேலை புரியும். அதுவும் அடுத்தவர்மீது கொண்டுள்ள கோபத்தை திசை திருப்புவதற்காக செய்யும் வேலையில்தான் எவ்வளவு வேகமிருக்கிறது.

இவர்களிருந்த சோறாக்கும் கொட்டகைக்குப் பின்னாலிருந்து யாரோ கூப்பிடுவது போலிருந்தது. உலக்கை போடும் சத்தத்தில் குரல் சரியாகப் புரியவில்லை.

"யாரோ கூப்புடுமேரிருக்கு. செத்த நிப்பாட்டு" என்றாள் மூத்தவள்.

"அக்கா... அக்கா."

"யாரு?"

"நாந்தாம்மா கீதாரிமவ வந்துருக்குறன்."

"கீதாரி மவளா?"

"ஆங்."

உலக்கையை அப்படியே போட்டுவிட்டு விருட்டென்று வெளியே ஓடினாள் சிவப்பி.

"வாத்தங்கச்சி."

தலையை குனிந்துகொண்டு பேசாமல் நின்றாள் கரிச்சா.

"என்ன தங்கச்சி?"

"...."

"எப்ப வந்த?"

"இப்பத்தான்."

"யாங் இப்ப வந்த?"

"...."

"சொல்லங்."

"...."

"என்னன்னு சொல்லு"

"அக்கா."

"சொல்லு."

"வந்து."

"...."

"நானும்..." அதற்குமேல் சொல்ல முடியாமல் தொண்டை யடைத்தது. கண்கள் கலங்கியது.

சிவப்பிக்கு எல்லாம் புரிந்தது.

"எப்ப தங்கச்சி?"

"நடுச்சாமத்துல."

"யாருகிட்டயாவுது சொன்னியா?"

"இல்ல."

"சித்தப்பாக்கிட்ட என்ன சொல்லிப்புட்டு வந்த?"

"அக்காவ பாத்துட்டு வாறன்னுட்டு."

"இப்ப என்ன செய்யிற?"

"தலக்கி தண்ணி ஊத்துற வரக்கிம் நா ஒன்னகொடயே இருந்தர் றங்க்கா"

"அது முடியா தங்கச்சி. இஞ்ச நாயிருக்குறதே சந்துகட்டுல இருக்கு. இதுல நீ வேறன்னா. இருக்க வுடமாட்டாவோ தங்கச்சி. சிறிசி லேருந்து இந்த ஊட்டுலயே உளர்ந்தவ நா. என்னயே ஊட்டுக்குள்ள வுடமாட்டங்குறாவொ. ஒரு சாமாஞ்சட்டியும் தொட வுடமாட்டங் குறாவோ."

சிவப்பி சொல்லியதைக் கேட்டு அழுதாள் கரிச்சா.

"அளுவாத தங்கச்சி. நா என்ன செய்யிற சொல்லு."

"...."

"அம்மாப்பா கிட்ட போறியா."

"ம்."

"அவ்வொ எங்கருக்குறாவொன்னு தெரியுமா ஒனக்கு?"

"சாம்பானட பக்கமாருக்குற காட்டுலதான் இருப்பாவோ."

"ஒன்னகொட நானும் வரட்டுமா!"

"வாக்கா.. வாக்கா."

"வர்றன். ஆனா இவ்வொ வுடணுமே எப்புடிக் கேக்குற?"

அதற்குள் "என்னடி செவப்பி செய்யிற? ஒந் தங்கச்சி என்ன சொல்லுறா? எதுக்காவ வந்தாளாம்" என்று கேட்டுக்கொண்டே வெளியே வந்தாள் பெரியவள்.

"சும்மா பாத்துட்டுப் போவத்தாம்மா வந்துச்சாம்."

"பாத்தாச்சின்னா போவச் சொல்லிப்புட்டு வா. மள வாறத்துக் குள்ள தோப்புக்குப் போயி ஒரு கட்டு வெறவு கட்டியா. அடுப்புக்கு ஒண்ணுமில்ல."

பதிலேதும் சொல்லத் தோன்றாதவளாக விக்கித்து நின்றாள் சிவப்பி.

"என்னடி நா சொல்லிக்கிட்டே இருக்குறன். நீ பாட்டுக்கும் அரிசிய அள்ளுன காக்காமேரி அங்கிட்டும் இங்கிட்டும் பாத்து முளுச்சிக்கிட்டு நிக்கிற?"

"...."

"கீதாரி மவள. வேலய கெடுக்காம கௌம்பு சட்டுன்னு. மானம் வேற இருட்டிக்கிட்டு வருது பாரு. மள வந்துச்சின்னா எப்புடிப் போவ?"

"ந்தா போறம்மா" என்றாள் கரிச்சா. அதற்கு மேலும் அங்கு நிற்கப் பிடிக்கவில்லை கரிச்சாவிற்கு.

ஓரலு அலுத்து மத்தாளத்துக்கிட்ட போச்சாம். ஒனக்கு ஒருபக்கம் எனக்கு ரெண்டு பக்கமும் இடின்னிச்சாம். அதுபோல்தான் இவர்களின் நிலையும்.

"நா பெயிட்டு வாறங்க்கா" என்றபடியே திரும்பி நடந்தாள் கரிச்சா. தங்கை போவதையே பார்த்துக்கொண்டு செய்வதறியாது நின்றாள் சிவப்பி.

13

பதினைந்து இருபது நாட்களாக எதிர்பார்த்துக் கொண்டிருந்த சந்தர்ப்பம் இன்றுதான் வாய்த்திருக்கிறது சிவப்பிக்கு. இந்த வாய்ப்பை தவற விட்டுவிடக் கூடாதென்பதில் தீவிரமாயிருந்தாள். சாம்பசிவத்தின் சிறிய மனைவியின் உதவி மட்டும் இல்லாவிட்டால் தன்னால் எதுவுமே முடியாதென்று நினைத்தாள்.

"சின்னம்மா ஒங்களுக்கு புண்ணியங் கெடக்கிம்." நா தழுதழுக்கச் சொன்னாள்.

"கௌவிமேரி பேசாத செவப்பி. சீக்கிரமாப் பெயிட்டு நேரத்தோட வந்து சேரு. இல்லன்னாக்க நம்ம ரெண்டியருமே ஒத வாங்க வேண்டியாங்."

"போன கையோட திரும்பியர்றங் சின்னம்மா."

"நீ எப்புடிப் போவ?"

"குறுக்க வுளுந்து நடந்தா செத்த நேரத்துக்குள்ள பெயிரலாம்."

"கீதாரி இருக்குற எடம் தெரியுமில்ல ஒனக்கு?"

"விசாரிச்சிக்கிட்டே பெயர்றங் சின்னம்மா."

"பத்தரமா பெயிட்டு வந்துருவியா?"

"ஆங். நா பெயிட்டு வாரஞ்சின்னம்மா."

"சீக்கிரமா வந்துடு."

"ஆங்...."

ஒரு சிட்டுக்குருவியின் படபடப்புடனும் சுறுசுறுப்புடனும் ஓடிக் கொண்டிருந்தாள் சிவப்பி. எப்படியாவது இன்று கீதாரி இருக்குமிடத்தை கண்டுபிடித்து அங்கிருக்கும் தன் தங்கையை பார்த்துவிட்டு வந்துவிட வேண்டும் என்பதுதான் சிவப்பியின் நோக்கம்.

அன்று கரிச்சா தன்னிடம் வந்து அழுதும்கூட அவளுக்கு ஆறுதல் சொல்லி தங்க வைக்க முடியாமல் போனதிலிருந்து சிவப்பிக்கு

பெரும் மனக்குறையாகவே இருந்தது. மறுபடியும் கரிச்சாவைப் பார்த்து தன்னால் ஒன்றும் செய்ய முடியாமல் போனதற்காக வருத்தப்பட்டு ஒரு பாட்டம் அழுது அவளுக்கு ஆறுதல் சொல்லிவிட்டு வந்தால்தான் தன்னுடைய பாரம் குறையுமென்று நினைத்தாள்.

நடந்தவைகளையெல்லாம் ஒருநாள் தனியாயிருந்த சமயம் பார்த்து சாம்பசிவத்தின் சின்ன மனைவியிடம் சிவப்பி சொல்லி அழுதாள். மூத்தவளைக் காட்டிலும் சிறியவள் கொஞ்சம் இளகிய மனம் கொண்டவள். கரிச்சாவின்மீது அவ்வப்போது இரக்கம் காட்டுபவள். தன் தங்கையைப் பார்த்துவிட்டு வர தனக்கு உதவும்படி அவளிடம் கெஞ்சினாள். அவளும் எப்படியாவது உதவுவதாய் வாக்குக் கொடுத் திருந்தாள்.

இருவருக்கும் நல்லதொரு சந்தர்ப்பம் இன்று வாய்த்தது. தென்னம் புலத்திலிருந்த மூத்தவளின் அத்தையோ யாரோ செத்து விட்டதாக துக்கம் வந்தது. கருக்கலிலேயே வாய்க்கரிசி குத்திக்கொண்டு ஒப்பாரி வைத்தபடி கிளம்பிவிட்டாள் மூத்தவள். அவளுடையயை பிள்ளைகளும் சாம்பசிவமும் அவளோடு போய்விட்டார்கள். வீட்டையும் ஆடுமாடுகளையும் பார்த்துக்கொள்வதற்காக சின்னவள் மட்டும் வீட்டிலேயே இருந்துகொண்டாள்.

ஓட்டமும் நடையுமாக வழிநெடுக விசாரித்தபடியே கீதாரி கிடைபோட்டிருக்கும் காட்டிற்கு வந்துசேர்ந்தாள் சிவப்பி. அவளை அங்கு எதிர்பார்க்காததாலோ என்னவோ சிவப்பியை சட்டென்று ராமுவுக்கும் இருளாயிக்கும் அடையாளம் தெரியவில்லை. ஆனால் இருளாயியின் மகள் முத்தம்மாள் கண்டுகொண்டாள்.

“வா பெரியாயா... சவுரியமாருக்குறியா? ஆளே அடயாளந் தெரியாம வளந்துட்டியே” ஆச்சரியப்பட்டாள் முத்தம்மாள்.

இருளாயி ஓடிவந்து “அடி நாம்பெத்த தங்கமே” என்று கன்னம் வழித்து நெட்டி முறித்தாள். சிவப்பியைக் கண்டவுடன் ராமுவுக்கு சந்தோஷம் தாங்கவில்லை. மூன்று பேரும் மாறிமாறி கேட்ட கேள்வி களுக்கு சிவப்பியால் பதில் சொல்லவே முடியாமல் போனது. விசாரிப்பு களுக்குப் பிறகுதான் கரிச்சாவைப் பற்றி கேட்க முடிந்தது.

“எங்கம்மா சின்னாயா?”

“சின்னாயாவா?”

“ஆங்.”

“அவ எங்களோடயா இருக்குறா? வெள்ளச்சாமி கொடயில்ல இருக்குறா? நாங்க அவள கண்ணால கண்டே மாசம் பத்தாவுமே” என்றாள் இருளாயி.

“அப்ப தங்கச்சி இஞ்ச வல்லயா?” அதிர்ந்தாள் சிவப்பி.

“என்ன பெரியாயா சொல்லுற?”

நடந்தவைகளையெல்லாம் சொல்லிவிட்டு அழுதாள் சிவப்பி.

“தாயில்லாப்புள்ள பாவம். அனாதையா கெடந்து அலஞ்சிதே. எனக்காவுது அந்த வூடுருக்கு. பொன்ன வக்கிற எடத்துல பூவ வச்சாவுது நல்லது கெட்டது செய்யிறாவோ. யாந் தங்கச்சிக்கு யாருமில்லாம பெயிட்டே” சிவப்பி தேம்பித் தேம்பி அழுதாள்.

இருளாயியும் முத்தம்மாளும்கூட அழுதுவிட்டார்கள். ராமுவுக்கு என்ன செய்வதென்று புரியவில்லை. ஏனோ அவருடைய உடம்பு மெல்லியதாய் நடுங்கிக் கொண்டிருந்தது.

“நீ அளுவாத பெரியாயா. நாங்க இருக்குறம் கவலப்படாத. எங்களுக்கு இதெல்லாம் தெரியாமப் பெயிட்டே” என்றாள் முத்தம்மாள்.

“நம்மள கூப்புடாத எடத்துக்கு நம்மளாப் போக்குடாதுன்னுட்டு தான் யாம்பொண்ணு இஞ்ச வல்ல. இல்லாட்டி என்னக்கிட்ட வந்து சொல்லிருக்குமே” என்று புலம்பினாள் இருளாயி.

“நாளக்கே நாங்க போயி கரிச்சாவ அளச்சாந்தர்றம். நீ கவலப் படாத” என்றாள் முத்தம்மாள்.

முத்தம்மாள் அப்படிச் சொன்னது இருளாயிக்கும் ராமுவுக்கும் ஆறுதலாயிருந்தது. இருந்தாலும் தன்னுடைய மருமகன் என்ன சொல்லுவானோ என்று நினைத்தார்.

இருளாயி ராமுவின் மனதில் இருந்த சங்கடத்தை தெரிந்து கொண்டவளைப்போல கேட்டாள் சிவப்பி, “அத்தான் ஒண்ணுஞ் சொல்ல மாட்டாகளாக்கா?”

“அவக ஒண்ணுஞ் சொல்லமாட்டாக. அப்படியேச் சொன் னாலும் அத நாம் பாத்துக்கிர்றன். சின்னாயா யாந் தங்கச்சி. என்னயும் நம்ப அம்மா அப்பாவயும் வுட்டா யாருருக்குறா அவளுக்கு?”

இருளாயி கண்ணில் தேங்கி நின்ற கண்ணீரை துடைத்துக் கொண்டாள். மனதிற்கு தெம்பாயிருந்தது முத்தம்மாளின் பேச்சு.

சிவப்பியை உட்காரவைத்து சோறு கொடுத்தாள் முத்தம்மாள். ‘ஒனக்கு எங்க இதெல்லாம் கெடக்கப் போவுது. வேணுங்குறதத் தின்னுட்டுப் போ என்று பொரித்த ஆட்டு வத்தலை ஒரு கிண்ணத்தில் எடுத்து வைத்தாள். சோத்தை தின்றுவிட்டு உடனே கிளம்பிவிட்டாள் சிவப்பி. சாம்பசிவமும் மூத்தவளும் வீடு திரும்புவதற்குள் வீட்டிற்குப் போய்விட வேண்டுமென்று நினைத்தவளாய் வேகவேகமாய் நடந்தாள்.

14

“பொண்ணு கருப்பாருந்தாலும் கொணத்துல தங்கமுங்க” என்றார் ராமு.

பெண் பார்க்க வந்திருந்த மாப்பிள்ளை வாய் திறக்கவில்லை. மாப்பிள்ளையின் அக்காவுக்கும் அம்மா அப்பாவுக்கும் கரிச்சாவை ஓரளவு பிடித்திருந்தது.

“என்னங்க பெரிய கருப்பு. கருப்புஞ்செவப்பும் கண்ணுக்கு மட்டுந் தானுங்க. அந்தமேரி அளகு அந்துசா இருக்கணுமுன்னலாம் நாங்க பாக்கல. நாங்களும் ஓங்களமேரி ஆட்டுக்காரவகதான். வெயில்லயும் மளயிலயும் தண்ணிலயும் அலயிறவகதான். சோன்னு மள பேஞ்சாலும் அடுப்புக்குள்ள உடியாற தண்ணிய ஒரு பக்கமா எத்தித் தள்ளிக்கிட்டே அடுப்பெரிச்சி சோறாக்கத் தெரிஞ்சா போரும்.” என்று நீட்டி முழக்கி னாள் மாமியார்.

“வேல வெட்டியப் பத்தி எங்கப் பொண்ணுக்கு யாருஞ் சொல்லித் தர வேண்டாமுக. ஓம்போது வயசிலயே தனியா ஒலவச்சி ஒரு மரக்கா அரிசிபோட்டு வடிச்ச பொண்ணு யாம் பொண்ணு'' என்றாள் இருளாயி.

“பொண்ணப்பத்தி எல்லாத்தயும் நாங்க தெரிஞ்சிக்கிட்டுத்தான் வந்துருக்குறம். அது யாருக்கு பொறந்ததா இருந்தாலும் பரவால்ல. நீங்க வளத்த பொண்ணு. ஓங்க பொண்ணுமேரி தேன்” என்றார் மாப்பிள் ளையின் அப்பா. ராமு எதுவுமே பதில் சொல்லவில்லை.

“ஒத்த காலு நொண்டியாருந்தாலும் எங்க மயன் மேரி ஆடு மேய்க்க எந்த எடயனாலயும் முடியா. நொண்டிக்கால இளுத்துவச்சிக் கிட்டு பதுனெட்டூரையும் சுத்தி வளச்சாருவான் எங்க மயன்” என்றார்.

“எல்லாஞ் சரிதாங். சொல்ல வேண்டியத சொல்லுங்க” என்றார் ராமு.

“என்ன சொல்லணும். ஓங்களுக்கேத் தெரியாதா. நம்ம ஆட்டுக் காரவக வழங்குறத்த வழங்க வேண்டியாங். நான் என்ன புதுசா கேக்கப் போறங்?”

“அளந்துடுற சாமான்லல்லாம் ரெட்டபடி கணக்கா மரக்கா கணக்கா?” என்றாள் இருளாயி.

“என்ன இப்புடி கேக்குறிய. இந்த ஆவணில எங்க நாத்துனா மவள கட்டிக்குடுத்தாக. முப்பதாடு வச்சிருக்குறவனுக்குத்தாங் குடுத்தாக. மொளவே மூணுமரக்கா அளந்தாக. நீங்க என்னடான்னா படியா மாக்காவான்னு பேரம் பேசுறிய” என்றாள் மாப்பிள்ளையின் அம்மா.

பாத்திர பண்டங்கள் நகை நட்டோடு இதுபோல் வீட்டிற்குத் தேவையான மளிகை சாமான்களையும் சீதனமாய்க் கொடுப்பது ஆட்டுக்கார இடையர்களின் வழக்கமாயிருந்தது. வசதிக்கு தகுந்தபடி ஒராண்டுக்குத் தேவையானது அல்லது இரண்டு மூன்று வருடங்களுக்குத் தேவையான மளிகைப் பொருட்களை வாங்கிக் கொடுப்பார்கள்.

“செய்ய வேண்டியத கொறவக்காம முளுசா செஞ்சிப்புடணும்” என்றாள் மாப்பிள்ளையின் அம்மா.

“அதுசரி நீங்க எப்புடி செய்வீக. ஒங்களுக்கிட்ட என்னருக்கு செய்ய? ஒங்க மருமயஞ் செய்வாறா? இதுக்கெல்லாம் ஒத்துக்கிருவாரா?” என்றார் மாப்பிள்ளையின் அப்பா.

“என்ன இப்புடி கேட்டுப்புட்டீக. என்னக்கிட்ட ஒண்ணு மில்லாட்டி என்ன? யாம் மருமயஞ் செய்யணுமுண்டெல்லாம் எதிர்பாக்க வேண்டாம். இத்துன நாளும் இந்தப் பொண்ண யாரு பாத்துக்கிட்டா. நாங்களா பாத்துக்கிட்டம்? அந்தப் பய வெள்ளச்சாமி இருக்குறானே அவனுக்கிட்ட எம்புட்டு பணம் குவிஞ்சி கெடக்குத் தெரியுமா? அவஞ் சும்மா வுட்டுருவானா? அம்புட்டு ஆட்டயும் கேட்டாக்கொட இந்தப் பொண்ணுக்காவ அம்புட்டயும் ஓட்டி வுட்டுடுவான்” என்றார் ராமு.

“...”

சற்று நேரம் வரை எதுவும் பேசாமல் ஒருவர் முகத்தை ஒருவர் பார்த்தபடி இருந்தார்கள் வந்தவர்கள்.

ராமு வெள்ளைச்சாமியைப் பற்றி இன்னும்கூட ஏதேதோ பெருமையாய் சொல்லிக்கொண்டிருந்தார்.

“அப்பறம் என்ன யோசிக்கிறிய. இந்த மாத்தயிலயே நல்ல நாளாப் பாத்து எளுதிக்கிட்டமுன்னாக்க தையில கல்யாணத்த முடிச்சிடலா முல்ல. சம்மதத்தச் சொல்லுங்க என்றார் ராமு.

“நீங்க கொஞ்சம் தனியா வாறிகளா?” என்று ராமுவை அழைத்துக்கொண்டு போனார் மாப்பிள்ளையின் அப்பா.

கூடக்குறைய செய்வதைப் பற்றித்தான் பேசப் போகிறாரென்று ராமுவும் புன்சிரிப்போடு எழுந்து போனார்.

“நேருக்கு நேராச் சொல்லுறனேன்னு வருத்தப்பட்டுக்கக் கொடாது. கல்யாண வெசயம். திட்டவட்டமா தெரிஞ்சிக்கிட்டு முடிவச் சொல்லுறதுதான் மொற. என்ன சொல்லுறிய?”

“அது சரிதாங். விசயத்தச் சொல்லுங்க.”

“இல்ல. கம்முனாட்டி வளத்த பொண்ணாருந்தாலே தீட்டுத் துணிய பாத்துப்புட்டுதான் முடிவச் சொல்லுவம். இந்த பொண்ணு வயசிக்கி வந்த பிற்பாடும் பொம்புள தொணயில்லாம வயசிப்பயகொட தனியாருந்துருக்கு. எப்புடி நாங்க நம்புற? அவம்புள்ளய வயத்துல வச்சிக்கிட்டு யாம் மயங்கிட்ட தாலிய கட்டிக்கிட்டுன்னு வச்சிக்கிடுங்க. யாருக்குத் தெரியும்?”

“....”

“ஒரு மாசம் முந்திபிந்தி ஆனாலும் ஆவட்டும். குளிக்கிற கெடுவுல சொல்லிவுடுங்க. யாம் பொண்டாட்டிய வரச்சொல்லுறன். தீட்டுத் துணிய பாத்துட்டுத்தான் சம்மதத்தச் சொல்லுவம்.”

ராமுவுக்கு அடக்க முடியாத கோபம் வந்தது. ஓங்கி அந்த ஆளின் கன்னத்தில் அறைய வேண்டும் போலிருந்தது. தொண்டையை கனைத்து வேகமாக காறித் துப்பினார். “யாருண்ணு நெனச்சிய என்ன? அவுசாரிப் பயலாடா நான். மானம் மரியாத கெட்டவனாடா நா. எளும்புங்கடா எல்லாரும். திரும்பிப் பாக்காம ஓடிப்பெயிருங்க இல்லன்ன என்ன செய்வேன்னு எனக்கேத் தெரியாது. மானங்கெட்ட வடுவா” ஆத்திரத்துடன் சாமி வந்தவரைப்போல சத்தம் போட்டார் ராமு.

மற்றவர்களுக்கு என்ன நடந்ததென்று எதுவும் புரியவில்லை. வந்தவர்கள் போய்விட்டார்கள். ராமுவின் மருமகன் என்னவென்று தெரியாமல் குழம்பிப்போய் நின்றான். தன்னுடைய மனைவி முத்தம்மாளை சாடையாய்க் கேட்டான். அவளும் தனக்கொன்றும் தெரியவில்லையென்று உதட்டை பிதுக்கினாள்.

கரிச்சாவிற்கு இது சற்று அதிர்ச்சியாயிருந்தாலும் பெரிதாய் அதுபற்றி அவள் கவலைப்படவில்லை. தன்னை தாய் தகப்பனில்லாத பெண்ணென்று கேவலப்படுத்தியிருப்பார்கள், அதனால்தான் அப்பா இவ்வளவு ஆத்திரம் கொள்கிறாரென்று நினைத்தாள். இருளாயியும்கூட கிட்டத்தட்ட கரிச்சாவைப் போலவே தான் நினைத்தாள்.

அடுத்து அவர் என்ன செய்யப் போகிறார் என்பதையே எல்லோரும் திகைப்போடு எதிர்பார்த்து நின்றார்கள்.

“சின்னாய இஞ்ச வா” என்றார் ராமு. கூண்டுக்குள் நின்ற கரிச்சா தயங்கியபடியே வெளியே வந்து நின்றாள்.

"வெள்ளச்சாமிய ஒனக்குப் புடிச்சிருக்கா?" திடீரென்று ராமு இப்படியொரு கேள்வியைக் கேட்டதும் பதிலேதும் சொல்லமுடியாமல் திணறினாள் கரிச்சா.

"கேக்குறன்ல்ல புடிச்சிருக்கா இல்லயா, டக்குன்னு பதிலச் சொல்லு."

அதட்டலுக்குப் பயந்தவளால் அதற்குமேல் மௌனம் சாதிக்க முடியவில்லை.

"ம்" என்று முணகிவிட்டு கூண்டுக்குள் நுழைந்து கொண்டாள் கரிச்சா.

சித்தப்பன் மொறயில பொண்ணக் கட்டுறது புதுசில்ல நம்மளுக்கு. மச்சி, இல்லன்னாக்க மச்சிபெத்த மயங்குற மேரி எத்துனயோ பேரு கட்டிருக்காக. என்ன சொல்லுறிய எல்லாரும்?" என்றார் மற்றவர்களைப் பார்த்து. இந்த முடிவு எல்லோரும் பிடித்திருக்கவே செய்தது.

"வெள்ளைச்சாமிக்கே ஆயிய கட்டி வைக்கிறதுதான் ரொம்ப சரி" என்றாள் இருளாயி.

"ஆனா இதுக்கு வெள்ளச்சாமி ஒத்துக்கிறணுமே" என்றான் ராமுவின் மருமகன்.

"வெள்ளச்சாமி யாம் புள்ள. நா சொன்னா கேக்காம பெயிருவானா?"

"சேரிப்பா நீங்க நெனச்சமேரியே ரெண்டியருக்கும் தையில கல்யாணத்த பண்ணிவுட்டுருங்க" என்றாள் முத்தம்மாள்.

"தையி மாசம் நாளக்கேவாப் பொறக்குது? மாருகளி முப்பதும் குறுக்கக் கெடக்கே. பொண்ணயும் மாப்புள்ளயயும் கையில வச்சிக்கிட்டு எதுக்கு இளுக்கப் போடணும்?"

"...."

"நாளக்கோ மறுநாளோ நல்ல நாளாருந்தா பாருப்பா. தாலிய கட்டச் சொல்லிருவம்" என்று மருமகனிடம் சொன்னார் ராமு.

"காத்திய இருவத்தெட்டுகொட நல்ல நாளுதான" என்றான் பக்கத்து விளசை கூளச்சாமி.

"இன்னக்கி இருவத்தஞ்சி. இன்னம் ரெண்டு நாளு நடுவுல கெடக்கா. நா நாளக்கி கருக்கல்லயும் கௌம்பிப் போயி வெள்ளச்சாமிக் கிட்ட விசயத்தச் சொல்லிப்புட்டு வந்தர்றங்" என்றார் ராமு.

சொன்னது போலவே மறுநாள் கிளம்பிவிட்டார். வெள்ளைச்சாமியிடம் நேரடியாகவே விசயத்தைச் சொன்னார். ராமு எதிர்

பார்த்தது போலவே வெள்ளைச்சாமி பதிலேதும் சொல்லாமல் மௌனமாய் தலையாட்டிக் கொண்டிருந்தான். வெள்ளைச்சாமியுமே கூட கரிச்சாவின் துணையில்லாமல் தன்னால் இருக்கமுடியாது என்பது போலத்தான் உணர்ந்திருந்தான். கரிச்சாவை ராமுவும் இருளாயியும் முத்தம்மாளும் வந்து அழைத்துக்கொண்டு போன பிறகு இந்த இருபது நாட்களில் அவன் எவ்வளவோ கஷ்டப்பட்டு விட்டான். கரிச்சா தனக்கு எவ்வளவு வேலைகளில் ஒத்தாசையாய் இருந்திருக்கிறாள் என்பதை அவள் இல்லாதபோதுதான் முழுமையாக புரிந்துகொள்ள முடிந்தது. கரிச்சாவை அவர்கள் அழைத்துக்கொண்டு போனபோது வெள்ளைச் சாமிக்கு மிகவும் கஷ்டமாக இருந்தது. அதுவும் வரும் தைக்குள் எவனாவது ஒருத்தன் கையில் பிடித்துகொடுத்துவிட வேண்டுமென்று ராமு சொல்லிவிட்டுச் சென்றது வெள்ளைச்சாமியை அதிகமாய் சோர்வடையச் செய்திருந்தது.

கரிச்சா நம்முடன் வந்து இனிமேல் இருக்கப் போவதில்லை என்று நினைத்து நினைத்து மறுகிக்கொண்டிந்தான். கரிச்சாவை அவன் கட்டிக்கொள்வதற்கான தகுதி அவனுக்கு இருப்பதாகவோ அல்லது கரிச்சாவை எனக்கே கட்டி வையுங்கள் என்று கேட்கும் உரிமை அவனுக்கு இருப்பதாகவோ அவன் நினைக்கவில்லை. ஆனால் இன்று கரிச்சாவை நீ கட்டிக்கொள் என்று சொல்லிக் கொண்டு வந்து ராமு நிற்பதைப் பார்த்து வாயடைத்துத்தான் போனான் வெள்ளைச்சாமி.

"கார்த்திய இருவத்தெட்டு கல்யாணம். சாம்பானடை ஓடத்தொா மாரியம்மங்கோயில்ல வச்சி தாலிய கட்டிக்கிடலாம். என்னடால சொல்ற?" என்றார் ராமு.

நேரடியாக தன் சம்மதத்தை தெரிவிக்க கூச்சமாக இருந்தது வெள்ளைச்சாமிக்கு. அதே சமயம் இதற்கும் பதிலேதும் சொல்லா மலிருந்தால் அது சரியாக இருக்காதென்று நினைத்தான்.

"ஆடுகள யாருகிட்ட வுட்டுட்டு வாற? அவுக அவுக ஆடுகளயே பாக்க முடியாம செருமப் படுறாக" என்றான் வெள்ளைச்சாமி.

"நாங் கேட்டுப்பாக்குறன்ல்லே. ஒரு நா மட்டும் பாத்துக்கிடச் சொல்லிப் பாப்பம்."

வெள்ளைச்சாமியுடன் மன்னாரத்தில் ஆடு மேய்ப்பவர்களை விசாரித்து கேட்டுப் பார்த்தார் ராமு. மன்னாரத்தில் தங்கியிருப்பவர் களிலேயே வெள்ளைச்சாமிக்குத்தான் அதிக ஆடுகளென்பதால் மற்ற வர்களை அவ்வளவாக வற்புறுத்தவும் தயக்கமாக இருந்தது ராமுவுக்கு. மற்றவர்களிடம் ஆடுகளை விடுவதால் அவர்களுக்கு ஏற்படும் சிரமத்தையும் நினைத்துப் பார்த்தார். இருந்தாலும் வேறு வழியில்லாமல் அவர்களிடம் இதுபற்றி பேச வேண்டியதாயிருந்தது. யாரும் ஆடுகளை பார்த்துக் கொள்ள சம்மதிக்கவில்லை. ஆனால் ராமுவுக்கும்

வெள்ளைச்சாமிக்கும் உதவும் வகையில் ஒரு யோசனையைச் சொன்னார்கள்.

"அட ராமண்ண. வெள்ளச்சாமிய யாங் வீணாக் கூப்புட்டு அலக் களிக்கிறிய. பொண்ணுதாங் அங்கருக்குல்ல. பேசாம பய ஆடுமேய்க்கிற தடிக்கம்ப வாங்கிக்கொண்ட வச்சி தாலிய கட்டச் சொல்லுங்களேன்." என்றான் அடுத்த கிடை மோளையன்.

"நீ என்ன சொல்லுற மோளைய்யா?"

"நெசமாத்தாண்ண சொல்லுறங். பொண்ணுக்கு செய்ய வேண்டியத்த செஞ்சி கொண்டாந்து வுட்டுட்டுப் பெயிருங்க. வேலயும் மெனக்கெடாது. கல்யாணமும் ஆயிருமுல்ல" என்றான்.

மோளையன் சொல்வதுதான் சரியென்று தோன்றியது ராமுவுக்கு. அதன்படியே வெள்ளைச்சாமியின் ஆடுமேய்க்கும் தடிக்கம்பை வாங்கிக்கொண்டு சாம்புவானோடைக்கு வந்து சேர்ந்தார் ராமு.

15

கரிச்சாவால் எதையுமே நம்பமுடியவில்லை. நடப்பதெல்லாம் நிசம் தானா? என்று நினைத்தாள் கனவில் நடப்பதுபோல ஒரு மாதத்திற்குள் எல்லாம் அவ்வளவு விரைவாக நடந்து முடிந்துவிட்டது. அப்பாவுக்குத் தான் நம்மீது எவ்வளவு அக்கறை. இல்லாவிட்டால் இவ்வளவு சீக்கிர மகாவும் விரைவாகவும் எல்லாவற்றையும் நடத்தி வைத்திருப்பாரா? காலம் உள்ளளவும் அப்பாவை மறக்கக்கூடாது என்று ராமுவைப் பற்றி நினைத்துக் கொண்டாள்.

கூண்டின் வரிச்சியில் தடிக்கம்பு செருகியிருந்தது. அதை எடுத் தாள். அந்த கம்புதான் மனையில் அவளுடன் மாப்பிள்ளையாய் உட்கார்ந்திருந்தது. அவளுக்கு தாலி கட்டிய கணவன் அது. கல்யாணத் தன்று பூசிய மஞ்சளும் பொட்டும் காய்ந்துபோய் அப்படியேயிருந்தது. தலைப்பாகையாய் கட்டியிருந்த துண்டுத்துணியும் முடிச்சி அவிழாம லிருந்தது. தடிக்கம்பை தன் கன்னத்தோடு வைத்து உரசினாள். 'சித்தப்பா' என்று மென்மையாய் முணுமுணுத்தது அவளுடைய உதடுகள். வெட்கத்தில் தடிக்கம்பிற்கு முன் தலைகுனிந்து நின்றாள்.

கரிச்சாவின் கல்யாணத்திற்கு பக்கத்து பக்கத்து காடுகளிலிருந் தெல்லாம் ராமுவின் சொந்தக்காரர்களும் வெள்ளைச்சாமியின் சொந் தக்காரர்களும் வந்திருந்தார்கள். மாப்பிள்ளையை எதிர்பார்க்காமல் அவன் ஆடுமேய்க்கும் தடிக்கம்பை வைத்தே கல்யாணத்தை நடத்திய ராமுவின் திறமையை வாயாரப் பாராட்டிவிட்டுப் போனார்கள். அதுவு மல்லாமல் தாய் தகப்பனற்ற இரண்டு பிள்ளைகளை வளர்த்து தானே அவர்களுக்கு நல்லதொரு வாழ்க்கையையும் அமைத்துக் கொடுத் திருக்கும் ராமு கீதாரியைப் போல வேறொருவரை பார்க்க முடியா தென்றும் சொன்னார்கள்.

தாலி கட்டிய அன்றே உறவினர்களெல்லாம் போனபின்பு இருளாயியும் ராமுவும் கரிச்சாவை அழைத்துக்கொண்டு மன்னாரத் திற்கு வந்துவிட்டார்கள். விவரம் தெரிந்த நாள் முதலாய் தனித்தனி கூண்டுக்குள் படுத்திருந்த கரிச்சாவையும் வெள்ளைச்சாமியையும் அன்று இரவே ஒரே கூண்டுக்குள் படுக்க வைத்தார்கள்.

இரண்டு மூன்று நாட்கள் கூடவேயிருந்த இராமுவும் இருளாயியும் கரிச்சாவிற்கும் வெள்ளைச்சாமிக்கும் வாழ்க்கை ஒத்துப்போகும் என்ற நம்பிக்கை வந்தவுடன் சொல்லிக்கொண்டு கிளம்பிவிட்டார்கள்.

கரிச்சாவிற்கு வெள்ளைச்சாமியின் பெண்டாட்டியாய் ஆனதில் சொல்லமுடியாத சந்தோஷம். வேறு யாருக்காவது தன்னைக் கட்டிக்கொடுத்திருந்தால் இதுபோல் மகிழ்ச்சியாய் இருந்திருப்போமா என்று சிலநேரம் நினைத்துப் பார்ப்பாள். எவ்வளவு தானிருந்தாலும் வெள்ளைச்சாமியைத் தவிர வேறு யாரோடும் தன்னால் வாழ்ந்திருக்க முடியாதென்றே தோன்றியது அவளுக்கு.

கையிலிருந்த தடிக்கம்பை மறுபடியும் இருந்த இடத்திலேயே செருகி வைத்தாள். ஆட்டோடு போயிருக்கும் வெள்ளைச்சாமியை உடனே பார்க்க வேண்டும் போலிந்தது கரிச்சாவிற்கு. தூக்கு வாளியை எடுத்துவைத்து அதில் சோறும் தண்ணீருமாக கொஞ்சம் ஊற்றி உப்புபோட்டு எடுத்துக்கொண்டாள். வளசையிருந்த இடத்திற்கும் கிழக்கே சற்று தூரத்தில் மேய்ந்துகொண்டிருந்தன ஆடுகள். ஆடு நிற்குமிடத்திற்கு ஓட்டமும் நடையுமாகப் போனாள்.

தூரத்தில் இவள் வருவதைப் பார்த்தான் வெள்ளைச்சாமி. கரிச்சாவைப் பார்த்ததும் அவனுக்கு முகமெல்லாம் மலர்ந்தது. இவ்வளவு நேரமாக அவனும்கூட கரிச்சாவைப் பற்றித்தான் நினைத்துக் கொண்டிருந்தான் என்பதை அவனின் மலர்ந்த முகமே அவளுக்குச் சொல்லியது. தன்னுடன் கரிச்சாவும் ஆடு மேய்க்குமிடத்திற்கு வந்தால் தேவலாமென்று நினைத்துக் கொண்டிருந்தவன், கரிச்சாவைக் கண்டவுடன், "என்ன சின்னாயா?" என்றான்.

"ஒண்ணுமில்ல" என்றாள் வெட்கப்பட்டுக் கொண்டே.

"தூக்குல என்ன?"

"தெளுவு கொண்டாந்தன்" என்று அவனிடம் நீட்டினாள். தெளுவுத் தூக்குடன் அவளுடைய கையையும் பிடித்திழுத்தான். எப்போதென்று காத்திருந்தவளாக அவன் மார்பில் முகம் புதைத்துக் கொண்டாள்.

ஆடுகள் முள் மரங்களில் படர்ந்து கிடந்த தழைகளையும் தரையெங்கும் தழைத்துக் கிடந்த அருகம் புற்களையும் தலை தூக்காமல் மேய்ந்து கொண்டிருந்தன. மழை எப்போது வருமென்று சொல்ல முடியாமலிருந்தது வானம். மழை வந்துவிட்டால் மேய்ச்சல் கெட்டுவிடுமென்று ஆடுகளுக்கும்கூட தெரிந்திருந்தது. அவசர அவசரமாக வயிற்றை ரொப்பிக் கொண்டிருந்தன அவைகள். வெள்ளைச்சாமியின் மடியில் தலைவைத்து படுத்துக்கிடந்தாள் கரிச்சா.

“நீ வயசிக்கு வந்தத்த என்னகிட்ட யாஞ் சொல்லாம பேனா?” என்றான் குறும்பாக.

பதிலுக்கு அவனுடைய தொடையில் கிள்ளி சிணுங்கினாள் கரிச்சா.

“இப்படியெல்லாம் நடக்குமுன்னு நீ நெனச்சிப் பாத்தியா சின்னாயா?”

“இல்ல.”

“வேற எங்கயாச்சும் ஒன்னக் கட்டிக் குடுத்திருந்தா என்ன செஞ்சிருப்ப?”

“நாஞ் செத்துப் போயிருப்பன்.”

“நீயில்லாட்டி நானும் ரொம்ப நாளக்கி இருக்கமாட்டன்” என்றான் வெள்ளைச்சாமி.

வாழ்க்கை பற்றிய போதுமான அனுபவமில்லாத அந்த இருவரும் இப்படித்தான் வெகுநேரம் வரை பேசிக்கொண்டிருந்தார்கள்.

திடீரென்று வானம் கருத்து வந்தது. சடசடவென்று மழை பெய்ய ஆரம்பித்தது. கரிச்சா வெள்ளைச்சாமியின் மடியை விட்டு எழும்பாமல் கிடந்தாள்.

“எளும்பு சின்னாயா.”

“ஊகூம்.”

“நல்லா நனஞ்சிட்ட பாரு. எளும்பு.”

“நா எளும்ப மாட்டன்.”

“ஆட்டுக்காரன் பொண்டாட்டிங்குறத இப்புடி கொட்டுற மளயில படுத்துக்கெடந்துதான் காட்டணுமா?”

“நாங் கீதாரி மவ. வெள்ளம் தலக்கிமேல போனாலுங்கொட நாம் பயப்புட மாட்டன். நாலு கொடிய அறுத்துப்போட்டு அதுமேல படுத்திருப்பன் தெரியுமா.”

ஆமாமா. நீ உண்மையாவுமே கீதாரி மவதான். ஒந் தைரியமும் சாமர்த்தியமும் யாருக்கு வரும்.”

“அப்பா அடிக்கடி கத சொல்லுவாரே ஒங்களுக்கு நெனப்புருக்கா.”

“என்ன கத சின்னாயா?”

“ஆட்டுக்காரங்களுக்கு சாமி வரங்குடுத்த கத...”

“சொல்லு பாப்பம்.”

"சோன்னு மளக்கொட்டி வெள்ளம் பெருவிச்சாம். காலுவச்சா தர தட்டுபடாம கெடந்துச்சாம் தண்ணி. ஒரு ஆட்டுக்காரன் மட்டும் தனியா நம்மளமேரி காட்டுக்குள்ள தங்கிருந்தானாம். மளவுடாம பேஞ்சிச்சாம். ஆட்டுவொள எப்புடியோ தண்ணிலயே அடயப் போட்டுட்டு, வேலில படந்து கெடந்த பெரண்ட கொடியள அறிச்சி மெத்தமேரிப் போட்டுக்கிட்டு படுத்துட்டானாம். தென்னமட்டயில செஞ்ச கொடல மட்டய மேல கவுத்துப் போட்டுக்கிட்டானாம். சொவமா தூக்கம் வந்துச்சாம்.

'ஆகா என்ன சொவமாருக்கு. எனக்குக் கெடக்கிற இந்த சொவம் என்னப் படப்பிச்ச அந்த ஆண்டவனுக்குக் கொட கெடச்சிருக்காது' ன்னு வாய்வுட்டுச் சொன்னானாம். அந்த நேரம் பார்த்து பார்வதியும் பரமசிவமும் படியளக்க வந்தாவொளாம். அவ்வொ காதுல இது உளுந்துட்டுதாம். அவ்வளதுதான். நம்மளவிட நல்லாருக்குற ஒருத்த னுக்கு நம்ம என்ன செய்ய முடியுமுன்னு அவன கிட்ட வந்து பாக் காமயே 'நீ எப்பயும் இப்புடியே இரு'ன்னு வரங்குடுத்துட்டுப் பெயிட்டா வொளாம். அதுனாலதான். ஆட்டுக்காரவுக மட்டும் இன்னமும் மளயிலயும் தண்ணிலயும் கெடந்து கஷ்டப்படுறாகளாம்'' என்று கதையைச் சொல்லி முடித்தாள் கரிச்சா.

"இவ்வள மளயிலயும் எளும்பாம படுத்துருக்குறியே ஒனக்கு இப்ப எப்புடிருக்கு?" என்றான் வெள்ளைச்சாமி.

"எனக்கும் சொவமாத்தான் இருக்கு. இல்லாட்டி படுத்திருப் பனா?" என்றாள் கரிசச்ா.

ஆடுகளெல்லாம் மழைக்கு குன்னிட்டுப்போய் கருவை புதர்களில் ஒண்டியபடி நின்றன.

"சேரி போதும் சின்னாயா. எளும்பு" என்று எழுப்பி உட்கார வைத்தான் வெள்ளைச்சாமி.

மழைத் தண்ணீரோடு கட்டியாய் மிதந்து வந்த பிள்ளையார் எறும்புகளை கரிச்சாவின் புடவைத் தடுக்க சரசரவென்று ஈரப் புடவையில் ஏறிய எறும்புகள் உடலெங்கும் ஊர்ந்தன.

கையையும் காலையும் உதறியபடி எறும்புகள் ஊர்வதை தாங்கிக் கொள்ள முடியாமல் தவித்தாள் கரிச்சா.

"இந்த எறும்பு எளயிறதத் தாங்கிக்கிர முடியல. இவ்வொதான் கீதாரி மவளாம்'' என்று அவளை கேலி செய்தபடியே தன்னுடைய துண்டால் எறும்புகளை தட்டித்தட்டி துடைத்து விட்டான்.

வெள்ளைச்சாமியின் அன்பும் அக்கறையும் அவளை திக்குமுக் காடச் செய்தது. மழைத் தண்ணீரோடு அவளுடைய க்ண்ணீரும் கலந்

தோடியது. கரிச்சாவிற்கு திடீரென்று ஏனோ தன்னுடைய அக்காவின் நினைவு வந்தது.

"நம்ம சந்தோசமா இருக்குறம். ஆனா அக்காவ நெனச்சாத்தான் கவலயாருக்கு" என்றாள்.

"யாங்? பெரியாயாவுக்கு என்ன கொறச்ச? நீயாஞ் சும்மா இப்ப அதநெனச்சி கவலப்படுற?"

"எனக்கு நீங்க இருந்திய என்னய கட்டிக்கிட்டிய. அக்காவ கட்டிக்கிட யாருருக்குறா?"

"கரயங்காட்டாரு இருக்குறாருல்ல. சும்மா உட்டுருவாரா? நல்ல எடமாப் பாத்து கட்டிக்குடுத்துருவாரு, கவலப்படாத."

"அவரு நல்லவருல்ல. அவருக்குத்தான் அக்கா பயப்புடுது."

"என்ன சொல்லுற சின்னாயா?"

"ஆமா, அக்கா வயசிக்கி வந்ததத்துலேருந்து அந்த ஆளு அக்காவ மொறச்சி மொறச்சி பாக்குறாராம்."

"அப்புடியெல்லாம் இருக்காது. பயப்புடாத."

"இல்ல. நெசமாத்தான் சொல்லுறன். அக்காவே என்னக்கிட்ட சொல்லிப்புட்டு அளுதிச்சி."

"...."

"அக்காவ போயி பாத்துட்டு வந்தா தேவலாமேரிருக்கு"

"இந்த ஒரு மாசம் மட்டுந்தான சின்னாயா இஞ்சருப்பம். தை பொறந்துட்டா ஆட்ட ஓட்டிக்கிட்டு பெயிருவமுல்ல. அப்பறம் போயி பாத்துக்கிடலாம்."

"சேரி" என்று ஓரளவு சமாதானமடைந்தாள் கரிச்சா.

இருந்தாலும் ஏனோ தெரியவில்லை. தன் அக்காவைப் பற்றிய நினைவு அவ்வப்போது அவளை வருத்திக்கொண்டே இருந்தது. தனக்குக் கிடைத்ததுபோல அக்காவிற்கும் ஒரு வாழ்க்கை அமைந்து விட்டால் எவ்வளவு நிம்மதியாக இருக்குமென்று நினைத்தாள். எப்போதும் தன் அக்காவிற்காக கடவுளிடம் வேண்டிக் கொண்டிருந்தாள்.

மார்கழியின் ஒவ்வொரு நாளும் குறைந்துகொண்டே வந்தது. கரிச்சா மன்னாரத்தைவிட்டு ஆடுகளை ஊருக்குள் ஓட்டிச்செல்லும் நாளுக்காகக் காத்திருந்தாள். மன்னாரத்தில் இவர்களோடு தங்கியிருந்த ஒருவர் ஊர்பக்கம் போய் அறுவடை நிலவரத்தை பார்த்துவிட்டு வந்தார். தொடர்ந்து சன்னமாய் மழை பெய்துகொண்டேயிருந்ததால் நன்கு முற்றிய கதிர்கள்கூட பச்சை மாறாமலிருந்தது. நிலமும் நீர் தேங்கி

சேறுகிளம்பி நின்றதால் கதிரறுப்பு கொஞ்சம் தள்ளிப்போகும் போலிருந்தது. இதையெல்லாம் கவனித்துவந்த அந்த ஆள், “தையி பயிஞ்சிக்கு மேலத்தான் ஓட்ட முடியும். அதுக்குள்ள முடியா” என்று சொன்னார். கரிச்சாவிற்கு இது கவலையளிப்பதாயிருந்தது. சதா இதுபற்றியே வெள்ளைச்சாமியிடம் சொல்லி புலம்பிக் கொண்டேயிருந்தால், வெள்ளைச்சாமி அலுப்படைவானோவென்று தன் கவலையை பெருமளவு மறைத்துக் கொண்டாள். ஆனால் அவளுடைய கவலையை புரிந்து கொண்டவனாய் அவளிடம் பேசினான்.

“சின்னாயா. ஆடு ஓட்ட நாளாவும் போலருக்கு. நீ வேணுமுன்னா ஒரு நட போயி பெரியாயாவ பாத்துட்டு வாறியா” என்றான்.

“அதத்தா நானும் நெனச்சன்.”

“எப்பப் போற?”

“இன்னக்கே பெயிட்டு வந்தர்றன்.”

“சேரி பெயிட்டு வா” என்றான்.

“பொங்க வருது: அக்காவுக்கு வளவி மணி போட்டுக்கிறச் சொல்லி காசி குடுத்துட்டு வரட்டுமா?”

“பெரியாயாவுக்குத்தான குடுக்கப்போற குடுத்துட்டு வா. வேற யாருக்கு நீ செய்யப் போற?”

“நானா செய்யப்போறன்?. நீங்கதான குடுக்குறிய”

“நான் எங்க குடுக்குற? நீதான் குடுக்கணும்.”

“என்னக்கிட்ட ஏது காசி நான் குடுக்குறத்துக்கு?”

“என்ன சின்னாயா நீ இப்புடிக் கேக்குற? எறநூறு ஆட்டுக்கு சொந்தக்காரி நீ. என்னருக்கு என்னக்கிட்டன்னு கேக்குறியே. யாங்கிட்ட இருக்குற காசிபணமெல்லாம் ஒண்ணதுதான். நீதான் மகாராணி. நீ நெனக்கிறபடிதான் நான் செய்வன் தெரியுமா?” என்றான்.

கரிச்சாவிற்கு வெள்ளைச்சாமியின் பேச்சால் உச்சி குளிர்ந்து போனது.

‘தெய்வமே இந்தமேரி வாழ்க்க எங்கக்காவுக்கும் கெடக்கணும்’ என்று மனமுருக வேண்டிக்கொண்டாள்.

16

"மூட்டக்கார்ரே.. ஏ... மூட்டக்கார்ரே...ரே"

நெல் வயல்களுக்கிடையேயிருந்து யாரோ கூப்பிடும் சத்தத்தை கேட்டு சைக்கிளை நிறுத்தினான் துணி வியாபாரி. யார் கூப்பிடுவது என்று குரல் வந்த திசையில் பார்த்தான். கோட்டகத்தின் வயல் வரப்புகள் பெரிதாய் உறுதியானதாயிருக்கும். சல்லி வரப்புகள் மெலிதாய் வயலைப் பிரித்துக் காட்டுவதற்காக மட்டுமே இருப்பதுபோல் உறுதியில்லாமலிருக்கும். ஒட்டும் பத்துமாயிருந்த வரப்புகளில் ஓடி வந்து கொண்டிருந்தாள் கரிச்சா. முற்றிய நெற்கதிர்கள் வரப்புகளில் சாய்ந்து கிடந்தன. அவற்றை ஒதுக்கிவிட்டு வர முடியவில்லை. மிதித்துக் கொண்டும் வர முடியாது. கால்களால் லேசாக விலக்கியபடியே வேகமாக வந்தாள். கால்களில் அடிபட்ட நெற்கதிர்களிலிருந்து நெல் மணிகள் சிதறின.

"யாருட்டக் கொல்லயோத் தெரியல. நம்ம இப்புடி நெல்ல அடிச்சிக்கிட்டு ஓடுறதப் பாத்தா சிண்ட அறுத்தூட்டுருவாவோ" என்று நினைத்தாள்.

'என்ன செய்யிற? மூட்டகாரன வுட்டுட்டா அப்பறம் துணி எடுக்க முடியாதே. இல்லாட்டி நம்ம யாம் இப்படி உடியாரப் போறம்' என்று தன்னைத்தானே சமாதானப்படுத்திக் கொண்டாள்.

ரோட்டை ஒட்டியிருந்த படுகை வாய்க்காலில் இறங்கி ரோட்டுக்கு வந்தாள். கரையோரமாகக் கிடந்த கருங்கல் ஒன்றில் நின்று கொண்டு கால்களால் தண்ணீரை எத்தி எத்தி ஒட்டியிருந்த சேற்றைக் கழுவிக் கொண்டாள். கால்களில் நெற் கதிர்களும் தட்டையும் அறுத்திருந்தது. தண்ணீர் பட்டதும் எரிந்தது.

'கடவுளு புண்ணியத்துல மூட்டக்காரன புடிச்சாச்சி' என்று நினைத்தாள்.

"என்னம்மா.. யாங் கூப்புட்ட..?" என்றான் மூட்டைக்காரன்.

"துணியெடுக்கத்தான்."

"என்னது... துணியெடுக்கவா?"

"ஆமா"

"இஞ்சயா?"

"இஞ்சன்னாக்க குடுக்க மாட்டியளா?"

"அதுக்கில்ல. எங்கயோ கோட்டாவத்துல கெடந்து வந்த. நடு ரோட்டுல நிப்பாட்டி கேக்குறியே, காசு வச்சிருக்குறியா?"

"வச்சிருக்குறன். மூட்டய எறக்குங்க."

"வூடு எங்கருக்கு?"

"நான் ஆடுமேய்க்கிற கீதாரி மவ. எங்களுக்கு எங்கருக்கு வூடு?"

"அப்புடியா. சேரி சேரி. என்ன துணி வேணும்?"

"பாவட சட்டத் துணியும் ஒரு தாவணியும் வேணும்."

"ஒனக்குத்தான?" என்றபடியே நல்ல இடமாய் பார்த்து மூட்டையை இறக்கி வைத்தான்.

"இல்ல எங்கக்காவுக்கு. மூட்டய அவுருங்க."

"என்னமேரி துணி வேணும்?"

"இருக்குறத்துலயே நல்லதாப் பூப்போட்ட துணியா வேணும்."

"...."

"எங்கக்கா செக்கச் சேவேருன்னு வெளக்கி வச்ச சொப்புக் கொடம்மேரி இருக்கும்."

"...."

"அதுக்கு எடுப்பா காப்பிக்கொட்ட கலருல இல்லாட்டி வாடாமல்லிய கலருல எடுங்க."

"ஒன்ன பாத்தாலே தெரியிதும்மா, ஒங் அக்காவுக்கு என்ன கலரு எடுப்பாருக்குமுன்னு."

"மூட்டகார்ரே. என்னயப் பாத்துட்டு எங்கக்காவப் பத்தி எளக்காரம நெனக்காதிய்ய. ரெட்டயாப் பொறந்தாலும் நாங்க ரெண்டியரும் குண்டுமணிமேரி தெரியுமா?" என்றாள் கோபமாய்.

"சேரி சேரி. காசி குடுக்கப் போறது நீ. ஒனக்கு புடிச்சமேரி எடுத்துக்க. எனக்கென்ன?" என்றான் வியாபாரி.

கத்திரிப்பூக் கலரில் கொடிகொடியாய் பூப்போட்ட துணிதான் அவளுக்குப் பிடித்திருந்தது. பாவாடைக்கும் சட்டைக்கும் சேர்த்து மூணே முக்கால் மீட்டர் துணி எடுத்துக்கொண்டாள். மஞ்சள் கலரில் தாவணி வாங்கிக் கொண்டாள்.

கரிச்சாவிற்கு பெருமையாக இருந்தது. தானொரு பெரிய பொம்பளையாகிவிட்டதைப்போல நினைத்துக் கொண்டாள். தான் விரும்புவது போல தன் அக்காவிற்கு துணி வாங்கிக்கொண்டு போவது இதுதான் முதல்தடவை. இவ்வளவு காசை அவள் தன் கையால் இதுவரை செலவழித்ததேயில்லை. எல்லாவற்றிற்கும் வெள்ளைச்சாமி தான் காரணமென்று நினைத்தாள். குடும்பம் நடத்துவதில் வெள்ளைச் சாமிக்கு எந்த சிரமமும் ஏற்படாமல் நடந்துகொள்ள வேண்டும். இருளாயி முத்தம்மாள் போல தானும் கட்டுசிட்டாய் கெட்டிக்காரத் தனமாய் குடும்பம் பண்ணவேண்டுமென்று நினைத்தாள்.

எப்படியாவது நாமே முயற்சி செய்து அக்காவைக் கட்டிக் கொடுக்க வேண்டும். அக்காவுக்கு செய்ய வேண்டிய சீரையெல்லாம் நாமே செய்யவேண்டுமென்று நினைத்தாள். வெள்ளைச்சாமியின் துணையிருக்கும்போது நாம் எது வேண்டுமானாலும் செய்யலாமென்றே தோன்றியது அவளுக்கு.

கரையங்காட்டிற்கு போகும் வழியைப் பிடித்து வேகவேகமாக நடந்துகொண்டிருந்தாள். வழியில் தெரிந்தவர்கள் யாராவது எதிர் பட்டால் தேவலாமென்று நினைத்தாள். தன் அக்காவிற்காக தான் வாங்கிக்கொண்டு போகும் துணிகளை யாரிடமாவது காட்ட வேண்டு மென்று ஆசையாக இருந்தது அவளுக்கு. ஆனால் வழியில் தெரிந்தவர் கள் யாருமே எதிர்படவில்லை.

கற்பகநாதர் குளம் தோப்பைத் தாண்டி கரையங்காட்டு தோப்புப் பகுதிக்குள் நுழைந்தாள். சாம்பசிவத்தின் தோப்பு வழியாக போக வென்று நேர் பாதையை மாற்றி குறுக்குப் பாதையில் நடந்தாள். தோப்பில் தன்னுடைய அக்கா இருந்தாலும் இருக்கலாமென்று நினைத்தே அவ்வாறு செய்தாள். ஆனால் தோப்பில் சிவப்பியில்லை.

"இந்த மாருகளி மாத்தயில தோப்புல என்னதான் வேல? ஊட்டுலதான் இருக்கும்" என்று வீட்டை நோக்கி நடந்தாள். வீட்டிற் கும் சற்று தூரத்தில் போகும்போதே வீட்டைச் சுற்றியுள்ள வழக்கமாய் சிவப்பி நிற்கும் இடங்களை நோட்டம் விட்டபடி போனாள். மாடு கட்டுமிடம், கொட்டகை, விறகுப் பட்டரை, வேலியோரமென்று கரிச்சா வின் கண்கள் சுழன்றது. ஆனால் எங்குமே சிவப்பியை காணவில்லை. வீட்டிற்கு பின்பக்கமாய் வந்து நின்றுகொண்டு கூப்பிட்டாள்

"அக்கா... அக்கா..."

கரிச்சாவின் குரல் கேட்டு சாம்பசிவத்தின் மகன் ஒருவன் வெளியே வந்து எட்டிப் பார்த்தான். மறுபடியும் விருட்டென்று உள்ளே ஓடி விட்டான்.

‘என்னது ஒண்ணுமே சொல்லாம ஓடுறான்?’ என்று நினைத்தவளாய் சற்று நேரம் நின்றாள். யாரும் வெளியே வராததால் மறுபடியும் கூப்பிட்டுப் பார்த்தாள்.

“அக்கா... அக்கா.”

சாம்பசிவத்தின் மூத்த மனைவி வெளியே வந்தாள். வாயில் குதப்பியிருந்த வெற்றிலைப்பாக்கு எச்சிலை வேலியோரம் துப்பியவள்,

“எங்கருக்குறா ஓங் ஒக்கா?” என்றாள்.

“....”

“அவள கொண்டபோட்டு பொதச்சி இன்னயோட பன்னெண்டு நாளாவுது. இந்நேரம் மக்கி மண்ணோட மண்ணாயிருப்பா” என்றாள் மிக இயல்பாக.

“என்னம்மா சொல்லுறிய?” ஏதோ கோபத்தில் பேசுகிறாளோ என்று நினைத்துக் கொண்டாள் கரிச்சா.

“அதாஞ் சொல்லுறன்ல்ல செத்துப் பெயிட்டான்னு.”

“உண்மையச் சொல்லுங்க.”

“அட ஒப்புறான சத்தியமா நெசமாத்தாண்டி சொல்லுறன்.”

கரிச்சாவின் தலையில் இடி விழுந்தது போலிருந்தது. அடுத்த வார்த்தை பேச முடியவில்லை. கால்களுக்குக் கீழேயிருந்த தரை நழுவியது போலிருந்தது. மயங்கிச் சாய்ந்தாள்.

கரிச்சா வந்திருக்கும் செய்தி சுற்றியுள்ள வீடுகளுக்கெல்லாம் பரவியது. வேடிக்கை பார்க்கவென்றும் சமாதானப் படுத்தவென்றும் கும்பல் கூடியது. சாம்பசிவத்தின் சிறிய மனைவிதான் தண்ணீரைத் தெளித்து, வாயில் ஊற்றி தெளிய வைத்தாள். மயக்கம் தெளிந்த கரிச்சா கரையங்காடே அதிரும்படி ஓலமிட்டு அழுதாள்.

“அக்கா... அக்கா...” என்று அவள் கதறியது வெகுதூரம் கேட்டது. சாம்பசிவத்தின் சிறிய மனைவி கரிச்சாவைக் கட்டிப் பிடித்துக்கொண்டு அழுதாள். சுற்றி நின்ற பெண்களால் இவர்களின் துக்கத்தில் பங்கு கொள்ளாமல் இருக்க முடியவில்லை. பிணம் கிடக்கும்போது அழுவது போல் பெண்கள் மாரடித்து துக்கம் கட்டிக்கொண்டு அழுதார்கள்.

யாருக்கும் தெரியாமல் சாம்பசிவம் வீட்டைவிட்டு வெளியேறி விட்டார். அக்காவின் சாவுக்கு சாம்பசிவம்தான் காரணமாய் இருப்பாரென்று உறுதியாக நம்பினாள் கரிச்சா. கரிச்சாவை யாராலும் சமாதானப்படுத்த முடியாமல் போனது.

சாம்பசிவத்திற்கு ஆதரவானவர்கள் கரிச்சாவை எப்படியாவது சமாளித்து அனுப்பிவைக்க நினைத்தார்கள். ஆனால் சாம்பசிவத்திற்கு

எதிராயிருந்த அவ்வூர்க்காரர்கள் சிலர் கரிச்சாவிற்கு ஆதரவாய் பேச ஆரம்பித்தார்கள். சாம்பசிவத்தைச் சார்ந்தவர்களால் எதுவும் செய்ய முடியவில்லை. ராமுவை அழைத்துக்கொண்டு வந்தால் பிரச்சனையை பேசி முடிக்கலாமென்று நினைத்தார்கள் சிலர். ராமுவுக்கு ஆள் அனுப்பப்பட்டது. செய்தியைக் கேட்டவுடன் ராமுவும் இருளாயியும் முத்தம்மாவும் அடித்து மோதிக்கொண்டு ஓடி வந்தார்கள்.

"அக்காவ கொன்னுப்புட்டாவோப்பா" என்று திரும்பத் திரும்ப அதையே சொல்லியழுதாள் கரிச்சா.

"தானாத்தான் தூக்குமாட்டிக்கிட்டு செத்துச்சி" என்றனர் வீட்டினர்.

எப்படிச் செத்திருந்தாலும் ராமுவுக்கும் கூடப் பிறந்தவளுக்கும் செய்தியைச் சொல்லியிருக்க வேண்டும். யாருக்கும் தெரிவிக்காமல் அடக்கம் செய்தது தவறு என்று பேசி முடித்தார்கள்.

ஆனால் அதற்காக எந்தவிதமான அபராதமோ தண்டனையோ விதிக்கப்படவில்லை. சிறியதாய் தன் தவறுக்கான வருத்தத்தைக் கூட தெரிவிக்கும்படி சாம்பசிவத்தை யாரும் பணிக்கவில்லை. இதையெல்லாம் பார்த்துக் கொண்டிருந்த கரிச்சாவிற்கு நெஞ்சு குமுறியது. தன்னுடைய அப்பா ராமு ஞாயம் கேட்பாரென்று நினைத்தாள். ஆனால் அவரோ எதுவும் பேசாமல் சோகமாய் உட்கார்ந்திருந்தார். ராமுவின் மீதுகூட கரிச்சாவிற்கு கோபம் வந்தது. ஆனால் எதுவும் செய்ய முடியாதவளாக திகைத்துப்போய் நின்றாள் கரிச்சா.

ராமு நல்ல புத்திசாலிதான். விவேகமாக செயல்படக் கூடியவர் தான் என்றாலும்கூட ஆட்டுக்காரர்களுக்கேயுரிய கோழைத்தனம் அவரிடமும் இருக்கத்தான் செய்தது. ஊர்விட்டு ஊர்வந்து நாடோடிகள்போல பிழைப்பு நடத்தும் ஆட்டுக்காரர்கள் ஊமைகளாகவே எங்கும் இருந்தார்கள். ரோஷம் அவமானம் என்பதையெல்லாம் இவர்கள் ஒருபோதும் நினைப்பதேயில்லை. வலிய கூப்பிட்டு இவர்களை எவ்வளவுதான் அடித்து உதைத்தாலும் ஏனென்று கேட்க மாட்டார்கள். எவ்வளவு கீழ்த்தரமாக ஏசினாலும் பொறுமையாகக் கேட்டுக்கொண்டு வாய்திறக்காமல் போகும் இயல்புடையவர்கள். இவர்களின் இந்த பரிதாபமான நிலையைக் கண்டு இரக்கப்பட்டு யாராவது இவர்களிடம் விசாரித்தால் அதற்கு இவர்கள் சொல்லும் பதில் இன்னும் பரிதாபமாக இருக்கும். "யாரும் எங்கள சும்மா அடிக்க மாட்டாக. போன வருசம் மொத வருசத்துல அவுக கொல்ல பயிறு பச்சயில எங்க ஆடுக மேஞ்சிருக்கும். அந்த கோவத்துல அடிக்கிறாக. அவுக அடிக்கிறது ஞாயந்தான? நம்மமேல தப்புருக்கு, பட்டுக் கிட்டுத்தான் போவணும்" என்று மிக இயல்பாக சொல்லுவார்கள்.

ராமுவும் நாடோடியாய் வந்திருக்கும் ஆட்டுக்காரர்தானே. அவருக்கு மட்டும் எங்கேயிருந்து வந்துவிடப்போகிறது துணிவு? ஆனால் சிவப்பியின் சாவு அவரை வெகுவாக பாதித்துத்தானிருந்தது. தன் சோகத்தை எங்கும் சொல்ல முடியாமல் தவித்தார். கரிச்சாவை சமாதானப்படுத்தக்கூட அவரால் முடியவில்லை. ராமுவோடு சாம்பு வானோடையிலிருந்த ஓர் ஆளை மன்னாரத்திற்கு அனுப்பி வைத்தார். மன்னாரத்திலிருந்து வெள்ளைச்சாமி வந்துதான் கரிச்சாவை சமா தானப்படுத்த முடிந்தது. அவன் கொஞ்ச நேரம்கூட கரையங்காட்டில் தாமதிக்காமல் உடனே கரிச்சாவை அழைத்துக்கொண்டு போய்விட் டான். தன் அக்காவைப் பார்க்க வேண்டுமென்று ஆவலோடும் துள்ளலோடும் மன்னாரத்திலிருந்து வந்த கரிச்சா நடக்கவும் தெம்பற்று கண்ணீர் சிந்தியபடி திரும்பிப் போனாள். சாம்பசிவத்தின்மீது சந்தேகப்பட்டாலும் தன் அக்கா எப்படி செத்திருக்கும் என்று யூகிக்க முடியவில்லை அவளால்.

ஒருநாள் குடித்துவிட்டு வந்த சாம்பசிவம் "ஒந்தங்கச்சிய வளத்த சித்தப்பங்காரனே, அந்தக் குட்டிய கட்டிகிட்டப்ப எடுத்து வளத்த நான் ஒன்ன தொடக்கொடாதா?" என்று சொல்லியபடி சிவப்பியை நெருங்கி யிருக்கிறான்.

"நீங்க எனக்கு அப்பா"என்று சொல்லி அழுதிருக்கிறாள். பைத்தியம் பெத்த குட்டிக்கு மொற தல என்ன வேண்டிருக்கு? ஒங்கம்மா மொற பாத்து படுத்தா ஒங்களப் பெத்தா?" என்று கேவலமாய் பேசியவன் வெறிநாய் போல் நடந்து கொண்டுள்ளான். சேதப்படுத்தி விட்டு நல்லவனைப்போல் வெளியேறிவிட்டான். ஆனால் தன் வேதனையை யாரிடமும் சொல்லமுடியாத சிவப்பி விடிவதற்குள் தனக்கு விருப்பமான தேன் இலுப்பை மரத்தில் தூக்குபோட்டுக் கொண்டு தொங்கி விட்டாள். இந்த உண்மை கரிச்சாவிற்கு தெரிய நியாய மில்லைதான்.

17

பொங்கலுக்கு இரண்டு நாட்களிருக்கவே ராமு கீதாரியும் இருளாயியும் மன்னாரத்திற்கு வந்தார்கள். வெள்ளைச்சாமிக்கும் கரிச்சாவிற்கும் இது தலை பொங்கலென்பதால் இந்தப் பொங்கலை நன்றாகக் கொண்டாட வேண்டுமென்று ராமுகீதாரி முன்பே திட்டமிட்டிருந்தார். ஆனால் கொஞ்சமும் எதிர்பார்க்காத விதமாக சிவப்பி செத்தது எல்லா நிலைமை களையும் அடியோடு மாற்றி விட்டது. வயதானாலும் ஓரளவு திடகாத்திரமாயிருந்த ராமுவே கூட உடைந்து போய்விட்டார். அவருடைய உடலும் தளர்ந்து போய்விட்டது. தான் தவறு செய்துவிட்டதாய் அடிக்கடி சொல்லிச்சொல்லி கலங்கினார். தன்னுடைய அக்காவின் மேல் உயிரையே வைத்திருந்த கரிச்சாவை நினைக்க நினைக்க அவருக்கு இன்னும் சுமையானது மனது. அவரின் துயரத்தையும் சோர்வையும் பார்த்த அவரின் மருமகன்தான் அவரையும் இருளாயியையும் மன்னாரத்திற்கு அனுப்பி வைத்தார்கள். கொஞ்ச நாள் கரிச்சா வெள்ளைச்சாமியுடனிருந்தால் ராமு கொஞ்சம் ஆறுதலடைவார் போல் தோன்றியது அவருடைய மருமகனுக்கு.

கரிச்சாவுக்கு சிவப்பியின் இழப்பு பேரிழப்பாக இருந்தது. சிவப்பியை நினைத்தே சதா கண்ணீர் வடித்துக் கொண்டிருந்தாள். அவளை தேற்றுவது என்பது முடியாத காரியமாக இருந்தது வெள்ளைச் சாமிக்கு. இந்த நேரத்தில் இருளாயியும் ராமுவும் வந்தது அவனுக்கு தெம்பாயிருந்தது.

வருடா வருடம் பொங்கலென்றால் ஒரு வாரத்திற்கு முன்பிருந்தே அதற்கான வேலைகளை செய்ய ஆரம்பித்து விடுவான் வெள்ளைச்சாமி. ஆனால் இந்த பொங்கலுக்கு எதுவும் செய்யத் தோன்றவில்லை. ஆடுகளுக்கு திஷ்டி கழியவென்று கட்டும் நெட்டி மாலைகளைக் கட்டுவதற்கான நெட்டிக் குச்சிகளை வெட்டி வரவுமில்லை.

வழக்கமாய் அவன் ஒவ்வொரு பொங்கலுக்கும் நல்ல பனை மரமாய்ப் பார்த்து குறுத்தோலைகளை வெட்டிக்கொண்டு வருவான். விரை கிடாய்களுக்கு மட்டும் ஓலையில் நெத்திச்சுட்டியும் முட்டைக் கோரையும் செய்து கட்டிவிடுவன். கிடாய்களின் சிறிய சுருண்ட கொம்பு

களுக்கு சாயம் வாங்கிவந்து பூசுவான். நெட்டிச் செடிகளை வெட்டி வந்து வட்டவட்டமாய் சன்னமாய் சீவி கோர்த்து மாலையாக்கி கிடாய்களுக்கும் வெள்ளாட்டிற்கும் கட்டிவிடுவான். ஆனால் இது போன்ற சிந்தனை எதுவும் ஏற்படவில்லை இப்போது அவனுக்கு. ஆடு, கிடை, பொங்கல் எதிலும் கவனம் கொள்ள முடியவில்லை அவனால். சிவப்பியைப் பற்றிய சோகம் ஒருபங்கென்றால் அதற்காக கரிச்சா படும் துயரம் அவனை மேலும் வருத்திக் கொண்டிருந்தது.

ராமு வந்து வெள்ளைச்சாமியிருந்த நிலையைப் பார்த்துவிட்டு சத்தம் போட்டார்.

"நம்ம துக்கம் நம்மளோட. ஆடுக என்ன செய்யும்? நம்ம வயத்துக்கு ஊத்துறதுக அதுகதேங். வருசத்துக்கு ஒரு நட. அதக்கொட செய்யலண்டா எப்புடி?" என்றவர் பக்கத்திலிருந்த ஆட்டுக்காரர் களிடமிருந்து மீந்த நெட்டிக் குச்சிகளை வாங்கி ஆடுகளுக்கு மாலை கட்டினார். தானே தன் இடுப்பு வாரிலிருந்து பணத்தை எடுத்துக் கொடுத்து ஊருக்குள் செல்பவர்களிடம் படையல் பொருட்களை எல்லாம் வாங்கி வரும்படி சொல்லியனுப்பினார்.

மன்னாரத்திலிருந்த மூன்று குடும்பங்களும் சேர்ந்து பொங்கலிடு வதென்று முடிவு செய்தார்கள். ராமுதான் வெள்ளைச்சாமிக்காக முன்னின்று செய்தார். மற்ற இரண்டு ஆட்டுக்காரர்களும் வழக்கம் போல உற்சாகமாகவே இருந்தார்கள். பொங்கலிடவென்று நீண்ட கோடு வெட்டி அதில் பானைகளை வைத்து பொங்கினார்கள்.

தளுவை போடுமிடத்திற்கு எதிரே சிறிய தெப்பம் வெட்டி அதில் தண்ணீரும் மஞ்சள் நீரும் ஆட்டுப்பாலும் ஊற்றி தெப்பத்தை நிரப்பி னார்கள். தெப்பத்திற்கு முன்பாக கும்பம் சோடித்து வைத்துக் கொண்டார்கள் தெப்பத்திற்கு மேலாக கரும்புகளை வளைத்துக் கட்டி அழகு படுத்தினர். படையலிடும் நேரத்தில் ஒவ்வொருவருடைய கிடையி லிருந்தும் ஒவ்வொரு இளம் ஆட்டுக்குட்டியை பிடித்துவந்து தெப்பத்தைச் சுற்றி கட்டிக்கொண்டனர். அந்த குட்டிகளை மஞ்சள் நீரால் குளிப்பாட்டி பொட்டிட்டு பூமாலையும் போட்டனர். பின்பு அந்த குட்டிகளின் ஒரு பக்கத்து காதுகளை அறுத்து தெப்பத்திற்குள் போட்டனர். அறுத்த காதிலிருந்து வடியும் இரத்தத்தையும் தெப்பத் திற்குள் விழும்படி செய்தார்கள். பின்பு படைத்த தளுவை சோற்றை அக் குட்டிகளுக்கு ஊட்டினார்கள். இந்த பூசைகள் எதிலும் கரிச்சா கலந்துகொள்ளவில்லை. கூப்பிட்ட குரலுக்கு தலையைக் காட்டிக் கொண்டு நின்றான் வெள்ளைச்சாமி. கடைசியாக திருஷ்டி கழிக்க வென்று சோறு பொங்கிய கோட்டிற்குள் பனை ஓலைகளை போட்டு எரியவிட்டு அதில் உப்பையும் மிளகாயையும் போட்டனர். உப்பு வெடிக்கும் சத்தத்துடனும் மிளகாய் கருகும் நெடியுடனும் நெருப்பு

உயரமாய் எரிந்து கொண்டிருக்கும்போதே ஆடுகளை விரட்டி அந்த கோட்டைத் தாண்டச் செய்தார்கள். ஒரே பாய்ச்சலாய் நெருப்பிற்குள் பாய்ந்து வந்தன ஆடுகள்.

ராமுவும் இருளாயியும் இல்லையென்றால் இந்தப் பொங்கல் எப்படிக் கழிந்திருக்குமென்று நினைத்துப் பார்த்தான் வெள்ளச்சாமி. அவனுக்கு நினைவு தெரிந்த நாளிலிருந்து எந்தக் கஷ்டத்திலும் ராமு அவனை தனியாய் தவிக்கவிட்டதே கிடையாது..பெற்ற தகப்பனுக்குத் தகப்பனாய் ராமு இருக்கும்வரை, எந்த சோகமும் அவனை அழுத்தி விடாது என்று உறுதியாக நம்பினான்.

பொங்கல் முடிந்து ஐந்தாறு நாட்களில் ஆடுகளை மன்னாரத்தைவிட்டு ஓட்டலாமென்று பேசிக்கொண்டார்கள். கரிச்சாவிற்கு இப்போது வழக்கமாய் தங்கியிருக்கும் ஊர்களுக்குச் செல்ல பிடிக்கவில்லை. எடையூர், சங்கந்தி, பெருமழை, குன்னலூர், கரையங் காட்டு கோட்டகங்களுக்கு இனிமேல் போகவேகூடாது என்று நினைத்தாள். தன்னுடைய எண்ணத்தை வெள்ளைச்சாமியிடமும் தெரிவித்தாள். வெள்ளைச்சாமிக்குமே கூட கரிச்சா சொல்வதுதான் சரியென்று தோன்றியது. அவன் ராமுவிடம் இதுபற்றி பேசினான்.

"அண்ண இந்த நட ஆடுகள மன்னாரத்தவுட்டு ஓட்டக்குள்ள வேற எங்கயாச்சும் ஓட்டணுமுன்ன"

"யாண்டாலே?"

"பெரியாயாவ மறக்க முடியாண்ண. இஞ்சருந்தா அது நெனப்பு வந்துக்கிட்டேருக்கும்."

"அதுவுஞ் செரிதாண்டாலே. இஞ்ச இனிமே தங்கி பொளக்கவும் முடியா பொலருக்கு. முன்மேரியா வெளயிது கோட்டாவமெல்லாம். ஆத்துல ஒளுங்கா தண்ணி வராம வெவசாயமே கெட்டுக்கிட்டு வருது. வேற எங்குட்டாவுது ஓட்டியர்றதுதான் நல்லது."

"வேற எங்கண்ண ஓட்டலாம்?"

"ம்..."

"மதுரப்பக்கமே பெயிடலாமாண்ண?"

"அங்க போக்குடாதுடா. அங்க ஆடுகள வச்சி வரவு செலவு பண்ணமுடியாடா. களவு, திருடு அதியமாருக்கும். ஆடுக பலுக்காது. அங்கருந்த எல்லாருமே நாலாபக்கமும் பெயிட்டாக. நம்ம போனா நல்லாருக்காது"

"...."

"நம்ம ஊரு ஆளுக முக்காவாசி பேரு இப்படி வடக்க பெயிட்டாக. அங்க போயி நல்லாத்தேன் இருக்காக. ஆடுகளும் பெருவுது."

"...."

"ஓட்டணுமுண்டா வடக்கதாண்டா ஓட்டணும்."

"வடக்கண்ணா எந்த ஊருண்ண?"

"சிதம்பரம், பண்ருட்டி நக்குல ஓட்ட வேண்டியாங்."

"நீங்க போயிருக்கியளாண்ண?"

"எலே யாம் மச்சான் அங்கத்தான்ல்லே இருக்கான். ஓன் அண்ணங்காரங்கொட அந்தப் பக்கந்தேன் இருக்குறானாம்"

வெள்ளைச்சாமி அவனுடைய அண்ணனைப் பற்றி ஏனோ அதிகமாய் நினைப்பதேயில்லை. ஆனால் இன்று அண்ணனின் நினைவும் வந்தது. அண்ணனை பார்க்க வேண்டும் போலிருந்தது. அவனுடைய அண்ணன் இரண்டு மூன்று வருடங்களுக்கு முன்பாகவே கல்யாணம் செய்துகொண்டான் என்ற சேதி மட்டுமே வெள்ளைச் சாமிக்கு தெரிந்திருந்தது. அவன் தன் மைத்துனனின் ஆடுகளோடு தன் ஆடுகளையும் சேர்த்துப் பார்த்துக்கொண்டிருக்கிறானென்று ராமு கீதாரியை தேடிக்கொண்டு வந்தவர்கள் சொல்லிவிட்டுப் போனார்கள்.

ராமு நினைவுபடுத்தியதும் தன் அண்ணனோடு சேர்ந்து இருக்க வேண்டுமென்ற ஆசை ஏற்பட்டது வெள்ளைச்சாமிக்கு.

தன்னுடைய ஆசையை மறைத்துக்கொண்டு ராமுவிடம் கேட்டான்.

"அங்கயெல்லாம் போனாக்க கெட கெடக்குமாண்ண?"

"மேயப்போற ஆடுக கொம்புல பில்லக்கட்டிக்கிட்டாடா போகுதுக. போற எடத்துல நம்மளுக்கு கெட கெடக்காமயாடா பெயிரும்?"

"இஞ்சன்னா எல்லாரும் தெரிஞ்சவகளா இருக்காக. வளக்கமா கட்டுற கொல்லைகள்ல்ல கொல்லக்காரவுகள கேக்காமயே கெட கட்டிறலாம். புது ஊருகள்ல்ல போயி எப்புடிண்ண கெட கேக்குற?" என்றான் வெள்ளைச்சாமி.

"கீதாரி நா ஒருத்தன் இருக்கக்குள்ள நீ யாண்டாலே கேக்குற?"

"நீங்களும் யாங்கொட வாறியளாண்ண?" வெள்ளைச்சாமிக்கு எதிர்பார்க்காத இன்ப அதிர்ச்சியாயிருந்தது ராமுவின் பேச்சு.

"எடம்வுட்டு எடம் கெளம்புறப்ப ஒத்தயா கெளம்பக் கொடாதுலே. நாலஞ்சிபேரா சேந்து போறதுதான் நல்லது."

"யாருண்ண வருவா யாங்கொட?"

"இஞ்சருக்குற ஆட்டுக்காரகள கேட்டுப் பாரு. யாம் மருமகன் சாம்பானடையில இருக்குற மத்த ஆட்டுக்காரகளயும் கேட்டுப் பாருடாலே."

"சேரிண்ண."

"நாளக்கி நா ஆடுகள பாத்துக்கிடுறன். நீ ஒரு ரவுண்டு பெயிட்டு யாராரு வாராகண்டு கேட்டுப் பாத்துட்டு வந்துடு, ஓட்டிருவம்."

விடிந்ததும் விடியாததுமாக கிளம்பிவிட்டான் வெள்ளைச்சாமி. சுற்றுவட்டாரங்களில் அங்கங்யேருந்த ஆட்டுக்காரர்களிடமெல்லாம் போய் இதுபற்றி பேசிவிட்டு வந்தான். ஏற்கெனவே இதுபோன்ற யோசனையுடனிருந்த ஏழெட்டு குடும்பங்கள் ராமு கீதாரி அழைத்துச் செல்கிறார் என்றவுடன் தாங்களும் கிளம்புவதாக சொன்னார்கள். வெள்ளைச்சாமிக்கு வேறொரு புதிய உலகத்திற்கு போவது போன்றதொரு உணர்வு ஏற்பட்டது. உற்சாகமாயிருந்தது அவனுக்கு.

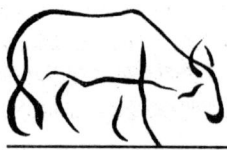

18

"சந்திரரே சூரியரே
சாதிப் பகவானே
இந்திரர நோக்கியல்லோ
எடுத்தனதே சிறுதெம்மாங்கே..."

ஊரைவிட்டு ஒதுங்கியிருந்த வயல்வெளியிலிருந்து ஒலித்தது பாட்டு. நீண்டதூரம்வரை கேட்கும்விதமாக குரலை உயர்த்திப் பாடினான் சாத்தப்பன். அதே வயல்காட்டில் சற்று தொலைவில் இன்னொரு இடத்தில் வட்டங்கட்டி நின்ற ராமுவின் காதிலும் விழுந்தது அந்தப் பாட்டு. ராமு கீதாரிக்கு திடீரென்று உற்சாகம் ஏற்பட்டது.

"பாட்டுக்கும் பாட்டெடுப்பேன் - ஓம்
பாட்டனயும் தோக்கடிப்பேன்
எதிர்பாட்டு படிக்கலேன்னா
ஏணிவச்சி பல்லொடொப்பேன்..."

ராமுவின் குரலும் ஓங்கி ஒலித்தது. சாத்தப்பன் சிரித்தான். தன்னுடன் வட்டங்கட்டி நின்றவனிடம் "அவுக கெடயில ராமு கீதாரி வட்டங்கட்டி நிக்கிறாகடா" என்றான்.

"ஆமாண்டேய். தூங்கி கீங்கி தொலச்சிப்புட்டமுன்னா அவ்வளவு தேங், உரிச்சிடுவாக தோல" என்றான் மற்றவன்.

பத்து பதினைந்து வருடங்களுக்கும் மேலாக ஒரே பகுதியில் ஆடுகளை மாற்றி மாற்றி கிடை கட்டிக்கொண்டிருந்த இவர்கள் அப்பகுதியில் கிடைத்த பனை கருக்கு மட்டையால் ஆட்டைக்கும் பட்டியை செய்துவைத்திருந்தார்கள். தங்களுக்கான கூண்டுகளையும் நீளவாக்கில் வசதியாய் வைத்திருந்தார்கள்.

பக்கத்து பக்கத்து ஊரென்றால் தலைச்சுமையாய் இவற்றைத் தூக்கிக்கொண்டு போக முடியும். சிதம்பரம் பண்ருட்டி பகுதிகளுக்

கென்று இப்போது இவர்கள் கிளம்பியிருப்பதனால் அவற்றை தூக்கிக் கொண்டு எவ்வளவுதூரம் செல்ல முடியும்?

ராமுகீதாரி எல்லோரிடமும் கறாராய் சொல்லிவிட்டார்.

"இந்தப் பட்டி, கூண்டயெல்லாம் நெடுக்க தூக்கிக்கிட்டுப் போவ லாயக்குப்படாது. இதயெல்லாம் இஞ்சயேப் போட்டுருங்க முக்கியப் பட்ட சாமாஞ்சட்டுவொள மட்டும் பொறிக்கிப் போட்டுக்கிட்டு நடயக் கட்டணும். இம்புட்டு தூரம் போறம். லெக்கா போறதுதேன் நல்லது" என்றார்.

ஒருசில ஆட்டுக்காரர்கள் அம்மிகூட வாங்கிப் போட்டிருந் தார்கள். இதுபோல் ஊருக்கு ஊர் மாறிக்கொண்டிருக்கும் ஆட்டுக் காரர்கள் பெரும்பாலும் கல் பொருட்களையும் கனமான பொருட் களையும் வாங்கி வைத்துக்கொள்ள மாட்டார்கள். ஒரே பகுதியில் இருந்து கொண்டிருந்ததாலும் ருசி, பசியாய் அரைத்து திங்கவென்றும் இவர்களிலும் சிலர் அம்மியை வாங்கிப் போட்டிருந்தனர். அவற்றை எப்படி தூக்கிக் கொண்டு போவதென்று நினைத்து திண்டாடிக் கொண்டிருந்தனர்.

"ஆட்டுக்கெடயோட அம்மிய தூக்கிக்கிட்டுப் போற எடயன் என்னைக்கும் ஈடேற மாட்டான்லே. ருசி பாத்து திங்க நெனக்கிறவனும் கூர பாத்து குந்த நெனக்கிறவனும் எடயனா இருக்க மாட்டான்லே. அம்மிய வச்சிக்கிட்டு ஆளணுமுண்டா இஞ்சயே இருந்துற வேண்டியாங். யாங்கொட வரணுமுண்டு நெனச்சியன்னா போனாலும் பேவுதுண்டு கெட்டத்துக்கு பாதியா வித்துப்புட்டு வாங்க" என்றார் ராமு கீதாரி. பழக்கிய அம்மியை விற்க மனமில்லாமல் சில பெண்கள் தயங்கியபோதும் விற்றுவிட்டு வருவதைத் தவிர வேறு வழியில்லாமல் போனது அவர்களுக்கு.

ராமுவோடு கிளம்பிய ஏழெட்டு குடும்பங்களுக்கும் நாற்பது ஐம்பது ஆடுகள் மட்டுமே இருந்தன. இதில் வெள்ளைச்சாமிக்கு மட்டுமே அதிக ஆடுகள். இவ்வளவு ஆடுகளை ஓட்டிக்கொண்டு போவது நல்லதில்லையென்று தோன்றியது ராமுவுக்கு. அவர் வெள்ளைச்சாமியிடம் கிளம்புவதற்கு இரண்டு நாட்களிருக்கவே சொன்னார்.

"ஏலே வெள்ளைச்சாமி நாடுவுட்டு நாடு போறம். வழியில களவு, திருட்டு இருக்கும். ஆடுகளுக்கு நோய் நொடியும் அண்டும். இம்புட்டு ஆடுகள வச்சிக்கிட்டு கொண்ட சேக்குறது செருமயாருக்குமேடா" என்றார்.

"அதாண்ண நானும் யோசிக்கிறேன்."

“எலே சொல்லுறனேன்னு நெனக்காதடா. நல்ல புருவ குட்டிகள வச்சிக்கிட்டு நாலாம் புருவ அஞ்சாம் புருவ ஆடுகளயெல்லாம் வித்துப்புட்டா என்னடா.”

“....”

“கெடய கொறச்சாத்தாண்டா ஓட்ட சவுரியப்படும்.”

“ஆடுக கொறஞ்சிருமேன்னு நெனக்காதடா. நாஞ்சொல்லுறண்டு பாரு, ஒருவருசத்துக்குள்ள ஒங்கெட பெருவிருமுடா.”

“சேரிண்ண.”

இரண்டு நாட்களுக்குள் ஆடுகளை போதுமான அளவு வைத்துக்கொண்டு மற்றவற்றை விற்றான். அறுவடை நேரமென்பதால் சம்பாதித்துக் கொள்ளலாமென்ற தெம்பில் உள்ளூர்காரர்களே சிலர் கடனை உடனை வாங்கி வெள்ளைச்சாமியின் ஆடுகளை ஐந்து பத்தென்று வாங்கிக்கொண்டார்கள்.

ஆடு விற்ற பணம் வெள்ளைச்சாமியின் மடியில் கனமாக இருந்தது. ஏற்கனவே அவனிடம் சேமிப்பாக இருந்த பணம் வேறு நிறைய இருந்ததால் அதோடு இதையும் சேர்ந்து ராமுவிடம் கொண்டு வந்து கொடுத்தான் வெள்ளைச்சாமி.

“இம்புட்டு பணமாடா வெள்ளச்சாமி” என்று ஆச்சரியப்பட்டார் ராமு. ராமுவேகூட இவ்வளவு பணத்தை ஒரே நேரத்தில் ஆண்டு அனுபவித்ததில்லை. வெள்ளைச்சாமியை நினைத்து ராமுவுக்கு பெருமையாக இருந்தது.

“எலே இம்புட்டு பணத்தையும் என்னலே செய்யப் போற?”

“சின்னாயாளுக்கு கொஞ்சம் நக எடுத்துப்போடணுமுண்ண. மிச்ச பணத்த என்ன செய்யிறண்டு தெரியல” என்றான்.

“எலே எனக்குத் தெரியுமுடா. என்ன செய்யிறண்டு எனக்குத் தெரியுமுடா.”

“....”

“ஊரவுட்டு கெளம்பக்குள்ள அஞ்சாடும் பத்தாடுமா கெளம்புனவனுகள்ல்லாம் இப்ப சம்பாரிச்சி பரமக்குடியில வூட்டுமன வாங்கிப் போடுறானகடா. செலபேரு வூடுகட்டி வாடவைக்கி வுட்டுருக்கானவடா. இந்த பணத்த வச்சிக்கிட்டு மொதல்ல ஓம்பேருக்கு மனய வாங்கிப்போடுறண்டா. வெலக்கித் தக்கனபடி ஒண்ணுக்கு ரெண்டா எடத்த வாங்கிப் போட்டுட்டா காசிக்கி அழிவிருக்கா. வூடு கட்டக்குள்ள ஒண்ண வித்துட்டுக்கொட ஒண்ணுல கட்டிக்கிறலாம்.”

வெள்ளைச்சாமிக்கு சந்தோஷம் தாங்க முடியவில்லை. இதுவரை அவனுக்கு இதுபோல் ஒரு யோசனை தோன்றவேயில்லை. மற்ற ஆட்டுக்காரர்கள் இடம் வாங்குவதையும் வீடு கட்டுவதையும் அவனும் கேள்விப்பட்டிருந்தாலும்கூட அவனுக்கு இதுபோன்றதொரு எண்ணம் ஏற்படாமலேயிருந்தது. ராமு கீதாரி சொன்னவுடன் வெள்ளைச்சாமிக்கு ராமுமேல் மரியாதையும் பற்றும் கூடியது.

“அண்ண நீங்க மட்டும் இல்லையின்னா நா எப்புடியிருந்திருப்பன்” நெகிழ்ந்து போய்விட்டான் வெள்ளைச்சாமி. அவனுடைய கண்களில் நீர் பளபளத்தது.

“எலே இதுக்கு யாண்டாலே கலங்குற? நான் என்ன இப்ப பெரிசா செஞ்சிப்புட்டன்?”

“....”

“நாங் கேட்டத்துக் இன்னமும் நீ பதிலச் சொல்லலடா.”

“சேரிண்ண. ஒங்க எண்ணப்படியே செய்யிங்கண்ண.”

ராமு கீதாரிக்கு வெள்ளைச்சாமியின் பணத்தை பாதுகாப்பது பெறும் கஷ்டமாக இருந்தது. வழிநெடுக பணத்தை எடுத்துக்கொண்டு போவது அவ்வளவு நல்லதில்லை என்று நினைத்தார். எனவே தன்னுடைய மருமகனையும் வெள்ளைச்சாமியையும் பணத்தைக் கொடுத்து பரமக்குடிக்கு அனுப்பி வைத்தார். வாரம் பத்து நாட்க ளானாலும்கூட அவசரப்படாமல் தங்கியிருந்து நல்ல இடமாக வாங்கி கிரயம் செய்துகொண்டு வரும்படி சொல்லியனுப்பினார்.

வெள்ளைச்சாமி இதுவரை பரமக்குடி, மதுரை பக்கமெல்லாம் போனதேயில்லை. அவனுக்குத் தெரிந்து அத்திவெட்டி பட்டுக்கோட் டையைத் தாண்டியதில்லை. முதன்முதலாக தன் சொந்த ஊர் பக்கம் போகிறான். அத்திவெட்டி சேர்வையின் வீட்டிலேயே மாடு மேய்த்துக் கொண்டு கிடந்திருந்தால், இப்படிப்பட்ட ஒரு வாழ்க்கை நமக்கு கிடைத்திருக்குமாவென்று நினைத்துப் பார்த்தான். ராமு கீதாரி அவன் கண்முன் தெய்வமாய் நிற்பதுபோல் தோன்றியது.

அங்கங்கேயிருந்த ஆட்டுக்காரர்களெல்லாம் ஓரிடத்தில் சேர்ந்து கிளம்பினார்கள்.

“இந்த ஊருல இன்னக்கி ராத்திரிக்கி கெட அடயப் போடணும். அதுக்கு தக்கனபடி மேச்சி ஓட்டியாங்க” என்று ஆடு மேய்க்கும் ஆண்களிடம் சொல்லிவிட்டு கீதாரி கிளம்பிவிடுவார். அவரோடு பெண்களும் பிள்ளைகளும் போவார்கள். பெரிய பெரிய ஓலைப் பெட்டிகளில் சோத்துப்பானை மற்றும் பாத்திரப்பண்டங்களை பொறுக்கிப்போட்டு தலையில் தூக்கிக் கொள்வார்கள் பெண்கள். நடக்கும் பிள்ளைகளை நடக்கவிட்டும் தூக்கவேண்டிய பிள்ளைகளை

தூக்கிக் கொண்டும் நடப்பார்கள். இரண்டு மூன்று ஊர்கள் தாண்டியதும் ராமுவின் மனதிற்கு பிடித்த ஊராய்ப் பார்த்து கிடை கட்டுவதற்கு வசதியுள்ள இடமாகப் பார்த்து ராமு கீதாரி போய் உட்காருவார். அந்த இடத்தில் பெண்களெல்லாம் தங்களுடைய தலைச்சுமையை இறக்கி வைப்பார்கள். இடத்தை சுத்தம் செய்து சோறாக்கவும் தூங்கவும் ஏதுவாக்குவார்கள். பின்பு தண்ணீர் கிடைக்குமிடங்களை தேடிப்போய் தண்ணீர் தூக்கிக்கொண்டு வருவார்கள். விறகு தேடி அடுப்பு கூட்டி சோறாக்குவார்கள்.

ராமு கீதாரி பெண்களுக்கு இடம் பார்த்து கொடுத்தவுடன் ஊருக்குள் போய்விடுவார். அறுவடையான வயல்களுக்குச் சொந்தக்காரர்கள் யாரென்று தேடிக் கண்டுபிடித்து கிடை கட்டுவதற்கு பேசி அச்சாரமும் வாங்கிக்கொண்டு வந்து விடுவார். ஊரின் எல்லையில் ஆடுகளை எதிர்பார்த்தபடி நின்றுகொண்டிருப்பார். பொதுழுபோகும் தருவாயில் ஆடுகள் வழிநெடுக மேய்ந்தபடி வந்துசேரும். பெண்களும் அப்போதுதான் சோறாக்கி முடிப்பார்கள்.

இருநூறு ஆடுகளை ஒரே கிடையாய்க் கட்டுவார்கள். ஏழெட்டு பேர்களின் ஆடுகளென்பதால் இரண்டு கிடையாய் பிரித்திருந்தார் ராமு கீதாரி. கிடைப் பணத்தை ஆடுகளின் எண்ணிக்கைக்கு தகுந்தபடி பிரித்துக் கொடுப்பார். சில நேரங்களில் ஒரே இடத்தில் கிடை கிடைக்கும். சிலநேரம் இரண்டு கிடைகளையும் வெவ்வேறு இடங்களில் கட்ட வேண்டியிருக்கும். எப்படி எங்கே கட்டினாலும் கிடைக்கு இரண்டுபேர் இரவில் வட்டங்கட்டி காவல் காக்க வேண்டும்.

இரவில் ஆடுகளை அடையப்போட்டுவிட்டு அக்கடா என்று படுத்துத் தூங்க முடியாது. முழுதாக அறுவடையாகாத வயல்கள் நிறைய இருந்தன. பகலில் பச்சையைப் பார்த்துவிட்ட ஆடுகள் இரவில் ஓரிடத்தில் ஒழுங்காகப் படுக்காது. எப்போது கண்ணயர்வார்கள் என்று காத்திருந்து அரவம் படாமல் போய் பச்சையில் வாய் வைத்துவிடும். ஓராடு இரண்டாடு என்றால் பரவாயில்லை. கிடையாடே கொல்லையில் இறங்கி விட்டதென்றால் விடிந்து பார்க்கும்போது கொல்லையில் பயிர் பச்சை தெரியுமா? நக்கியெடுத்த மண் சட்டி போலல்லவா இருக்கும் வயல். பின் கொல்லைக்காரர்கள் சும்மா விடுவார்களா? முழு நஷ்ட ஈட்டயும் கொடுத்தால்தானே ஆடுகளை ஓட்ட முடியும்? இதுபோன்ற பிரச்சனைகள் போகுமிடத்தில் ஏதும் ஏற்பட்டுவிடக் கூடாதென்பதில் கவனமாயிருந்தார் ராமு கீதாரி.

இரண்டு கிடைகளையும் இரண்டிரண்டு பேராக வட்டங்கட்டி காவல் காக்க வேண்டுமென்று சொல்லியிருந்தார். இப்படி வட்டங் கட்டுவதால் ஆடுகள் திருட்டு போவதையும்கூட தடுக்க முடிந்தது.

“எலேய் நா வட்டங்கட்டி நிக்கச் சொல்றது ஊரான் வூட்டு பயிற மேஞ்சிரும்ங்குறத்துக்காவ மட்டுமில்லடேய். நம்ம ஆடுக களவுபோவாம இருக்கவுந் தாண்டாலே. திருத்துறப்பூண்டி சில்லாமேரி எல்லா எடமும் இருக்காதுடேய். ஆடுக வளிதப்பிப் போனாக்கொட ஓட்டியாந்து நம்ம கெடயோட சேத்து வுட்டுட்டுப் போறவுக அவுக. அவுகமேரியே எல்லா வூர்க்காரைங்களும் இருப்பாங்களா? மேஞ்சிக்கிட்டு இருக்கக்குள்ளயே திருடிக்கிட்டு போறவையங்களும் இருக்காங்க. எல்லாத்துக்கும் எடங்குடுத்துட்டு பெறவு வம்பு வளக்குன்னு யாருகிட்டயும் போயி நிக்கக்கொடா. தெரியிதுல்ல.”

கீதாரியின் யோசனைகள் எல்லாருக்கும் தெரிந்ததுதான். எப்போதும் ஆடுகள் விஷயத்தில் இடையர்கள் கவனமாகவே இருப்பார்கள் என்றபோதும் கீதாரி என்ற முறைக்காக இவற்றை யெல்லாம் ஒவ்வொரு நாளும் சொல்லிக்கொண்டே இருந்தார் கீதாரி.

“வட்டங்கட்டி நிக்கிறவங்க யாராருந்தாலும் தூங்கக்கொடாது. சோராதிய கண்டன்னா சும்மா வுடமாட்டன். குனிய வச்சி அடிப்பன். அம்பது நூறுன்னு உக்கிபோட வுட்டுருவன். ஆமா சொல்லிப்புட்டன்.”

“....”

“காலு அசந்து வருதுன்னு யாரும் ஒக்காரவும் கொடாது.”

“எம்புட்டு நேரமுண்ண நட்டமா நிக்கிற?” அந்தக் கூட்டத்தில் ராமுவை எதிர்த்து பேசும் ஒரே ஆள் சாத்தப்பன்தான். யாண்டாலே நட்டமா நிக்கிற? கெடயச் சுத்திசுத்தி வாயண்டா. நடந்துக்கிட்டே இருந்தா காலு வக்கு மாடா? தூக்கம் வருமாடா?”

“....”

“அப்புடியே தூக்கம் வந்தாகொட ஒங்களுக்கு தெரியாதாடா தெம்மாங்கு. ஒரு பாட்ட எடுத்துவுட்டா கூட நிக்கிறவனுக்கும் சுறு சுறுப்பு வருமுல்ல. அலுப்பு தட்டுமா?” என்று ராமு சொன்னது நினைவுக்கு வந்தது சாத்தப்பனுக்கு. அதனால்தான் அந்த தெம்மாங்கை எடுத்துவிட்டான். ஆனால் அதற்கு உடனே ராமுகீதாரி எதிர்பாட்டு பாடி எச்சரிக்கை செய்வாரென்று அவன் கொஞ்சமும் எதிர்பார்க்க வில்லை.

கீதாரியின் பாட்டு கணீரென்று ஒலித்தது. கீதாரிக்கு வயதானா லும்கூட பாட்டு பிசிறு தட்டாமல் வந்ததை பார்த்த சாத்தப்பனுக்கே வியப்பாக இருந்தது. கீதாரி தொடர்ந்து பாடுவதை நிறுத்துவதாயில்லை. உற்சாகம் வந்தவராக பாடிக்கொண்டிருந்தார். பனிக்குளிருக்கு இதமாக கம்பளிப் போர்வையொன்றை போர்த்தியிருந்தார். இந்த போர்வை யும்கூட வெள்ளைச்சாமி வாங்கிக் கொடுத்ததுதான். ஆடுகளை விற்க சந்தைக்குப் போனவன் அங்கு ஏலம் விட்டவனிடம் தனக்கொன்றும்

கீதாரிக்கு ஒன்றுமாக இரண்டு போர்வைகளை ஏலத்தில் எடுத்துக் கொண்டு வந்தான். போர்வை இன்னும்கூட புது வாசனை மாறாமல் புது மடிப்பு கலையாமலிருந்தது.

வெள்ளைச்சாமி வாங்கிக் கொடுக்கும் எதையும் பயன்படுத்திக் கொள்வதில் ஓர் அலாதி சந்தோஷம் ஏற்படும் கீதாரிக்கு. இந்தப் போர்வையை பனிக்கு முக்காடுபோல் போட்டு போர்த்திக் கொண்டதும் தான் கம்பீரமாயிருப்பது போலிருந்தது கீதாரிக்கு. தூண்டிவிட்ட லாந்தரை ஒரு கையில் பிடித்தபடி ஒரு கையால் தடிக்கம்பை தரையில் தட்டிக்கொண்டு கிடையை சுற்றிச்சுற்றி வந்தார். அவருடைய தெம்மாங்கு நீண்டதூரம்வரை கேட்டுக்கொண்டிருந்தது.

19

“அக்கா அரச்சிட்டியளா?” கேட்டுக்கொண்டே வந்தாள் கரிச்சா. அம்மியின் ஓரம் வழித்து குழவியில் தட்டி அப்பிக்கொண்டே முத்தம்மாள் திரும்பிப் பார்த்தாள்.

“யாஞ்சின்னாயா? நீ ஆட்டுல போவல?”

“நாங்க மேச்சி வளச்சாரம். நீ போன்னுட்டாக சாத்தப்பண்ண. அதான் வந்துட்டன்.”

“அடுப்புக்கு வெறவு பாத்து பொறுக்கியாறலாம். இஞ்ச யாம் இப்ப வந்த?”

“ஆட்டுலேருந்து வரக்குள்ளயே ஒரு கட்டு முள்ளு பொறுக்கிக் கிட்டுத்தான் வந்தன்” என்று கையில் முள் குத்திய இடங்களை நீவி விட்டபடியேச் சொன்னாள் கரிச்சா.

“வூட்டுலயே ஓஞ்சி ஒக்காரக்கொடாதா செத்த. இந்த வேலக்கும் பங்கு போட்டுக்கிட்டு வரணுமாக்கும்.”

“எளும்புங்கக்கா நா அரக்கிறன்.”

“இரு இந்த அம்மிய மட்டும் வளிச்சர்றன்.”

“இன்னமும் எத்துன அம்மி இருக்கும்?”

“இதோ அஞ்சம்மி அரச்சிருக்குறன். மீதியிருக்குறத்த நெறந்து மூணேம்மியா அரச்சிர வேண்டியாங்.”

முத்தம்மாள் அரைத்துக்கொண்டிருந்த வீட்டிற்கும் மூன்றாவது வீட்டிலிருந்து குரல் கேட்டது.

“என்ன முத்தம்மா அரச்சி வளிச்சாச்சா, போவலாமா?”

“இன்னம் முடியலக்கா. செத்த இருங்க. இன்னம் ஒரேயொரு அம்மிதேங் இருக்கு. இப் அரச்சர்றங்” என்றவள் “சின்னாயா இதுல பாதிய அள்ளிக்கிட்டுப் போ. அந்தக்கா அரச்சி முடிச்சிட்டா வொளா முல்ல. அந்த அம்மில வச்சி நவத்தியா” என்றாள். குட்டானி லிருந்த

'மொளவா சலவு' சாமானில் கொஞ்சம் அள்ளிக்கொண்டு மூன்றாவது வீட்டிற்கு ஓடினாள் கரிச்சா.

ஆட்டுக்கார பெண்கள் ஐந்தாறுபேர் குழம்பு வைக்கும் மிளகாய் சாந்து அரைப்பதற்காக ஊரில் உள்ள வீடுகளுக்கு வந்திருந்தார்கள். வீட்டுக்கார பெண்களிடம். 'ஓங்க அம்மியில கொஞ்சம் மொளவா அரச்சிக்கிர்றம் செத்த வுடுறியளா' என்று கேட்டுக்கொண்டு ஆளுக் கொருவரின் வீட்டிற்காய் போனார்கள். ஒவ்வொருவரும் ஒவ்வொரு அம்மியில் உட்கார்ந்து ஏழெட்டு நாட்கள் குழம்பு வைப்பதற்குத் தேவை யான மிளகாய் சாந்தை அரைத்தார்கள். ஒவ்வொருவரும் சிறிய குட்டான் நிறைய கொத்தமல்லி, மிளகாய் மற்ற சாமான்களை வறுத்து எடுத்துக்கொண்டு வந்திருந்தார்கள்.

தண்ணீர்விட்டு அரைக்கும் இந்த சாந்து ஏழெட்டு நாட்கள்வரை கெட்டுப்போகாமல் இருக்கவென்று உப்புபோட்டு நல்லெண்ணெய் ஊற்றி பிசைந்து கண்ணச் சட்டியில் அழுத்தி வைத்து துணியால் வேடு கட்டி வைத்து விடுவார்கள். தேவையானபோது அதிலிருந்து கொஞ்சம் எடுத்துப்போட்டு கரைத்து குழம்பு வைத்துக்கொள்வார்கள்.

பெரும்பாலும் இவர்கள் உப்புக் கண்டம் போட்டு குழம்பு வைப்ப தால் குழம்பு உரைக்க உரைக்க இருக்கும்படி வைப்பார்கள் எனவே மற்ற சாமான்களைவிடவும் மிளகாய் ஒரு பங்கு அதிகமாய் இருப்பது போல் அரைப்பார்கள்.

எல்லோரும் அரைத்து முடித்து வளசைக்குத் திரும்பினார்கள். அவர்களுடைய கண்ணச் சட்டியில் கலர் கலராய் உருண்டைகள் கிடந்தன. வெறும் மிளகாய் மட்டும் அரைத்தது கருஞ்சிவப்பாகவும் மிளகாயுடன் மல்லியும் வைத்தரைத்தது இளஞ்சிவப்பாகவும் சோம்பு சீரக உருண்டைகள் பச்சை கலந்த மஞ்சளாகவும் இருந்தன. மிளகாய் அரைத்த அம்மியைக் கழுவி அந்த தண்ணீரையும் தனியாக ஒரு கிண்ணத்தில் வழித்து எடுத்துக்கொண்டு வந்தார்கள்.

"நாம் போயி புடிச்ச அம்மில சுத்தமா பொளுவேயில்ல. வளுக்கு வளுக்குன்னு கொளவி ஓடிக்கிட்டேருக்கேத் தவுர சுத்தமா மைய்ய மாட்டன்னுட்டு. அரச்சி வளிக்கிறத்துக்குள்ள யாம் பிராணனே பெயிட்டு. அந்த வூட்டு மவராசி தெனமும் அதுல எப்புடித்தேங் அரச்சி வளிக்கிதோத் தெரியல" என்றாள் ஒருத்தி.

கரிச்சா வந்ததால் முத்தம்மாளுக்கு கொஞ்சம் பளு குறைந்தது போலத்தான் இருந்தது. வெள்ளைச்சாமியும் முத்தம்மாளின் கணவனும் பரமக்குடிக்குப் போய்விட்டதால் தனித்தனியாக ஆக்காமல் கரிச்சாவும் முத்தம்மாளும் ஒன்றாகவே சோறாக்கிக் கொண்டார்கள். பெரும்பாலும் கரிச்சா ஆட்டில் போய்விடுவாள். சோறாக்கும் வேலைகளை முத்தம் மாள் செய்து வந்தாள். இருளாயியை அதிகமாய் இருவருமே வேலை

செய்ய விடுவதில்லை. சோத்துப் பானையை நாய் உருட்டாமல் பார்த்துக் கொள்வதைத் தவிர இருளாயிக்கு வேறொன்றும் வேலை இருக்கவில்லை. கீதாரியால் அதிக நேரம் ஆட்டில் நிற்க முடிவதில்லை. கிடை கேட்கவும் கிடைக் கூலி வாங்குவதற்காக பலமுறை நடக்கவுமே அவருக்கு நேரம் சரியாக இருந்தது.

கீதாரியின் மனதிற்கு ஊரும் இடமும் பிடித்துப்போய் கிடையும் கிடைத்தால் அந்த ஊர்களில் இரண்டு மூன்று நாட்கள் தங்கியிருப் பார்கள். அதுபோல் தங்கியிருக்கும் சமயம் பார்த்துத்தான் பெண்கள் மிளகாய் அரைத்து வைத்துக் கொள்வார்கள்.

பகலில் ஆடுகளை மற்றவர்கள் பார்த்துக்கொண்டாலும் இரவில் கீதாரியின் மருமகனும் வெள்ளைச்சாமியும் இல்லாததால் கீதாரியே தினமும் வட்டங்கட்டி நிற்கவேண்டியிருந்தது. மற்ற ஆட்டுக்காரர்கள் எவ்வளவுதான் வற்புறுத்திச் சொன்னாலும் கீதாரி போய் தூங்க மாட்டார். ஆடுகள் திருடு போய்விட்டால் என்ன செய்வதென்ற பயத்தில் அவருக்கு தூக்கமே வராது.

''ஆட்டுக்கார எடயனுக்கு தூக்கம் வரக்கொடா, அவுசாரி போறவளுக்கும் தும்ம வரக்கொடா என்ன யாண்டாலே போயி தூங்கச் சொல்லிறிய. இப்புடித் தூங்கித்தேங் ஒரே ராத்திரில பதினேளு ஆடுகள களவாட வுட்டுட்டு ஒக்காந்திருந்தம் நாங்க. தெரியுமுல்ல" என்று தன் சிறுவயதில் நடந்ததைச் சொல்வார்.

அப்போது ராமுவுக்கு பத்து வயது தானிருக்கும். ராமுவின் அப்பா சித்தப்பா இன்னும் சில ஆட்டுக்காரர்கள் எல்லோரும் சேர்ந்து ராமனாதபுரத்திலிருந்து கிளம்பி வேறு பகுதிகளுக்குப் போவதற்காக ஆடுகளை ஓட்டிக்கொண்டு புறப்பட்டார்கள்.

ஆடுகள் சருகடி என்ற ஊரில் மேய்ந்து கொண்டிருந்தபோது அங்கிருந்த புதருக்குள் ஏகப்பட்ட முயல்கள் இருந்தன.

ஆடுகளையும் ஆட்டுக்காரர்களையும் பார்த்துவிட்டு திசைக் கொன்றாய் ஓடின.

"எலேய் மொசு செதறி ஓடுதுடோய்.. மொசச் சவுனம் பொல்லாச் சவுனமுடோய். ஆடுவள பத்தரமா பாத்துகிருங்கடோய்" என்று எச்சரித் தார் வயதான ஒருவர். ஆனால் மற்றவர்கள் அதைப் பெரிதாய் பொருட் படுத்தவில்லை. அவர்களுக்கு முயலைப் பார்த்தவுடன் முயல் கறி திங்கும் ஆசைதான் வந்தது. எல்லோருமாய் சேர்ந்து விரட்டி இரண்டு முயல் களை பிடித்தார்கள். இரண்டையும் அறுத்து குழம்பு வைத்து விட்டார் கள். எல்லோருக்கும் அன்று இரவு முயல் கறி சாப்பாடுதான்.

"மொசச் சவுனம் பொல்லாச் சவுணமுண்டிய. ஆனா நம்ம எல்லாருக்கும் மொசக்கறி விருந்தே கெடச்சிப் போச்சி'' என்று

கும்மாளம் கொட்டிக்கொண்டு சாப்பிட்டார்கள். அந்த ஊரில் இரண்டு மூன்று வீடுகளிலிருந்த இடத்தில்தான் போய் சோறாக்கிக்கொண்டு தங்கினார்கள். ஒரு வீட்டில் நிறைய கார முட்களை வெட்டிப்போட்டு வைத்திருந்தார்கள். ஆட்டுக்காரர்கள் அந்த கார முட்களை சுற்றிலும் மதில்போல் ஆளுயரத்திற்கு அடம்பாய்த் தள்ளிப்போட்டு உள்ளே ஆடுகளை விட்டு வழியையும் காரம்பத்தையால் அடைத்துவிட்டார்கள். ஆட்டுக்காரர்களே நினைத்தால்கூட ஆடுகளை இரவில் வெளியே கொண்டுவர முடியாது. அவ்வளவு பாதுகாப்பானதாகவும் உயரமான தாகவும் அடம்பாகவும் இருந்தது அடைப்பு. காராம்பத்தை அடைப் பிற்குள் ஆடுகள் கிடப்பது வெளியே நின்றுபார்த்தால் தெரியவே தெரியாது. குடியிருக்கும் வீடுகள் உள்ள இடமாகவும் இருப்பதால் ஆட்டுக்காரர்கள் ஆட்டைப் பற்றி கவலைப்படவில்லை. தினமும் வட்டங்கட்டி நிற்பதால் ஏற்பட்ட அலுப்பாலும் பகல் முழுவதும் நீண்ட தூரம் ஆடுமேய்த்துக் கொண்டு அலைந்துவந்த அசதியாலும் முயல் விரட்டிப் பிடித்ததால் ஏற்பட்ட களைப்பாலும் முயல் கறியை மூக்குமுட்ட சாப்பிட்டவுடன் தூக்கம் எல்லோருக்கும் சொக்கியது. ஆடுகளுக்கொன்றும் பயமில்லையென்று எல்லோரும் அயர்ந்து தூங்கி விட்டார்கள்.

அந்த ஊரில் ஆடு திருடும் சிலர் நீண்ட அகலமான பலகையை எடுத்துவந்து காரம்பத்தை மேல்போட்டு அழுத்தி வழிசெய்துகொண்டு உள்ளே நுழைந்து விட்டார்கள். ஒவ்வொரு ஆடாக தூக்கிக்கொண்டு வந்து வெளியே நிற்பவர்களிடம் கொடுத்து ஓடச் சொல்லுவார்கள். இப்படியே எட்டு கிடாய்களையும் ஒன்பது ஆடுகளையும் தூக்கிக் கொண்டு போய்விட்டார்கள். ஒரே இரவில் எட்டு கிடாய்களையும் ஒன்பது ஆடுகளையும் களவு கொடுத்த ஆட்டுக்காரர்களின் நிலை பரிதாபமாக இருந்தது. அப்போது அவர்களிடம் இருந்ததே மிகவும் சொற்பமான ஆடுகள்தான். களவுபோன ஆடுகளை தேடவும் முடியாமல் யாரிடமும் முறையிடவும் முடியாமல் அந்த ஊரை விட்டு ஆடுகளை ஓட்டிக்கொண்டு போனார்கள். மறுநாளே ஆட்டுக்காரர்கள் எல்லோரும் தங்களுடைய ஆடுகளுக்கு மணிகளை வாங்கிவந்து கழுத்தில் கட்டிவிட்டார்கள்.

20

புதுக்கல்யாணமான ஆதியப்பனுக்கு திடீரென்று ஏனோ வாந்தி வயித்துப்போக்கு ஏற்பட்டது. கார்த்திகை முன் தேதிகளில்தான் கல்யாணம் நடந்தது. முழுதாய் இன்னும் மூன்று மாதங்கள்கூட முடியவில்லை. எப்படிப்பட்ட நோவு என்றாலும் உடனே ஆஸ்பத்திரிக்கு ஓடுவது என்பது ஆட்டுக்காரர்களுக்கு வழக்கமில்லாத ஒன்று. எனவே ஆதியப்பனின் தகப்பன் கருப்பையா ஏதேதோ கை வைத்தியம் செய்து பார்த்தார். கிடை அப்போது எட்டுக்குடிக்கும் அப்பால் சில ஊர்களைத் தாண்டி போய்க்கொண்டிருந்தது. சேதுவுக்கு ஏற்பட்ட வாந்தி வயத்துப்போக்கு கை வைத்தியத்தில் கட்டுப்படாமல் போகவே பக்கத்து ஊரிலிருந்த ஒரு சுமாரான ஆஸ்பத்திரிக்கு அன்று சாயங்காலம் தூக்கிக்கொண்டு ஓடினார்கள். கையில் கருப்பையாவிடம் பணமேதும் இல்லாததால் அவசரத்திற்கு ஓர் ஆட்டை விற்றுவிட்டு வைத்தியம் பார்த்தார். இரவு முழுவதும் பாட்டில் ஏறிக்கொண்டிருந்தது ஆதியப்பனுக்கு. விடிவதற்கு முன்பாகவே உடலில் குளுக்கோஸ் ஏறுவது நின்றுபோனது.

'உயிரடங்கிப்போச்சி தூக்கிக்கிட்டுப் போங்க' என்று கூறி விட்டார்கள். பிழைக்க வந்த இடத்தில் இப்படி செத்துப்போய் விட்டானேயென்று முட்டி மோதிக்கொண்டு அழுதார்கள் எல்லோரும்.

'நாடோடியா அலயிரம். சொந்த மண்ணுல ஒக்காந்து ஒருவேள சோறு திங்கிறதில்ல. சாவக்குள்ளயாவுது ஒடம்ப ஊருகொண்ட சேத்துடணும்' என்பது ஆட்டுக்காரர்களின் விருப்பமாக இருந்தது. ஆடுமேய்த்துக் கொண்டிருக்கும்போது எந்த ஊரில் யார் செத்தாலும் உடலை சொந்த ஊருக்குக் கொண்டு வந்து போட்டுத்தான் அடக்கம் செய்து கொண்டிருந்தார்கள். கருப்பையாவின் மகன் ஆதியப்பன் இறந்ததும் அவனுடைய உடலையும் மேமங்களத்திற்கு கொண்டு செல்ல வேண்டுமென்று நினைத்தார் கருப்பையா. தன்னிடம் நின்ற ஆடுகளில் நான்கைந்து ஆடுகளைப் பிடித்து விற்றுவிட்டு வாடகைக்கார் பிடித்து உடலை ஏற்றிக்கொண்டு போனார்கள்.

பரமக்குடிக்கு மனை வாங்கப் போன கீதாரியின் மருமகனும் வெள்ளைச்சாமியும் அதுவரை திரும்பி வராமல் பரமக்குடியிலேயே இருந்தார்கள். அவர்களுக்கு ஆதியப்பன் இறந்த செய்தி தெரியவந்தது. வெள்ளைச்சாமிக்கு அது மிகவும் அதிர்ச்சியாக இருந்தது. இருவரும் மேமங்களத்திற்கு ஓடினார்கள்.

கீதாரியின் மருமகனும் வெள்ளைச்சாமியும் போய்ச் சேருவதற்கு முன்பாக மேமங்களத்தில் பெரிய பிரச்சனையே நடந்துகொண்டிருந்தது. மேமங்களத்தை கருப்பையாவுக்கு சொந்த ஊரென்று சொல்லிக் கொள்ள அங்கு அவருக்கு எதுவுமே இருக்கவில்லை. அவருடைய தாத்தா அப்பன் வாழ்ந்த இடமென்று கருப்பையா சுட்டிக்காட்டிய ஒரு குடிசை போடுமளவுக்கான இடமும் இப்போது காலியாய் இல்லை. ஊருக்கே லைன் மாற்றிக்கொடுக்கும் கரண்டு கம்பங்கள் நடப்பட்டி ருந்தது. மண்டை ஓடு படம் போட்ட தகரத்தில் கிட்டே வராதே அபாயமென்று எழுதி தொங்கவிட்டிருந்தார்கள்.

இருபது வருடங்களாக ஊருக்கு வராததால் ஏற்பட்ட இந்த இழப்பை நினைத்து மேலும் கலங்கினார் கருப்பையா. ஓடிவந்து உதவுவார்கள் என்று அவர் எதிர்பார்த்துப் போன உறவினர்கள் எவரும் மேமங்களத்தில் இருக்கவில்லை. அதுவுமல்லாமல் அங்கிருந்த தூரத்து உறவினர்களும் சுற்றத்தாரும் “காலராவுல செத்த பொணத்த இஞ்ச யாந் தூக்கியாந்திய?'' என்று கேட்டனர். யாரும் கிட்டே நெருங்கி வரவில்லை. உடலுக்குச் செய்யவேண்டிய சடங்குகள் எதையும் செய்ய முடியாமல் தவித்துக்கொண்டு நின்றார் கருப்பையா. கருப்பையாவுடன் வந்திருந்த இன்னொருவனும் பெண்டாட்டியும் செய்வதறியாது திகைத்துப்போய் நின்றார்கள்.

அந்த நேரம் பார்த்து அங்கு வந்து சேர்ந்த வெள்ளைச்சாமி யையும் ராமுவின் மருமகனையும் பார்த்துவிட்டு ஓவென்று அழுதார் கருப்பையா. பின்பு கொஞ்சநேரம்கூட தாமதிக்காமல் நால்வருமாக சேர்ந்து பிணத்தைத் தூக்கிக்கொண்டுபோய் அடக்கம் செய்துவிட்டு வந்தார்கள். குடிகாட்டில் இருந்த மற்றொரு உறவினரின் வீட்டில் கருப்பையாவையும் ஆதியப்பனின் பெண்டாட்டியையும் விட்டுவிட்டு திரும்பி வந்த அதே காரில் மற்ற மூவரும் வந்து விட்டார்கள்.

அடுத்த மூன்றாம் நாளே தன் மருமகளை அழைத்துக்கொண்டு ஆட்டுக் கிடைக்கு வந்து சேர்ந்தார் கருப்பையா. மருமகளை அவளு டைய தாய்வீட்டில் விட்டுவிட்டு வருவார் என்று நினைத்துக் கொண்டி ருந்தார்கள் எல்லோரும். ஆனால் கருப்பையா தன்னோடு மறுபடியும் அழைத்துக்கொண்டு வந்ததைப் பார்த்து ஏனென்று விசாரித்தனர்.

“கல்யாணம் கட்டிக்கிட்டு மூணு மாசங்கொட வாளல. பச்சக்கிளி யாட்டம் இருக்குது. இந்தப் பொண்ண வுட்டுட்டு வர மனசில்ல, அதேங்

வா ஒன்னய யாங் ரெண்டாவுது மயனுக்கு கட்டி வக்கிறண்டு சொல்லி கூட்டியாந்தேன்" என்றார் கருபபையா.

கருப்பையாவுக்கு மூன்று மகன்கள். ஆதியப்பன்தான் மூத்தவன். அடுத்ததாய் பத்தொன்பது வயதில் ஒருவனும் பனிரெண்டு வயதில் ஒருவனும் இருந்தார்கள். அண்ணன் செத்துவிட்டால் அண்ணன் பெண்டாட்டியை தம்பி கட்டிக்கொள்வதுதான் ஆட்டுக்கார இடையர் களின் வழக்கம். ஆனால் கருப்பையாவின் இரண்டாவது மகனான முத்துசாமி இதற்கு ஒத்துக்கொள்ளவில்லை.

"இவள கட்டிக்கிட்டா அண்ணன்மேரியே நானும் செத்துப் பெயிருவன். எனக்கு வேண்டாம். நாங் கட்டிக்கிற மாட்டன்" என்று மறுத்துவிட்டான். கருப்பையாவின் மருமகளோ "நா ஒங்க குடும்பத்த வுட்டு" எங்கயும் போவமாட்டன். என்னய ஒங்கப்புள்ளக்கே கட்டி வச்சிருங்க" என்று கெஞ்சினாள்.

"யாம் மவன் ஒத்துக்கிற மாட்டங்குறான் நீ ஒன்னய பெத்தவுக கூடயேப் பெயிரு. வேற எங்குட்டாச்சிம் கட்டிக் குடுப்பாக" என்று சொன்னார் கருப்பையா.

"நாம் போக மாட்டன். இந்த மயன் ஒத்துக்கிறாட்டியும் பர வால்ல. ஒங்க சின்ன மயனுக்காவுது என்னய கட்டிவச்சிருங்க" என்றாள்.

"ஒனக்கு பதினெட்டாவது. யாஞ் சின்ன மயனுக்கு இப்பத்தேங் பன்னண்டு வயசி நடக்குது. பாலவனுக்கு கட்டிவக்கச் சொல்லுறியே" என்று வருத்தப்பட்டார் கருப்பையா.

"இப்பத்தேங் பாலகன். அஞ்சாறு வருசமாயிட்டான். கொமர னாயிடுவாக. அப்பக்கட்டிவச்சாப் போறும். அது வரக்கிம் நா இஞ்சயே இருந்துக்கிர்றன்" என்று கொஞ்சமும் கள்ளம் கபடமில்லாமல் அந்தப் பெண் கூறியதைக்கேட்டு எல்லோருமே சங்கடப்பட்டார்கள். அந்தப் பெண்ணின் மீது எல்லோருக்கும் இரக்கமேற்பட்டது. இவன் கட்டிக் கொண்டால் என்ன என்றவிதமாக பேச ஆரம்பித்தார்கள். ஆனாலும் முத்துச்சாமி "தீர்வ குடுத்த அவள அத்தூட்டுறு. இனிமே இஞ்ச அவ இருக்கக்கொடாது." என்று பிடிவாதமாக சொல்லிக் கொண்டிருந்தான்.

கருப்பையாவும் முத்துசாமியை எப்படியாவது சம்மதிக்க வைத்து விட வேண்டுமென்று எவ்வளவோ பிரயாசைப் பட்டுக்கொண்டி ருந்தார். ஆனால் முத்துசாமியோ தன்னுடைய பிடிவாதத்திலிருந்து கொஞ்சமும் இறங்கிவராமலிருந்தான். இதுபற்றி கீதாரியிடம் வருத்தப் பட்டு சொல்லிக்கொண்டிருந்தார் கருப்பையா.

"எம்புட்டோ எடுத்துச் சொல்லிப் பாத்துட்டண்ண. கொஞ்சங் கொட அசங்க மாட்டங்குறான். அத்துவுட்டு வெரட்டு, அத்துவுட்டு

வெரட்டுன்னு திரும்பத்திரும்ப அதையேத்தாண்ண சொல்லுறான்" என்றார் கருப்பையா.

"பரியாரி குப்பய நோண்டுனா வெறும் மசுராத்தேன் வரும். அவன் வேறென்ன சொல்லுவான்னு நெனக்கிற. அவன என்னக்கிட்ட வுடு. ஒத்துக்கிறானா இல்லயாண்டு நான் பாக்குறன். கெஞ்சுனா மிஞ்சு வானுக. மிஞ்சுனா கெஞ்சுவானுக."

கீதாரி கூப்பிடுகிறார் என்றவுடனேயே முத்துசாமிக்கு மனதிற்குள் லேசாய் உதறலெடுத்தது. இருந்தாலும் அண்ணன் பொண்டாட்டியைக் கட்டிக்கொள்வதற்கு ஒருபோதும் சம்மதிக்கக் கூடாதென்று உறுதி யோடிருந்தான்.

"ஏலேய் முத்துச்சாமி என்னாலே நெனச்சிக்கிட்டுருக்குறே. ஓம் மனசுல? அந்தப் பொண்ண கட்டிக்கிற மாட்டேனிட்டியாமுல்ல."

"ஆமாண்ண."

"யாண்டாலே?"

அண்ணமேரியே நானும் செத்துப்பெயிருவன்னு பயமாருக்கு."

"நெசமாவாடாலே?"

"ஆமாண்ண."

"அப்ப ஒனக்கு அந்தப் பொண்ணு வேண்டாமுங்குற?"

"ஆமாண்ண."

"வளக்கமா அண்ணங்காரஞ் செத்துட்டா அவம் பொண்டாட் டிய புள்ளைவொளோட தம்பிக்காரனுக்குத் தாண்டாலே கட்டி வக்கிறது. நீ ஒத்துகிற மாட்டங்குற. பொம்பாவம் பொல்லாதது. ... பொண்ணயும் வுடமுடியா. அதுனால அந்தப் பொண்ண பொ... டாட்டி இல்லாத ஒங்கப்பனுக்கே கட்டிவச்சிறப் போறமுடா."

"...."

"என்னாலே சொல்லுறே?"

"...."

நல்லாக் கேட்டுக்கிருடா. ஒப்பனுக்கு கட்டிவச்சிட்டா இருக்குற ஆடுக எல்லாம் அந்தப் பொண்ணுக்குச் சொந்தமாயிரும். நீனும் ஓந்தம்பியும் வேற எங்குட்டாவுது போயி கூலியாடு மேச்சி பொளச் சிக்கிற வேண்டியாங்."

"அது எப்புடி? யாம் பங்கு ஆடு இருக்குல்ல. அதுகள ஓட்டி வுட்டுருங்க. நாந்தனியா போயிக்குருவன்."

"ஒம்பங்கு ஆடுக எங்கலே இருக்கு? பாவம் புழியில பங்குல்லாதவனுக்கு ஆட்டுல மட்டும் பங்குருக்காலே?"

"...."

"அப்பறம் இன்னொண்ணயும் சொல்லுறங் கேட்டுக்கிரு. அண்ணம் பொண்டாட்டிய வேண்டாமுன்னு சொன்ன நீ நம்ம எடய சாதியில எந்த வூட்டுலயும் பொண்ணு கட்டக் கொடாது."

"...."

"கட்ட மாட்டண்டு சொல்லி சத்திய வாக்குக் குடுக்கணும்."

"...."

"திக்குக்கு ஒருத்தனா திரிஞ்சிக்கிட்டுருந்தாலும் ஆட்டுக்காரவுக அம்புட்டுபேருக்கும் தெரிஞ்சிப்பெயிரும் ஓங்கத. வாக்கு தீத்துக்கிறாம எவனும் ஒனக்கு பொண்ணு குடுக்கமாட்டான் தெரியுமுல்ல?"

"...."

"சேரி நீ நின்னக்கிட்டு இருக்குறத்துல புண்ணியமில்ல. வாக்கக் குடுத்துட்டு கௌம்புற வளியப் பாரு."

"...."

"எலேய் இதையும் கேட்டுக்கிரு. இஞ்சேருந்து நீ கட்டுனத் துணியோடத்தேங் போவணும். சூத்துத் துணிக்கி மாத்துத் துணியக் கொட நீ எடுத்துக்கிட்டு போக்குடா."

"...."

நீண்டநேரம் கீதாரியின் முன்பு தலைகுனிந்தபடியே நின்றிருந் தான் முத்துச்சாமி. அவனுக்கு என்ன செய்வதென்றே தெரியவில்லை. தன் குடும்பத்தையும் தகப்பனையும் விட்டுவிட்டுப் போக அவனுக்கு மனம் வரவில்லை. அவன் எங்கே போய்தான் என்ன செய்யமுடியும்? இவன் கதையைக் கேட்டுவிட்டு ஆட்டுக்காரர்கள் எல்லோரும் இவனை ஆடுமேய்க்கும் கூலியாகக் கூட சேர்த்துக்கொள்ளாவிட்டால் என்ன செய்வது? பிறந்தது முதல் ஆட்டோடு திரிந்தவனுக்கு ஆடு மேய்ப்பதைத் தவிர வேறு வேலை எதுவும் தெரியாது. கடைசியில் ஒருவிதமான பயம் அவனுக்குள் ஏற்பட்டது.

இவை எல்லாவற்றையும்விட தன்னுடைய அப்பா அந்தப் பெண்ணைக் கட்டிக்கொள்வதை அவனால் சீரணித்துக்கொள்ளவே முடியாது போலிருந்தது. தான் ஒத்துக்கொள்ளாததால் தன் தந்தை தண்டனை ஏற்பதுபோல் ஆகிவிடுமே என்று நினைத்தான். பிறகு ஏதாவது பிரச்சனையென்று வந்தால் எல்லா பழிபாவத்துக்கும் நாமே காரணமென்று எல்லோரும் பேசுவார்களே என்றும் நினைத்தான்.

கீதாரிக்கு கட்டுப்படுவதை விடவும் வேறு நல்ல வழியிருப்பதாக அவனுக்குத் தோன்றவில்லை. அவரை நிமிர்ந்து பார்க்கவும் திராணி அற்றவனாக குனிந்த தலை நிமிராமல் சொன்னான்.

"நீங்க சொல்லபடி கேக்குறண்ண."

"என்ன கேக்குற?"

"அண்ணம் பொண்டாட்டிய நானே கட்டிக்கிர்றன்."

"என்னலே சொல்லுற?"

"நெசமாத்தாண்ண சொல்லுறன்."

"அண்ணம்மேரியே செத்துப் பெயிருவன்ன?"

"சாவ மாட்டண்ண."

"ரொம்ப பயந்தியேடா."

"பயமெல்லாம் இல்லண்ண. சும்மாத்தேன் சொன்னன்."

கீதாரி புன்னகைத்தார். அவனை சம்மதிக்க வைத்தாகிவிட்டது. இனிமேல் நல்லது கெட்டதுகளை யோசிக்கவும் ஆரம்பித்துவிடுவான் என்று தோன்றியது கீதாரிக்கு. கருப்பையாவுக்கு நிம்மதியாயிருந்தது. அவருடைய கண்கள் கலங்கிவிட்டது. கையெடுத்துக் கும்பிட்டார்.

பதினைந்தாம் நாள் காரியங்களை ஆட்டுக் கிடையிலேயே செய்தார் கருப்பையா. மறு மூன்றாம் நாளே தன் மகன் முத்துச்சாமியையும் மருமகளையும் எட்டுகுடிக்கு அழைத்துக்கொண்டுபோய் தாலியைக் கட்டச் சொல்லி அழைத்துக்கொண்டு வந்தார்.

21

இப்படியாகுமென்று கொஞ்சம்கூட நினைத்துப் பார்க்கவில்லை கீதாரி. அவருக்கு கொல்லைக்காரனின் மீது ஆத்திரமாக வந்தது. ஆத்திரப்படுவதால் யாதொரு பயனுமில்லை என்பதை உணர்ந்த கீதாரி எப்படியாவது கொல்லைக்காரனிடமிருந்து கிடைக் கூலியை வாங்கிவிட வேண்டுமென்பதிலேயே குறியாயிருந்தார். தவிரவும் அவர் ஆத்திரப்பட்டு ஏதாவது பேசி அதனால் நஷ்டப்பட அதுவொன்றும் அவருடைய தனிப்பட்ட பிரச்சனையில்லை. எட்டுபேருடைய பொதுவான பிரச்சனை. எனவே நிதானமாகப் பேசித்தான் காரியத்தை கைப்பற்ற வேண்டுமென்று நினைத்தார்.

"அண்ண நேத்து நீங்க சொன்னியளுண்டுதான ரெண்டு கெடயயும் ஒங்களுக்கே அடயப் போட்டம்."

"...."

"ஆடுக அடுத்த ஊருக்குப் பெயிட்டு. காச குடுத்திகண்டா நாம் போயி யாஞ்சோலிய பாப்பன்."

"...."

"நாங்க பாவமுண்ண. ஆடு மேச்சிப் பொளக்க வந்தவுக. கெடக் கூலிய குடுத்துருங்கண்ண." ராமுகீதாரி தனிவாக கேட்டுக் கொண்டிருந்தார். எந்தபதிலும் சொல்லாமல் அலட்சியாய் தன் போக்கில் உட்கார்ந்திருந்தான் அவன்.

"இது எனக்கு மட்டும் வரவேண்டிய பணமுண்டா போனாப்பெயிட்டு போகுதுண்டு வுட்டுட்டுப் பெயிருவன்."

"...."

"புள்ளக்குட்டிக் காரவுக பாவமுண்ண. கெடய நம்பித்தான் ஊரைவுட்டு வந்துருக்காக. பச்சத்தண்ணிய தவுத்து உப்பு புளி மொளவா அத்துனயும் காசு குடுத்துத்தாண்ணே வாங்கணும்."

"...."

"ஏதோ ஒங்களமேரி உள்ளவுகள நம்பித்தேன் நாங்க இருக்க முண்ண. நீங்களே இல்லண்டியளுன்னா நாங்க வேற யாருகிட்டண்ண போயிக் கேப்பம்."

"...."

"கடயில வாங்கி ஒலயில போடுறவுகண்ண. நீங்க காசு குடுத்தாத்தாண்ண எங்க எட்டூட்டு ஒலயும் கொதிக்கும்."

"என்னக்கிட்ட இப்ப பணம் கெடயாது. சும்மா போய்யா" என்று அதட்டினான் அவன்.

"அப்புடிச் சொல்லாதியண்ண. கொஞ்சம் எறக்கம் காட்டுங்க."

"...."

"எங்க கெடக் கூலிய குடுத்துருங்கண்ண."

"யோவ் கெடக்கூலி கெடக்கூலிங்கிறியே. ஓங் ஆடுங்க அத்தனையும் எங்கய்யா மேஞ்சிச்சி? எங்க ஊருல எங்க கொல்லயில கெடக்குற பில்லத்தான மேஞ்சிச்சி? எங்க கொல்ல பில்லயே மேஞ்சிட்டு எங்க கொல்லயில போடுற புளுக்கக்கி நாங்க எதுக்குய்யா பணம் குடுக்கணும்?"

அதிகாரமாய் பேசிய அவனின் பதிலால் வாயடைத்துப் போய் நின்றார் கீதாரி. அவருக்கு எதுவும் பேசத் தோன்றவில்லை. பிச்சைக் காரனை விடவும் கேவலமான இவனிடம் கெஞ்சிக் கொண்டு நிற்கிறோமே என்று தன்மீதே வெறுப்பு வந்தது அவருக்கு. இருந்தாலும் தன்னை நம்பிவந்து தன் சொல்லுக்குக் கட்டுப்பட்டு இரவு முழுவதும் தூங்காமல் கால்கடுக்க நின்று வட்டங்கட்டி கிடை போட்டவர்களுக்கு என்ன பதில் சொல்வது என்று யோசித்தார்.

"அண்ண அம்பதுங்குற எடத்துல இருவதாவுது குடுங்கண்ண. ஆளுக்கு ரெண்டு ரூவாயா பிரிச்சிக் குடுத்தர்றங்."

"யோவ் ஒனக்கு அறிவில்ல. இவ்வளவுதூரம் சொல்லுறன் பண மில்லன்னு. நம்பாம நொய் நொய் நொய்ன்னுட்டு நிக்கிறியே. பண மெல்லாங் கெடக்காது. வேணுமுன்னா புளுக்கய கூட்டி அள்ளிக் கிட்டுப் போய்யா" என்று சத்தம்போட்டு விரட்டினான் அந்த ஆள்.

கீதாரிக்குக் கோபம் சுள்ளென்று தலைக்கேரியது. நறுக்கென்று ஏதாவது கேட்கவேண்டுமென்று அவருடைய நாக்கு துடித்தது. சிரமப்பட்டு தன்னை அடக்கிக்கொண்டார்.

இந்த பொல்லாதவனிடம் வேகந்தட்டினால் நம் ஆடுகளுக்கு எந்த வழியிலாவது வேட்டு வைத்தாலும் வைத்துவிடுவான். பழி பாவத்துக்கு அஞ்சாத நாசக்காரனிடம் நாம்தான் தாழ்ந்து போகவேண்டும் என்று நினைத்தார் கோபம் தணிந்தவராக.

"ஆட்டுப் புளுக்கய அள்ளிக்கிட்டுபோயி அதச்சோறுமேரி நாங்க திங்க முடியா. இன்னக்கி ஒருநாளு மட்டும்தான நாங்க பட்டினியா கெடப்பம். கெடந்துட்டுப் போறம். வாயி சபிக்காட்டியும் வயிறு சபிச்சிட்டு போவட்டம். நீங்க இனிமே பணம் குடுக்காண்டாம்" என்று சொல்லிவிட்டு விறுவிறுவென்று போய்விட்டார்.

ஆனால் இதை மற்ற ஆட்டுக்காரர்கள் ஏற்றுக்கொள்ளவில்லை.

''அண்ண அம்புட்டு அதார்ச்சியமா பேசுன அவன சும்மா வுடக்கொடாதுண்ண" என்றான் சாத்தப்பன்.

''இன்னம் பத்துகாச எளந்தாலும் சரி அவனுக்கு செய்ய வேண்டியத்த செஞ்சித்தாண்ண ஆவணும்" என்றான் இன்னொரு ஆட்டுக்காரன்.

ஏமாற்றிய வயல்காரனுக்கு ஏதாவது பதிலுக்கு தீங்கு செய்தாலன்றி மனம் ஆறாது என்பதுபோல ஆளாளுக்குப் பேசிக் கொண்டார்கள்.

கீதாரியால் அவர்களை கண்டிக்கவோ கட்டுப்படுத்தவோ முடிய வில்லை. இந்த விஷயத்தில் மற்றவர்களைக் கண்டிக்கும் தகுதி தனக்கு இருப்பதாக அவர் நினைக்கவில்லை. யாராவது ஏதாவது செய்துவிட்டுப் போகட்டுமென்று பேசாமலிருந்துவிட்டார். ராமு எதுவும் பேசா ததையே தங்களுக்கு சாதகமாய் எடுத்துக்கொண்டு மற்ற ஆட்டுக் காரர்கள் தங்களுடைய வேலையைச் செய்ய ஆரம்பித்தார்கள்.

ஆட்டுக்காரர்களில் இரண்டுபேர் குயவன் வீட்டை தேடிக் கண்டு பிடித்து இருட்டோடு இருட்டாக மறைந்துபோய் யாருக்கும் தெரியாமல் குயவன் செய்துவைத்திருந்த சுடாத பச்சை மண்பானையை எடுத்துக்கொண்டு வந்துவிட்டார்கள். குட்டிபோட்ட ஆடுகளில் கும்பா கும்பாவாய் பாலைக் கறந்து எடுத்துக்கொண்டு ஒரு கட்டி சூடமும் ஒரு எலுமிச்சம் பழமும் வாங்கிக்கொண்டு கிடை கட்டிய அந்த ஏமாற்றுக்காரனின் வயலுக்குப் போனார்கள். வயலின் சனி மூலையில் ஆழமாய் குழிதோண்டி அதற்குள் சுடாத மண்பானையை புதைத்து வைத்தார்கள். சூடத்தை கொளுத்திவிட்டு எலுமிச்சம் பழத்தை பானைக்குள் போட்டார்கள். பின் ஆட்டுப்பாலை பானை நிறையு மளவுக்கு ஊற்றினார்கள். இவர்களின் கண்ணெதிரிலேயே பானை ஊறிக்கொண்டிருந்தது. அவசர அவசரமாக மண்ணள்ளிப் போட்டு மூடினார்கள். "எங்களத் தேடிக் கண்டுபுடிச்சி கெடக் கூலியக் குடுத்து வாக்குத் தீத்துக்கிர்ற வரைக்கிம் வெள்ளாம, புல்லு பூண்டு எதுவும் மொளக்காம பொட்டலாப் பெயிறணும். இந்தக் கொல்லயில அருவும் அத்தமிச்சிப் பெயிறணும்" என்று வாக்கு விட்டுவிட்டு திரும்பிப் பார்க்காமல் வந்துவிட்டார்கள்.

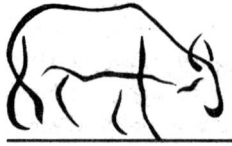

22

கிடை சீர்காழிக்குப் பக்கத்திலுள்ள காப்பியக்குடிக்கு வந்து சேர்ந்தது.

"எலேய்.. எல்லாரும் கேட்டுக்கிருங்க. இந்த வூருல ஒரு மாசத்துக்கு கெடயடயப் போடலாமுண்டு நெனக்கிறன். எல்லா கொல்லகாரங்களும் எனக்கு கெடகட்டு எனக்கு கெடகட்டுங்குறாய்ங்க. எம்புட்டு நாளய்க்கி கட்டச்சொன்னாலும் கட்டுவம். கெடக் கூலியா நெல்லுதேங் குடுப்பாக. வாங்கிக் கிருங்க. நெல்ல வித்து கித்து தொலச்சிடப்புடாதிய. அவிச்சிப் போட்டு அரச்சிக்கிருங்க. நெல்ல அரிசியாக்கிப்புட்டா நமக்குத்தேங் நல்லது. வடக்கப் போகப்போக அரிசிப் பஞ்சம் அதியமாருக்கு முங்குறாக. போன வருச பஞ்சத்துக்கு அரிசி கெடக்காம பல்லு சோளத்தையும் கேப்பயவும் ஒண்ணாப்போட்டு அரச்சி கூழுதேங் கிண்டி குடிச்சிட்டுக் கெடந்தாகலாம். யாம் மச்சான் வந்தாப்ப சொன்னாக."

கீதாரியால் மட்டும் எப்படி இவ்வளவு முன்னெச்சரிக்கையோடு யோசிக்க முடிகிறதென்று தோன்றியது மற்ற ஆட்டுக்காரர்களுக்கு. இவ்வளவு நாட்களும் கெடைக் கூலியாய் நெல் கிடைத்தபோதுகூட அதை வைத்துக்கொள்ள தெரியவில்லை அவர்களுக்கு. நெல்லை விற்று விட்டுத்தான் அரிசி வாங்கித் தின்றார்கள்.

கீதாரியுடன் கிளம்பி வந்தது எவ்வளவு நல்லதென்று நினைத் தார்கள்.

நிலையாய் ஒரேயிடத்தில் ஒருமாத காலம் தங்கப் போகிறோ மென்பதை அறிந்த பெண்களுக்கு கொஞ்சம் நிம்மதியாயிருந்தது. தினம் தினம் சாமான்களையும் பாத்திர பண்டங்களையும் பொறுக்கிப் போட்டுக்கொண்டு ஓடுவதும் ஒருவேளை ஆக்குவதோடு மறுநாளே வேறொரு ஊருக்கு ஓடுவதுமாக இருந்த பெண்களுக்கு இந்த ஒரு மாதமும் கொஞ்சம் ஓய்வாயிருக்கலாமென்று நினைத்தபோது சந்தோஷமாக இருந்தது. அடுப்புப்போட்டு சோறாக்கும் இடத்தையும் பண்டம்பாடி வைத்துக்கொள்ளும் படுத்துத்தூங்கும் இடத்தையும் கொஞ்சம் அக்கரையோடு சுத்தப்படுத்தினார்கள். சாணி கரைத்துப் போட்டு கூட்டி பெருக்கிக் கொண்டார்கள்.

ஒவ்வொரு நாளும் இரண்டு கிடைக்குமாக சேர்த்து இரண்டு மூட்டைக்குமேல் நெல் கிடைத்தது. அன்றன்று கிடைக்கும் நெல்லை அன்றைக்கே எல்லோருக்கும் பிரித்துக் கொடுத்து விடுவார் கீதாரி. நெல்லை சேர்த்து வைக்காமல் கிடைத்த கையோடு அவித்துப் போட்டுவிடலாமென்று நினைத்தார்கள் ஆட்டுக்கார பெண்கள். அவர்களிடம் நெல் அவிப்பதற்கு தகுந்த பெரிய பாத்திரமேதும் இருக்கவில்லை. சோறாக்கவென்று வைத்திருக்கும் ஒரே மண் பானை யைத் தவிர வேறொன்றுமில்லை. சோறாக்கும் பானைக்கும் மாற்றுப் பானை கிடையாது. தவறி உடைந்துவிட்டால் குயவன் வீடு தேடிப் போய் புதுப்பானையை வாங்கிக்கொண்டு வந்து தான் சோறாக்கிக் கொண்டிருந்தார்கள். இப்படியிருக்கையில் நெல்லவிக்கும் பானைக்கு அவர்கள் எங்கே போவார்கள்? மிளகாய் அரைக்க அம்மியை இரவல் கேட்பதுபோல அண்டா குண்டாவையுமா இரவல் கேட்கமுடியும்?

கீதாரி இதற்கும் ஒரு வழிசொன்னார். குறைந்த விலையில் கிடைத்த தகர எண்ணெய் டின்களை வாங்கிவந்து டின்னின் ஓட்டை யுள்ள மேல்பகுதியை வெட்டியெடுத்துவிட்டு அதில் நெல்லைக் கொட்டி ஊறவைத்து அவித்தார்கள். ஒரு நாளைக்கு ஐந்து அல்லது ஆறு மரக்கா நெல்லே அவிக்க முடிந்தது.

ஒவ்வொரு குடும்பத்திற்கும் ஒரு மூட்டை அரிசிக்கும் மேல் சேர்த்துக் கொண்டார்கள். அதன்பிறகு கிடைத்த நெல்லையெல்லாம் விற்று காசாக்கிக் கொண்டார்கள். சீர்காழியை விட்டு சிதம்பரத்தை நோக்கி திட்டமிட்டார்கள்.

அந்த நேரத்தில் ஓரிடத்திலிருந்து மற்றொரு இடத்திற்கு அரிசியை எடுத்துச் செல்வதில் நிறைய சிரமங்களிருந்தது. மாவட்டம் விட்டு மாவட்டம் அரிசி கடத்துபவர்களை பிடித்துக் கொண்டிருந்தார்கள். இதைக் கேள்விப்பட்ட ஆட்டுக்காரர்களுக்கு கவலையாகிவிட்டது. இவ்வளவு நாட்கள் சிரமப்பட்டு சேர்த்த அரிசியை எடுத்துக்கொண்டு போகக்கூடாதென்றால் என்ன செய்வதென்று கவலைப்பட்டார்கள். அவ்வளவு அரிசியையும் அரிசிக்கு விலையில்லாத இந்த ஊரில் விற்று விட்டு, போகும் ஊர்களில் அதிக பணம் கொடுத்து வாங்க வேண்டுமா வென்று நினைத்து வருத்தப்பட்டார்கள்.

கொள்ளிடம் ஆறு குறுக்கே கிடந்தது. இந்த ஆற்றைக் கடப்பது தான் சிரமம். ஆற்றுப் பாலத்தில்தான் செக்போஸ்ட் இருக்கிறது. அரிசி கடத்துபவர்களை பிடிப்பவர்களும்கூட அவர்கள்தான் என்ற விவரங்களை எல்லாம் விசாரித்துக்கொண்டு வந்தார் கீதாரி.

"கையிக்கெட்டுன அரிசி வாயிக்கெட்டாம பெயிரக்கொடாது." அரிசிய எப்பாடு பட்டாவுது கொண்டுபோயி சேத்துப்புடணும்" என்று பெண்களெல்லாம் முறையிட்டார்கள்.

செக்போஸ்ட் இருக்கும் பாலத்தின் வழியாகச் செல்லாமல் வேறு வழியாக போகலாமாவென்று யோசித்தார் கீதாரி. கொள்ளிடத்தின் குறுக்கே ஓரிடத்தில் சட்லஸ் கட்டப்பட்டிருந்தது. அந்த பகுதியில் ஆள் நடமாட்டமும் அதிகமில்லாமலிருந்தது. சட்லஸ் வழியாகப் போனால் கொள்ளிடத்திலிருந்து பிரிந்து போகும் ராசா வாய்க்காலையும் கடக்க வேண்டியதாயிருந்தது. வயல்வெளிகளுக்குப் போகும் ஊர்க்காரர்கள் ராசா வாய்க்காலைக் கடப்பதற்கென்று குறுக்காக மரப்பாலமொன்றை போட்டிருந்தார்கள் கீழே மரங்களை ஊன்றிப் போட்டுக்கட்டி அதன் மீது பனை மரத்தின் கருக்கு மட்டைகளால் தடம் போட்டிருந்தார்கள். ராசா வாக்காலை கடந்தால் வடக்கிலிருந்தது வல்லம்படுகை. வல்லம் படுகையில் ஒரு வீட்டில் கீதாரி தங்களுடைய பிரச்சனையைச்சொல்லி அரிசி மூட்டையைக்கொண்டு வந்து போடுவதற்கு இடம் கேட்டார். வீட்டுக்காரரும் இரண்டு நாட்களில் மூட்டையை தூக்கிவிட வேண்டு மென்று சொல்லி அரிசி மூட்டையைப் போட்டுக்கொள்ள அனுமதி கொடுத்தார்.

அரிசியை சாக்கில் கட்டிக்கொண்டு போனால் தெரிந்து விடுமென்று பயந்த ஆட்டுக்காரர்கள் சமுக்காளத்தில் முடிச்சு போட்டு தைத்து அதனுள் முப்பது மகாணி அரிசியைக் கொட்டி கட்டிக் கொண் டார்கள். இரவோடு இரவாக எல்லோரும் மூட்டையைத் தூக்கிக் கொண்டு கிளம்பினார்கள். கீதாரி தானும் ஒரு மூட்டையைத் தூக்கிக் கொண்டு வருவதாகச் சொன்னார். ஆனால் அவரால் மூட்டையைத் தூக்கிக்கொண்டு ஓடமுடியாதென்று மற்ற ஆட்டுக்காரர்கள் மறுத்து விட்டார்கள். வெள்ளைச்சாமி ராமுவின் மருமகன் இன்னும் ஐந்து ஆட்டுக்காரர்கள் எல்லோரும் சேர்ந்து ஆளுக்கொரு மூட்டையைத் தூக்கிக் கொண்டு போனார்கள்.

சட்லஸ் பாலத்தில் வரும்போது எல்லோருக்கும் பயமாக இருந்தது. ஏழுபேரும் ஒருவர்பின் ஒருவராக வரிசையாகப் போய்க் கொண்டிருந்தார்கள். நெஞ்சு எல்லோருக்குமே திக்குதிக்கென்று அடித்தது. தூரத்தில் யாரோ லைட்டடித்துக்கொண்டு வருவது தெரிந்தது. பாலத்தில் பதுங்கிப்பதுங்கி நடந்தார்கள்.

"போலீஸ்காரய்ங்க வாராய்ங்க.. சீக்கிரம் நடங்க" என்று ஒருவரை யொருவர் துரிதப்படுத்திக்கொண்டே நடந்தார்கள். சட்லஸ்ஸை விட்டு இறங்கி மறுபடி மரப்பாலத்தில் நடக்கும்போதுதான் பிரச்சனையாகி விட்டது. தலைச்சுமையோடும் பதட்டத்தோடும் ஏழெட்டுபேர் மரப் பாலத்தில் தடதடவென்று ஓடினால் என்னவாகும். அந்த இரவுநேர அமைதியில் அவர்கள் மரப்பாலத்தில் ஓடும்போது எழுந்த ஓசை பெரிதாய்க் கேட்டது. தடதடவென்று ஓடும் சத்தம் கேட்டு லைட்டை அடித்தபடி ஓடிவந்தது போலீஸ்.

“யார்ரா அவன். ஓடாதீங்கடா. ஓடுனா சுட்டுடுவன். ஒழுங்கா நில்லுங்க” என்று சத்தம் போட்டுக்கொண்டே ஓடிவந்தார்கள் போலீஸ் காரர்கள்.

பயந்துபோன ராமுவின் மருமகன் சுட்டுவிட்டால் என்ன செய்வது? உயிர்போய்விடுமே என்ற பயத்தில் மூட்டையைக் கீழே போட்டுவிட்டு மூட்டை மறைவில் சுருண்டு படுத்துவிட்டான். எல்லோ ருக்கும் பின்னால் வந்துகொண்டிருந்த ராமுவின் மருமகன் மூட்டையைக் கீழேபோட்டதை கவனித்த வெள்ளைச்சாமி அவன் கால் தடுக்கி விழுந்துவிட்டானென்று நினைத்து தன் மூட்டையையும் கீழே போட்டுவிட்டு பாலத்தின் நடுவில் கிடந்த ராமுவின் மருமகனை தூக்கி எழுப்பி விடுவதற்காக ஓடி வந்தான். மற்ற ஐந்து பேரும் ஓடிப்போய் இருட்டோடு இருட்டாக கலந்துவிட்டார்கள். இவர்களிருவரும் மூட்டையை போட்டுவிட்டு ஓடுவதற்குக்கூட அவகாசமில்லாமல் போய் விட்டது. அதற்குள் போலீஸ்காரர்கள் நெருங்கி வந்துவிட்டார்கள்.

மாட்டிக்கொண்ட வெள்ளைச்சாமியும் ராமுவின் மருமகனும் தங்களிருவரிடமும் விசாரித்து ஓடி மறைந்துவிட்ட மற்ற ஐந்து பேரையும் பிடித்து விடுவார்களோ என்று பயந்தார்கள். நாம்தான் மாட்டிக்கொண்டோம், அவர்களையாவது காட்டிக்கொடுக்காமலிருக்க வேண்டும் என்று நினைத்தார்கள். வாய் திறந்து எதாவது பேசினால் உண்மையையெல்லாம் கக்க வைத்து விடுவார்களோ என்ற பயத்தில் இருவரும் வாயே திறக்காமல் நின்றார்கள்.

அவர்களின் தலையிலேயே அரிசியை தூக்கிவைத்து அடித்து அழைத்துக்கொண்டு போனார்கள் போலீஸ்காரர்கள். எப்படி விசாரித்தும் எவ்வளவு அடித்தும்கூட வாய் திறக்கவில்லை இருவரும். கை சோர்வுறும் அளவுக்கு அடித்து விளாசிய போலீஸ்காரர்கள் அழுவதற்காகக்கூட வாயைத் திறக்காத அவர்களிருவரையும் பார்த்து என்ன செய்வதென்று தெரியாமல் திகைத்தார்கள். பிறகு இருவரின் மடியிலும் இந்த பணத்தை பிடுங்கிக்கொண்டு விரட்டிவிட்டார்கள்.

வெள்ளைச்சாமிக்கும் ராமுவின் மருமகனுக்கும் உடலெங்கும் தண்டும் தடிப்புமாக வீங்கிப்போயிருந்தது. இருவரையும் பார்க்கவே பரிதாபமாக இருந்தது மற்றவர்களுக்கு. அரிசி, பணம் எல்லாவற்றையும் இழந்துவிட்டு அடிபட்டு வந்து நிற்கும் இருவரையும் பார்த்து ஒப்பாரி வைத்து அழுதாள் இருளாயி.

மறுநாள் ரோட்டு வழியாக மூட்டை முடிச்சோடு பெண் களையும் பிள்ளைகளையும் அழைத்துக் கொண்டு வரும்போது அவ்வழி யாக வந்த காயான லாரி ஒன்றை வழி மறைத்து அதில் எல்லோரை யும் ஏற்றிக்கொண்டு வந்தார் கீதாரி. செக்போஸ்டிடம் லாரி வந்து நின்றது. லாரிக்குள் ஏற்றியிருப்பது ஆட்டுக்காரர்களும் அவர்களுடைய

பொருட்களும்தான் என்று லாரி ஓட்டுனர் சொன்னான். ஆட்டுக்கார பெண்களின் தலைகளைக் கண்டவுடனேயே உள்ளே என்ன இருக்கிற தென்று எதுவும் சோதித்துப் பார்க்காமல் லாரியை போகவிட்டு விட்டார்கள். இதைப் பார்த்த இருளாயி வாயிலும் வயிற்றிலும் அடித்துக்கொண்டு அழுதாள். "அய்யய்யோ தெய்வமே இப்புடி தெரிஞ்சிருந்தா அரிசிய லாரியிலயே ஏத்திக்கிட்டு வந்துருக்கலாமே. எல்லாம் போச்சே" என்று கண்கலங்கினாள் கீதாரி.

வல்லம்படுகையிலிருந்து மறுநாளே விருத்தாச்சலம் பக்கத்தி லுள்ள கோமங்கலத்திற்கு லாரி பிடித்து வந்தார்கள். அரிசியை இழந்ததை எண்ணியெண்ணியே எட்டோடு எட்டு நாள் சோறு திங்காமல் கிடந்தாள் இருளாயி.

கோமங்கலத்தில் ஒருமாதம் தங்கியிருந்து காசுக்கு நெல் வாங்கி அவித்து சிமிண்ட் களத்தில் காயவைத்து அரைத்துக் கொண்டார்கள் முத்தம்மாளும் கரிச்சாவும். பின்பு ஒரு டெம்போவை பிடித்துக்கொண்டு உளுந்தூர்பேட்டையை அடுத்துள்ள கோட்டைக்காடு பகுதிக்கு பயணமானார்கள்.

23

கையில் ஒட்டாத அளவிற்கு சற்று உலர்ந்த ஆட்டுக்கறியை அருவா மனையில் வைத்து சிறுசிறு துண்டுகளாக அரிந்துக் கொண்டிருந்தாள் கரிச்சா. குட்டிபோட முடியாமல் செத்துப்போன ஆட்டின் நினைவு வந்தது அவளுக்கு.

‘நல்ல புருவக்குட்டி இப்புடி அநியாயமா செத்துப்போயிருச்சே’, மருந்துக்கு இருந்தமேரி காராத்தாளியாட்டுல அதுமட்டுந்தான் ஒண்ணே ஒண்ணு கண்ணே கண்ணுன்னு இருந்திச்சி. அதுவும் பெயிட்டு. இனிமே எங்கேயிருந்து வந்து சேரப் போவுது’ பெருமூச்சு விட்டாள் கரிச்சா.

உடம்பு வெள்ளையாகவும் வயிற்றுப் பகுதி கருப்பாகவும் காதோரம் இரண்டு பக்கத்திலும் தாளி தொங்க பார்க்கவே அழகாயிருந்தது காராத்தாளியாடு. கரிச்சாவின் கிடையில் காராத்தாளி யினத்தில் அந்த ஓர் ஆடு மட்டும்தான் நின்றது. அது சினைபட்டது தெரிந்து சந்தோஷப்பட்டாள் கரிச்சா. அது புருவக்குட்டி போட வேண்டுமென்று வேண்டிக்கொண்டாள்.

புருவக்குட்டி போடுமென்று ஆசையோடிருந்தவளுக்கு அது சாவுக்குட்டி போட்டது பேரதிர்ச்சியாக இருந்தது. கிடையில் ஆடுகள் முட்டிக்கொண்டதாலோ என்னவோ இரண்டு நாட்களுக்கு முன்பே வயிற்றிலிருந்த குட்டி செத்துப்போய் விட்டிருந்தது. ஆடும் மேய்ச்சலில் வாய் வைத்து மேயவில்லை. சோர்ந்துபோய் விட்டது. கிடையிலும் படுக்காமல் அசந்து அசந்து நின்றது. என்னவாக இருக்குமென்று புரியாமல் தவித்தாள் கரிச்சா.

“தலச்சம் புருவ ஆடு அதான் அப்புடி நிக்கி” என்று சொன்ன வெள்ளைச்சாமி, அந்த ஆட்டையும் சேர்த்து கிடைக்குள் போட்டு அடைத்துவிட்டான். விடியற்காலையில் குட்டி அவிழ்த்துவிடும் போது தான் பார்த்தாள் கரிச்சா. ஆடு குட்டி போட்டுக்கொண்டு கிடந்தது. சாவுக்குட்டிதான் போட்டிருந்தது. வயிற்றுக்குள்ளேயே செத்துப்போன குட்டியை போடுவதற்காக ஆடு பட்ட கஷ்டத்தை அது கிடந்த

நிலையைப் பார்த்தே தெரிந்துகொள்ள முடிந்தது, 'குட்டி போனால் போகிறது. ஆடு பிழைத்துக் கொண்டால் போதுமென்று நினைத்தாள் கரிச்சா. ஆனால் கொஞ்ச நேரத்திலேயே ஆடும் செத்துப்போய்விட்டது. அதைப் பார்க்கப் பார்க்க அழுகையாய் வந்தது கரிச்சாவிற்கு.

ஏன்தான் நமக்கு இப்படியெல்லாம் நடக்கிறதோவென்று நினைத்தாள் கரிச்சா. ஆனால் அந்த ஆடு செத்ததற்காக வெள்ளைச்சாமி துளியும் கவலைப்பட்டதாய்த் தெரியவில்லை. குட்டியை குழியை வெட்டிப் போட்டுப் புதைத்தான். ஆட்டை உறித்து தோளில் உப்பு தடவி மடித்து வைத்துவிட்டு ஆட்டின் கறியை கண்டதுண்டமாய் வெட்டி வைத்தான் ஆட்டை ஓட்டிக்கொண்டு போய்விட்டான்.

இருநூறு ஆடுகளுள்ள ஒரு கெடயில் மாதத்திற்கு ஓரிரண்டு ஆடுகள் சாவதொன்றும் பெரிய விஷயமில்லைதான். சில சமயம் 'படுசாவு' வந்து ஒரேநாளில் பத்து இருபதென்றுகூட ஆடுகள் சாகும். 'படுசாவு' வந்தால் என்ன வைத்தியம் செய்தாலும்கூட கிடைக்கு ஐம்பது ஆடுகளாவது செத்து விடும். ஆட்டுக்கார பெண்களால் அதை தாங்கிக் கொள்ளவே முடியாது. ஒப்பாரி வைத்து அழுது இரண்டு நாட்கள் சோறு திங்காமல் கிடப்பார்கள். அக்கம் பக்கமுள்ள ஆட்டுக்காரர்கள் வந்து "வித்தாடு அருகும் செத்தாடு பலுக்கும். இதுக்கு யாம் அளுதுக் கிட்டு கெடக்குற?'' என்று தேற்றிய பிறகு கொஞ்சம் கொஞ்சமாக மனதைத் தேற்றிக் கொள்வார்கள்.

சாதாரணமாக ஒரு ஆடு செத்தால் உறித்து தோலை எடுத்து உப்புக்கண்டம் போட்டு காய வைத்து விடுவார்கள், குழம்புக்கு ஆகுமென்று. தொடர்ந்து ஆடுகள் செத்தால் செத்தவுடனேயே உடல் சூடு ஆறுவதற்குள் நூறுக்கோ இருநூறுக்கோ கறிக்கடைக்காரர்களிடம் விற்றுவிட்டு வந்துவிடுவார்கள்.

ஆனால் 'படுசாவு' வந்து ஆடுகள் ஒரே நேரத்தில் செத்தால் விற்கவும் முடியாமல் உறித்து உப்புக்கண்டம் போடவும் முடியாமல் போய்விடும். அதுபோன்ற சமயங்களில் பெரிய குழியாய் வெட்டி அதற்குள் ஐந்தாறு ஆடுகளை ஒன்றாய் போட்டு புதைத்து விடுவார்கள்.

எவ்வளவு ஆடுகள் செத்து விரயமானாலும்கூட மீதமிருக்கும் கிடையை ஒழுங்காக பராமறித்தால் மறு வருடமே கிடை நிறைந்து விடும்.

ஏனோ கரிச்சாவிற்கு இந்த கர்ராத்தாளியாடு செத்ததை நினைக்க நினைக்க மனம் ஆறவில்லை. அரிந்த சிறுசிறு உப்புக்கண்டங்களை கருங்கல் பாறைமீது வேறொரு இடத்தில் தனியாக காயப் போட்டாள். பாறையில் ஏற்கனவே போட்டு வதங்கிப்போய்க் கிடந்த பெரியபெரிய கறித்துண்டங்களை ஏனத்தில் அள்ளிக்கொண்டுவந்து உட்கார்ந்து அரிய ஆரம்பித்தாள்.

அனிச்சையாய் அவளுடைய கைகள் அந்த வேலையைச் செய்தாலும்கூட மனம் முழுவதும் கலங்கித் தவித்தது. அவளுடைய மனக் கலக்கத்திற்கு ஆடு செத்ததுதான் காரணமென்றில்லை. ஏற்கனவே பலகீனப்பட்ட மனதிற்கு சிறிய துன்பம் வந்தால்கூட போதாதா? பெரிதாய் வலிபடவும் வதைபடவும் வேறென்ன வேண்டும்? கரிச்சாவின் மனதும் ஏற்கனவே நொந்துபோய்தானிருந்தது. தான் துக்கப்படவும் கண்ணீர் விடவும் காரணத்தை தேடிக்கொண்டிருந்தது போல்தான் இருந்தது. அதனால்தான் ஓர் ஆடு செத்ததற்காக கரிச்சாவால் இவ்வளவு கவலைப்படவும் அழவும் முடிகிறது.

குறை வயதோடு செத்துப்போன தன் அக்கா சிவப்பியின் நினைவு அடிக்கடி வந்துகொண்டேயிருந்தது கரிச்சாவிற்கு. தன் அக்காவின் நினைவுகளை மறக்கவேண்டுமென்றுதான் நாடுவிட்டு நாடு வந்ததுபோல பிறந்து வளர்ந்த இடத்தை விட்டுவிட்டு இவ்வளவு தூரம் வந்தாள். இவளேதான் இங்கு வருவதற்கும் காரணமாக இருந்தாள். ஆனால் வந்த பிறகு தன்னுடைய நிலமை இவ்வளவு மோசமாகுமென்று அவள் கொஞ்சமும் எதிர்பார்க்கவில்லை.

இங்கு வந்த இந்த நான்கு வருடங்களில் இவளுடைய இயல்பான வாழ்க்கையிலதான் எவ்வளவு மாற்றங்கள் நடந்து போய்விட்டது.

கோட்டையிலிருக்கும் காட்டிற்கு வந்திறங்கிய போதே இவர்களை வரவேற்பதுபோல எதிரே வந்து நின்றார்கள் வெள்ளைச் சாமியின் அண்ணன் பெரியசாமியும் அவனுடைய மைத்துனன் ஒடயப்பனும். அவளுடைய நிம்மதிக்கு எமன்களாக வந்துநின்ற அவர்களைப் பார்த்து கள்ளங்கபடமில்லாத கரிச்சா எவ்வளவு சந்தோஷப்பட்டாள். நம்முடைய சொந்தங்கள் என்று பூரித்துப் போனாள் அதெல்லாம் எவ்வளவு பெரிய முட்டாள்தனம். நம்முடன் பிறந்த அக்கா செத்துப்போய் விட்டாலும்கூட வீட்டுக்காரனுடன் பிறந்த அண்ணன் இருக்கிறாரே என்று சந்தோஷப்பட்டது எவ்வளவு தவறானதாகிவிட்டது கரிச்சாவிற்கு. விவரம் தெரிந்த நாள் முதலாய் எடுத்து வளர்க்கப்படும் பிள்ளை என்ற எண்ணத்துடனேயே வளர்ந்தவன் வெள்ளைச்சாமி. அந்த எண்ணம் அவனிடம் அதிகமாய் இருந்ததால்தான் கீதாரி தன் மகனுக்குச் செய்வதுபோல் செய்யும் ஒவ்வொன்றையும் பெரிதாய் நினைத்து சந்தோஷப்படவும் அவரை மதிக்கவும் அவரின் அருமையுணரவும் முடிந்தது அவனால். அப்டிப் பட்டதொரு எண்ணமிருந்ததால்தான் வெள்ளைச்சாமியால் இந்த அளவிற்கு வளர்ந்து நிற்கவும் முடிந்தது. ஆனால் தன் அண்ணனைக் கண்டவுடன் ஏனோ அவன் மனதில் என்னவென்று சொல்ல முடியாத தொரு வலிமை கூடியது போலிருந்தது. ஆயிரம் ஆயிரமாய் கொட்டிக் கொடுத்தாலும் ரெத்தத்தோடு கலந்த சொந்தத்திற்கு ஈடாகுமா என்பது போல் சிந்திக்கத் தொடங்கியது அவனுடைய மனது. தன்னுடைய

அண்ணனையும் அண்ணன் குடும்பத்தையும் அவனுடைய சொந்தக் காரர்களையும் பார்த்து பூரித்துப் போனான். இவ்வளவு நாட்களும் இவர்களோடு வந்து சேராமல் தன்னந்தனியாய் கிடந்தோமே என்று நினைத்து வருத்தப்பட்டான். இப்போது அவனுடைய சந்தோஷத்திற்கு அளவேயில்லாமல் போய்விட்டது. அந்த சந்தோஷத்தில் அவனுக்கு தலைகால் புரியாமல் போய்விட்டதென்று சொன்னாலும்கூட பொருத்த மாயிருக்கும்.

வெள்ளைச்சாமியின் அண்ணனுக்கு ஆண்பிள்ளைகள் இரண்டு பேர் பிறந்திருந்தார்கள். இடுப்பிலொரு பிள்ளையும் மடியிலொரு பிள்ளையுமாக இரண்டும் அடுத்தடுத்து பிறந்திருந்தன "யாந்தங்கச்சக் கட்டிக்கிட்டு மூணு வருசங்கொட ஆவல. அதுக்குள்ள ராமன் லெச்சுமணன் மேரி ரெண்டு புள்ளய பெத்துக்குடுத்துட்டு பாரு யாந் தங்கச்சி" என்று அடிக்கடி பீற்றிக் கொண்டிருப்பான் ஓடயப்பன். வெள்ளைச்சாமியை பார்த்த பிறகு இதையே அவனிடமும் அடிக்கடி சொல்லிக்கொண்டிருந்தான். ஆரம்பத்தில் சாதாரணமாக சொல்லிக் கொண்டிருந்த விஷயம்தான் நாளாக ஆக அது வெள்ளைச்சாமி மனதில் எற்றப்படும் நஞ்சாகவும் கரிச்சாவை குத்தும் விஷமுள்ளாகவும் மாறியது.

கல்யாணமாகி நாலரை வருடமாகிவிட்டது. இன்னமும் கரிச் சாவின் வயிற்றில் குழந்தையேதும் தரிக்கவில்லை. இதுவே கரிச்சாவிற்கு பெரும் குறையாக இருந்தது.

வந்த புதிதில் கோட்டைக்காட்டில் கீதாரி மற்றும் அவருடைய மருமகன் வெள்ளைச்சாமி எல்லோரும் ஒரேயிடத்தில்தான் தங்கியிருந்தார்கள். காட்டில் கிடந்த சூராங்கழி, ரெட்டடவாங்கழி, மூங்கில்கழி இவற்றை வளைத்து கூண்டு கட்டிக்கொண்டார்கள். பனை மட்டையை வெட்டி செறவு பிடித்து கூண்டிற்கு போட்டு ஆளுக்கு இரண்டு மூன்றென்று கூண்டு கட்டிக்கொண்டார்கள். கோட்டைக்கு வந்த பிறகும் வெள்ளைச்சாமியின் கிடை பெருகிக்கொண்டேயிருந்தது. மன்னாரத்தை விட்டு வரும்போது பாதியாக குறைத்துக்கொண்டு வந்த கிடை அடுத்த ஆறாவது மாதத்திற்குள்ளேயே முக்கால் வாசி நிறைந்து விட்டது. வேறு யாருக்கும் இவ்வளவு சீக்கிரமாய் கிடை பெருகாது என்று அடிக்கடி சொல்லி பெருமைப்பட்டுக் கொண்டிருந்தார் கீதாரி.

"எலேய் வெள்ளச்சாமி இன்னம் எண்ணி ரெண்டு வருசத்துக் குள்ள பரமக்குடில நீ வூடு கட்டிறணுமுடா. நா நல்லாருக்கக்குள்ளயே நீ வூடும் வாசலுமா ஒசந்து நிக்கிறத்த நா யாங் கங்குளூர பாக்கணுமுடா" என்று அடிக்கடி வெள்ளைச்சாமியிடம் சொல்லிக்கொண்டிருந்தார்.

முன்பெல்லாம் இதுபோல கீதாரி ஏதாவது சொன்னாரென்றால் உடனே வெள்ளைச்சாமி நெகிழ்ந்து போய்விடுவான். இவரைப்போல

ஒரு நல்ல மனிதன் இருக்க முடியுமாவென்று நினைப்பான். கீதாரியிடம் பதிலேதும் சொல்லமுடியாமல் திருப்பித் தர முடியாததொரு உபகாரத்தைப் பெற்றவனைப்போல குரலடைத்துப் போய் தடுமாறிக்கொண்டு நிற்பான். ஆனால் இப்போதெல்லாம் முன்புபோல அவனால் கீதாரியையும் அவரது நல்லெண்ணத்தையும் ஏற்றுக்கொள்ள முடிவதில்லை. சிறியதொரு ஏளனச் சிரிப்பு இழைந்தோட கீதாரியை நேராய்ப் பார்க்கிறான். அந்தச் சிரிப்பிலும் அந்தப் பார்வையிலும் வெவ்வேறு அர்த்தங்கள் பொதிந்திருந்தது. உண்மையான நல்லெண்ணத்தில் அவர் சொல்லுவதாய் அவன் நினைப்பதில்லை. மாறாக தன்னை ஒரு தியாகி போலவும் வெள்ளைச்சாமிக்காக நல்லதையே நினைக்கும் உத்தமரைப் போலவும் தன்னை மற்றவர்களிடம் காட்டிக்கொள்வதற்காகவுமே அவர் இப்படியெல்லாம் பேசுகிறாரென்று நினைத்தான். எப்படியானாலும் நான் முன்னுக்கு வந்துவிடுவேன் என்பதை தெரிந்துகொண்டே இவர் இப்படிப் பேசுகிறார். என்னுடைய வளர்ச்சிக்கெல்லாம் அவர்தான் காரணமென்று மற்றவர்கள் பேசவேண்டுமென்ற பெருமைக்கு ஆசைப்பட்டே இவர் இப்படியெல்லாம் பேசுகிறார் என்று நினைக்கலானான்.

வெள்ளைச்சாமியின் சிந்தனை இப்படியெல்லாம் முரண்பட்டு போவதற்கு காரணமில்லாமலுமில்லை. அவன் பரமக்குடியில் இடம் வாங்கிப் போட்டிருப்பதையும் அவன் கையில் தாராளமாக பணம் புழங்குவதையும் கிடை அவனுக்கு அசாத்தியமாய் பெருகுவதையும் பார்த்த ஒடயப்பன் பெரியசாமியை கூட்டுச்சேர்த்துக்கொண்டு முதலில் வெள்ளைச்சாமியை தன்னுடைய கட்டுப்பாட்டிற்குள் கொண்டுவர வேண்டுமென்று திட்டமிட்டான். பிறகு கரிச்சானை எப்படியாவது 'தீர்வை' கொடுத்து 'அத்து' விட்டுவிட்டு தன்னுடைய கடைசி தங்கையை அவனுக்கு கட்டி வைத்துவிடவேண்டுமென்று எண்ணலானான்.

வெள்ளைச்சாமியை தந்தைக்குத் தந்தையாய் கூடவேயிருந்து வழிநடத்தும் கீதாரியிடமிருந்து அவனை பிரித்தாலன்றி தன்னுடைய எண்ணங்கள் ஈடேறாது என்பதை உணர்ந்து கொண்டான் ஒடையப்பன். எனவேதான் கீதாரியின் மீதிருக்கும் மதிப்பை குறைக்கும் விதமாக அவனது மனதில் களங்கத்தை புகுத்திக்கொண்டிருந்தான்.

"வெள்ளைச்சாமி நாஞ்சொல்லுறனேன்னு தப்பா நெனச்சிக்கிறாத. ஒங் ஒண்ணனுக்குத்தாங் யாந் தங்கச்சிய கட்டிக் குடுத்துருக்குறன். இருந்தாலும் ஒம்மேலயும் அக்கற இருக்குறத்தாலதாஞ் சொல்லுறன். எதுக்கும் அந்த கீதாரிக்கிட்ட நீ கொஞ்சம் எச்சரிக்கலா இருந்துக்கிர்றது நல்லது" என்று மெதுவாக விதையைப் போட்டான் ஒடயப்பன்.

"என்ன மச்சான் இப்புடி சொல்லுறிக? எனக்கு அப்பாவா இருந்து நல்லது கெட்டத செய்யிறவுக அவுகதேன் தெரியுமுல்ல. அவுகளப்பத்தி இப்புடியெல்லாம் பேசாதிய."

ஆரம்பத்தில் ஒடயப்பனின் வார்த்தைகளுக்கு வெள்ளைச்சாமி கோபப்படவேச் செய்தான்.

“அப்புடியெல்லாம் கண்ணமூடிக்கிட்டு சொல்லாத வெள்ளச் சாமி. எந்த அப்பனாவுது பெத்த புள்ளயவிட வளத்த புள்ளய ஒசத்தியா நெனப்பானா?”

“அப்புடித்தான் மச்சான். என்னய ஒசத்தியாத்தான் நெனச்சாக அந்தண்ண. அதுனாலதேங் எனக்கு எந்த கொறயும் வக்காம வளத்து அளாக்கி வுட்டுருக்காக. அவுக இல்லாட்டி நா இந்த நெலமைக்கி வந்துருப்பனா? செறு வயசிலயே எங்கயாச்சும் போயித் தொலடா நாயேன்னு கையக்களுவி வுட்டுருந்தாகன்னா யாம் நெலம என்னா யிருக்கும் நெனச்சிப் பாருங்க.”

“போடா முட்டாளு. ஒண்ணால புரிஞ்சிக்கிற முடிஞ்சது அம்புட்டுதேங். ஒன்க்கு என்னத்தச் சொல்லி எப்புடி புரிய வைக்கிற?”

“.....”

“அந்த கீதாரி இருக்காரே, அவரு, சுழிபாத்து ஆடு வளக்குறவரு. சூழி பாத்து வெத போடுறவரு. தெரியுமுல்ல.”

“.....”

“ஒஞ்சாதவம் அந்த கீதாரிக்கி தெரிஞ்சி போச்சி மின்னாடியே. நீ கொடிகட்டி குபேரனமேரி வாளுவேங்குறத்த தெரிஞ்சிக்கிட்டுத்தேங் அந்தாளு ஒண்ணய எட்டவுட்டுறாம வளச்சிப் போட்டுக்கிட்டு இருக்குறாரு தெரியுமில்ல.”

“என்ன மச்சாஞ் சொல்லுறிய?”

விடியா மூஞ்சி வேலக்கிப் போனா வேல கெடச்சாலும் கூலி கெடக்காதுல்ல. அவுரு கெடய எட்டு சுத்து சுத்தி வந்து குட்டிக்கரணம் போட்டாலும் ஆட்டுலேருந்து கொட்டுறது மசுராத்தேங் இருக்கும். அதேங் ஒன்னய வச்சி அந்தாளு பொளக்கலாமுண்டு முடிவு செஞ்சிருக் குறாரு.”

கரைப்பார் கரைத்தால் கல்லும் கரையும் என்பது எவ்வளவு உண்மையான வார்த்தையென்பதற்கு வெள்ளைச்சாமியே உதாரணமாகி விட்டான். ஏற்கனவே அண்ணன் மற்றும் புதுச் சொந்தங்களின்மீது ஒருவித மயக்கத்திலிருந்த வெள்ளைச்சாமி முழுவதுமாக தன் சிந்திக்கும் திறனை இழந்துபோனான்.

வெள்ளைச்சாமியிடம் ஏற்பட்டுக்கொண்டிருக்கும் மாற்றங்களை யெல்லாம் கரிச்சாவை விடவும் கீதாரி எளிதில் கண்டுகொண்டார். அவருடைய மனதுக்கு அது மிகுந்த வேதனையை அளித்தது.

இன்னும் கொஞ்ச நாளிருந்தால் வெள்ளைச்சாமி நேரடியாகவே தன்னை பகைத்துக் கொள்வானென்று தெரிந்தது. அப்படியொரு நிலமை வந்தால் தான் என்ன செய்வதென்று நினைத்தார். கீதாரியால் நிச்சயமாக அதைத் தாங்கிக்கொள்ளவே முடியாது. எந்த நாளும் வெள்ளைச்சாமியும் தானும் வலிபட்டு ஒரு வார்த்தையும் பேசிக் கொள்ள கூடாதென்று நினைத்தார். அதனால் தானே முந்திக் கொள்வதுதான் நல்லதென்று தோன்றியது அவருக்கு. வெள்ளைச் சாமியுடனான உறவு சுமுகமாய் இருக்கும்போதே அவனை விட்டு விலகி விடுவதுதான் சரியென்று நினைத்தார்.

தன்னுடைய மருமகனைகூப்பிட்டு "நம்ம நயினாபாளயம் காட்டுக்குப் பெயிருவமாப்பா' என்று மெதுவாக பேச்சை ஆரம்பித்தார்.

"யாம் மாமா இஞ்ச ஆட்டுக்கு மேச்சல்லாம் நல்லாத்தான இருக்கு. எதுக்கு இப்ப அந்தக் காட்டுக்கு போவணுமுங்குறிய?"

"இந்தக் காட்டவிட அந்தக் காடு இன்னம் வசதியாங். மள பேஞ்சா மண்ணு காலுல ஒட்டாதாம். வெவசாய பண்ண வச்சிருக்கு றவனுக லோடு லோடா வந்து புளுக்கய வாங்கிக்கிட்டு போறானுகளாம். புளுக்கக்கிம் நல்ல காசு கெடக்கிதாம். வெய்ய நாளுக்கு அப்புடியே செதம்பரத்த சாச்சி ஓட்டலாமுல்ல."

"வெள்ளச்சாமி என்ன சொல்றாண்டு கேட்டியளா?"

"இல்ல."

"அவன ஒரு வார்த்த கேட்டுக்கிருங்க. எங்க கூப்புட்டாலும் நா வர்றன்."

கீதாரியின் மருமகன் முன்பெல்லாம் வெள்ளைச்சாமியென்றால் அரவே பிடிக்காதிருந்தவன்தான். கரிச்சாவை அவனுக்கு கட்டி வைத்த பிறகு ஏனோ தன்னை கொஞ்சம் கொஞ்சமாக மாற்றிக் கொண்டான். வெள்ளைச்சாமியிடம் அக்கறையோடு பழக ஆரம்பித்தான். இப்போ தெல்லாம் வயதில் இளையவனாக இருந்தாலும்கூட வெள்ளைச் சாமியை மதிப்பான். வெள்ளைச்சாமியின் வார்த்தைகள் சிலவற்றிற்குக் கூட கட்டுப்படுமளவிற்கு மாறியிருந்தான். எனவேதான் வெள்ளைச் சாமியின் விருப்பத்தைக் கேட்டால் போதுமென்று சொன்னான். அவனுடைய இந்த பதில் கீதாரியின் மனதை என்னவோ செய்தது.

"அதார்ச்சியமா பேசிக்கிட்டுருந்த நம்ப மருமயங்கொட இம்புட்டு அப்பாவியா மாறிட்டான். நம்ப வளத்த பய எப்புடி கெட்டான்?" என்று நினைத்து பெருமூச்சு விட்டார்.

"வெள்ளச்சாமி இப்பத்தேங் தான் அண்ணன்கொட சேந்துருக் குறான். அவன யாங் செருமப்படுத்திக்கிட்டு. நம்ம ஆடுகள மட்டும் பிரிச்சி ஓட்டுவம்."

வெள்ளைச்சாமியை விட்டுவிட்டு ஆடுகளை பிரித்து ஓட்டுவோம் என்று கீதாரி சொன்ன வார்த்தைகளை அவருடைய மருமகனால் நம்பவே முடியவில்லை.

"நெசமாவா மாமா சொல்லுறிய?"

"அட ஆமாந் தம்பி."

நம்ம உட்டுட்டுப் போனா அவன் கோச்சிக்கிற மாட்டானா?"

"ஆமா... அவந்தேங் கோச்சிகிறனாக்கும். எதுக்கு கோச்சிக்கிறப் போறான்? அவனுகதேன் இவங்கொட வெட்டியானும் பொணமுமா கட்டிப் பெறளுறானுகளே." கீதாரி ஏதோ மனக் கஷ்டத்தில்' இருப்பதை புரிந்துகொண்ட அவரது மருமகனும் "நீங்க என்ன செஞ்சாலும் செய்யிங்க மாமா" என்றான்.

மறுநாளே கிளம்பிவிட்டது கீதாரியின் வளசை. கூண்டுகளையும் குட்டிகளை டெம்போ பிடித்து ஏற்றிக்கொண்டு போனார்கள். இவ்வளவு அவசரமாக இங்கிருந்து வளசையை கிளப்பிக்கொண்டு போவதற்கான காரணம் புரியாமல் விழித்தார்கள் இருளாயியும் முத்தம் மாளும். கரிச்சாதான் அழுதுகொண்டே இருந்தாள். போகக் கூடா தென்று எவ்வளவே தடுத்தும் கெஞ்சியும் பார்த்தாள். அவள் என்ன தான் அழுது அரற்றினாலும் நிற்கப் போவதில்லை என்பதில் உறுதியா யிருந்தார் கீதாரி.

அன்று போனவர்கள்தான் அதற்குப் பிறகு வரவேயில்லை. தூரமாயிருந்துகொண்டு விசாரிப்பதோடு சரி. ஆனால் கரிச்சாதான் மிகவும் கஷ்டப்பட்டுக் கொண்டிருந்தாள். வருடங்கள் ஆக ஆக குழந்தை பிறக்கவில்லை என்பதை குத்திக்காட்டி சதா பேச ஆரம்பித் தார்கள். அவள் யாருமற்ற அனாதையென்பதையும் பயித்தியம் பெத்துப் போட்ட பிள்ளை என்பதையும் அவ்வப்போது சுட்டிக்காட்டியபடி இருந்தார்கள், பெரியசாமியும் அவன் பெண்டாட்டியும். கரிச்சாவை யார் எது பேசினாலும் அதுபற்றி வெள்ளைச்சாமி ஏதும் கண்டு கொள்வதேயில்லை.

கரிச்சாவின் அக்காவை சாம்பசிவம் கொன்றதுபோல வெள்ளைச் சாமியைத் தவிர வேறு யாராக இருந்தாலும் இவ்வளவு நாட்களில் கரிச்சாவையும் கொன்றிருப்பார்கள். வெள்ளைச்சாமி நல்லவனா யிருப்பதால் தான் இரக்கப்பட்டு விட்டு வைத்திருக்கிறான். அப்படிப் பட்ட நல்லவனுக்கு ஒரு வாரிசை பெற்றுக்கொடுக்க முடியவில்லை. தன்னால்தான் முடியவில்லையென்றால் வேறொரு பெண்ணைக் கட்டி வைத்து குழந்தையை பெற்றுக் கொடுக்கச் சொல்லலாமே. அந்த அளவுக்கு நல்லெண்ணம் இல்லாதவளாக கரிச்சா இருக்கின்றாள் என்பதுபோல தினந்தோறும் வார்த்தைகளால் சிதைத்துக் கொண்டிருந்

தார்கள் கரிச்சாவை. வெள்ளைச்சாமியின் மனதிலும் கரிச்சாவின் மீதான வெறுப்பை வளர்த்துக்கொண்டே வந்தார்கள்.

கரிச்சாவால் இதையெல்லாம் தாங்கிக்கொள்ள முடியவில்லை. சதா தனியாக உட்கார்ந்து அழுவதும் புலம்புவதுமாக இருந்தாள். இதுவும்கூட மற்றவர்களுக்குத் தெரிய வந்தால் அதற்காகவும் பாட்டு கிடைக்குமென்று பயந்து யாருக்கும் தெரியாமல் தன் சோகத்தை காத்து வந்தாள்.

வெள்ளைச்சாமி இப்போதெல்லாம் கரிச்சாவிடம் அதிகமாய் முகம் கொடுத்து பேசுவதேயில்லை. சோறு போட்டு வைத்தால் வேண்டாவெறுப்பாக தின்றுவிட்டு தட்டை தள்ளி வைத்துவிட்டுப் போவான். கரிச்சாவே வலிந்துபோய் பேசினாலும், உண்டு இல்லை யென்று ஓரிரு வார்த்தைகளில் பேச்சை முடித்துக்கொண்டான்.

வெள்ளைச்சாமி குட்டி விற்கும் பணம், புழுக்கை விற்கும் பணம் கெடைக் கூலி எல்லாவற்றையும் தன்னுடைய அண்ணனின் குடும்பத் திற்கே அழித்துக்கொண்டிருந்தான். தன்னுடைய குடும்பத்தைப் பற்றியும் கரிச்சாவைப் பற்றியும் அவன் நினைத்துப் பார்ப்பதேயில்லை.

காலையில் ஆடு செத்தபோதுகூட அதைப்பற்றி அவன் சிறிதும் வருத்தப்படவில்லை. இந்த ஆடொன்றும் எனக்குப் பெரிதில்லை. இது செத்துப் போவதற்காகவெல்லாம் கவலைப்படுபவன் நானில்லை என்பதுபோல தெனாவெட்டாய் நடந்து கொண்டான்.

இதையெல்லாம் நினைத்து நினைத்து கரிச்சாவிற்கு மனம் பாரமானது. யாரிடம் சொல்லி முறையிடுவது என்று தெரியாமல் திகைத்து நின்றாள் கரிச்சா.

எல்லா உப்புக்கண்டங்களையும் சின்னச்சின்ன துண்டுகளாய் அரிந்து பாறையில் பரப்பிவிட்டாள். காட்டிற்குள் ஆங்காங்கே கிடக்கும் இதுபோன்ற பாறைகள் உப்புக்கண்டம் காயவைக்க வசதியா யிருந்தது. பாறைக்கு சற்று தள்ளிதான் இவர்கள் வளசை போட்டிருந் தார்கள். பெரியசாமி மற்றும் அவனுடைய சொந்தக்காரர்கள் வளசைகள் என்று இரண்டு மூன்று குடும்பங்கள் ஒரேயிடத்தில் இருந்தார்கள். அவர்களுடன் சேர்ந்து இருக்கப் பிடிக்காத கரிச்சாவிற்கு இதுபோல் விலகி வந்து உப்புக்கண்டம் காய வைப்பது சற்று ஆறுதலான வேலையாக இருந்தது.

24

கரிச்சாவிற்கு லேசாய் தலைசுற்றுவது போலிருந்தது. எந்த பஸ்ஸைப் பிடித்து ஏறிப் போவதென்று தெரியவில்லை. யாரிடமாவது விசாரிக்கலாமென்றால் பேசவும் தெம்பற்று போயிருந்தாள். கைகால்கள் சோர்வுற்றுப் போய்விட்டது போலிருந்தது. அடியெடுத்து வைக்க முடியாமல் தடுமாறின கால்கள். அப்படியே ஓரிடத்தில் உட்கார்ந்து விடலாமா வென்று நினைத்தாள். மயக்கம் வந்து எங்காவது விழுந்துவிடுவதற்குள் உட்கார்ந்துவிடலாமென்று நினைத்தவள் ரோட்டோரமாய் ஓரிடத்தில் உட்கார்ந்தே விட்டாள்.

இரண்டு நாட்களாய் அன்ன ஆகாரம் ஏதுமின்றி வங்கொலை யாய் பட்டினி கிடந்தால் பின் மயக்கம் வராமல் என்ன செய்யும்? யாராவது ஒரு சோடா வாங்கிக் கொடுத்தால் தேவலாம் போலிருந்தது. வெயில் வேறு மண்டையை பிளந்தது. யார் நமக்குச் சோடா வாங்கித் தருவார்கள்? அதுவும் இந்த சிதம்பரம் டவுனில்? இரண்டு நாட்களாய் பச்சைத் தண்ணியைப் பல்லில் ஊற்றாமல் கிடப்பது தெரிந்தும்கூட கட்டிய புருசனே அவளை திரும்பியும் பார்க்கவில்லை என்கிறபோது இத்தனை பெரிய இந்த நகரத்தில் யார் அவளுக்குச் செய்வார்கள். தன் மங்கிய கண்ணெதிரே ஆயிரம் கால்கள் நடந்து போவதையும் வகை வகையான வாகனங்கள் நகர்வதையும் பார்த்து இயலாமையோடு பெரு மூச்சு விடத்தான் முடிந்தது அவளால். இடுப்பில் செருகியிருந்த முந்தானைத் தலைப்பை தடவிபார்த்துக் கொண்டாள். முடிச்சு அப்படியே இருந்தது. இப்போது அவளிடமிருக்கும் ஒரே ஆதாரம் இந்த முடிச்சுக்குள்ளிருக்கும் ஐந்துரூபாய் நாணயம் மட்டும்தான். இந்த ஐந்து ரூபாயை வைத்துக்கொண்டு தான் முதலில் அவள் களைப்பாற வேண்டும் பின் கொடிப்பள்ளம் பஸ்ஸைப் பிடித்துப் போய் சேர வேண்டும். களைப்பைப் போக்கிக் கொள்வதற்கு டீ குடிக்கலாமா அல்லது சோடா குடித்தால் நன்றாக இருக்குமா என்று யோசித்தாள். டீ குடிக்கலாம்தான். சூடாக இருக்கும். உடலுக்கு சுறுசுறுப்பு உடனே கிடைப்பது போலிருக்கும். ஆனால் சமயங்களில் டீ நன்றாக இல்லாமல் போய்விடும். வெள்ளாட்டில் கரந்துபோடுவது போலவா கடைக்காரன்

போடும் டீ இருக்கும்? ஏதாவது பவுடர் பால் பழைய பாக்கெட் பால் என்று நாறிப்போன பாலில் போட்டுக் கொடுத்துவிட்டால் என்ன செய்வது? கீழே ஊற்றவும் மனம் வராது. குடித்தால் இருப்பதைவிடவும் இன்னும் நிலமை மோசமாகிவிடும். தவிரவும் இருக்கும் இந்த காசையும் வீணாக்கிவிட்டு பிறகு என்ன செய்வது?

இப்போதைய நிலைமையில் வெறும் தண்ணீர்தானென்றாலும் டீயைவிட சோடாவே நல்லதென்று தோன்றியது, கரிச்சாவிற்கு. சிறிது நேரம் உட்கார்ந்திருந்ததில் தலைசுற்றலிலிருந்து சற்று தெளிவிடைய முடிந்தது. மெதுவாக எழுந்துபோய் பக்கத்திலிருந்த தெருவோரக் கடையொன்றில் சோடா கேட்டாள். இவளை ஏறியிறங்கப் பார்த்தவன் "காசிருக்காம்மா?" என்று கேட்டான். செருகியிருந்த முந்தானையை இழுத்து முடிச்சை அவிழ்க்கலானாள். இவளிடம் காசு இருப்பதை உறுதிசெய்து கொண்ட பிறகுதான் கடைக்காரன் சோடாவை எடுத்து உடைத்துக் கொடுத்தான். குடித்ததும் கொஞ்சம் தெம்பு வந்தது போலிருந்தது. கருவிழிகளுக்கு மேலே படர்ந்திருந்த வெண்படலம் விலகுவதைப்போல உணர்ந்தாள்.

பேருந்து நிலையத்திற்குள் போனாள். அங்கிருந்தவர்களிடம் ஒருவருக்கு இருவராக ஒருமுறைக்கு இருமுறையாக விசாரித்துக் கொண்டு கொடிப்பள்ளம் போகும் பஸ்ஸில் ஏறி உட்கார்ந்தாள்.

இனிமேல் பஸ்ஸிலேயே மயக்கம்போட்டு விழுந்தால்கூட பிரச்சனையில்லை. கொடிப்பள்ளத்தில் தூக்கிப் போட்டுவிட்டு போய் விடுவார்கள். கீதாரி கண்டுபிடித்து அழைத்துக்கொண்டு போய்விடுவார். ஆயாசமாய் வந்தது கரிச்சாவுக்கு. இருக்கையில் சாய்ந்து கண் மூடிக் கொண்டாள்.

கொடிப்பள்ளத்தில் முஸ்லீம்கள் அதிகமாக வசிக்கும் பகுதியில் வளசை போட்டிருந்தார் கீதாரி. அவருக்கென்று அதிகமாய் ஆடுகள் எதுவும் இருக்கவில்லை. அவருடைய மருமகனிடம் நின்ற நாற்பது நாற்பத்தைந்து ஆடுகளை வைத்துக்கொண்டுதான் கிடைகட்டி குடும்பத்தை ஓட்டிக்கொண்டிருந்தார்கள். ஆடுகள் அதிகமில்லாததால் கிடைப் பணமும் மிகவும் சொற்பமாகவேக் கிடைத்தது. அதனைக் கொண்டு முத்தம்மாளின் பிள்ளைகளோடு சேர்த்து ஆறுபேர் கொண்ட குடும்பத்தை ஓட்டுவது என்பது சிரமமானதாகவேயிருந்தது. அரிசிக்கும் துணிமணிக்கும் அவ்வப்போது குட்டிகளைப் பிடித்து விற்றுக் கொண்டிருந்தான் கீதாரியின் மருமகன்.

இந்தப் பகுதிக்கு வந்தவுடனேயே புத்திசாலித்தனமான வேலையொன்றை செய்திருந்தார் கீதாரி. தன் மகள் வயிற்று பேரப்பிள்ளைகள் இருவரையும் பள்ளிக்கூடத்தில் சேர்த்துவிட்டார். மூத்தவனுக்கு ஆறேழு வயது ஆகியிருந்தது அப்போது. அவனை தர்மநல்லூர் பள்ளியில்

ஒன்றாம்வகுப்பில் சேர்த்துவிட்டு விடுதியிலேயே தங்க வைத்தார். பெண் பிள்ளையைச் சரியாக ஐந்து வயது ஆகும்போது பரங்கிப்பேட்டை விடுதிப்பள்ளியில் சேர்த்து விட்டிருந்தார். இப்பகுதியிலிந்த பெரும் பாலான ஆட்டுக்காரர்கள் இப்படித்தான் தங்களுடைய பிள்ளைகளை படிக்க வைத்துக் கொண்டிருந்தார்கள்.

ஆட்டுக்காரர்களின் சிரமத்தையும் நாடோடிகளாக அவர்கள் வாழும் வாழ்க்கையையும் கேட்டு அவர்களின்மீதும் இரக்கம் கொண்ட கல்வி நிலையங்கள் ஆட்டுக்காரர்களின் பிள்ளைகளை இலகுவாக சேர்த்துக்கொண்டன. முத்தம்மாளின் பிள்ளைகள் இருவரும் வளசையில் இல்லாதது முத்தம்மாளுக்கு நிம்மதியாக இருந்தது. என்ன கஷ்டமென்றாலும் நாம் அனுபவித்துக் கொள்ளலாம், நம் பிள்ளைகள் கஷ்டப்படக் கூடாதென்று நினைத்தாள்.

இருளாயிக்கு உடம்பு முன்புபோலில்லை. அவளால் எழுந்து அதிகதூரம் நடக்க முடியவில்லை. உட்கார்ந்த இடத்தைவிட்டு நகராமல் பெரும்பாலும் அப்படியே உட்கார்ந்திருந்தாள். அவளால் அந்த குடும்பத்திற்கு எந்த பயனுமில்லாமல் போய்விட்டது. என்றாலும் கூட அவ்வப்போது காயவைக்கும் உப்புக்கண்டத்திற்கு காவலாய்ப் போய் உட்கார்ந்து விடுவாள். முத்தம்மாதான் வளசைக்கும் கிடைக்கு மாக அலைந்து கொண்டிருந்தாள்.

முஸ்லீம் வீடொன்றிற்கு கிடை கட்டிக் கொண்டிருந்தார் கீதாரி. நெல்லறுத்த வயல்களில் உளுந்து தெளித்து உளுந்தும் அறுவடையான வயல்களில் தான் கிடை கட்டிக் கொண்டிருந்தார்கள். வயல்களில் பட்டி அடைக்கவென்று சுற்றிலும் கம்பியிறக்க வேண்டும். காய்ந்து வெடித்துப் போன வயல்களில் கம்பியிறக்குவது மிகவும் கஷ்டமான வேலையாக இருந்தது. ஒரு பட்டிக்கு சுற்றிலும் பத்துப் பதினைந்து கம்பிகளையாவது இறக்க வேண்டியிருக்கும். அந்த கம்பிகளில் வலையை மாட்டி வளைத்து விடுவார்கள். வலைகளில் உராய்ந்தும் கம்பிகளில் உரசியும் கம்பிகளை ஆடுகள் அசைத்துச் சாய்த்துவிடாதபடி ஆழத்திற்கு அடித்து இறக்க வேண்டும். கீதாரியின் மருமகனுக்கு ஒவ்வொரு நாளும் பத்துப் பதினைந்து கம்பிகளை இறக்குவதற்குள் உயிர் போய் உயிர் வரும். வயதான கீதாரியாலும் முடியாதென்பதால் கணவனுக்கு ஒத்தாசையாக முத்தம்மாள்தான் கிடைக்கும் வீட்டுக் குமென அலைந்து கொண்டிருந்தாள்.

காலம்போன காலத்தில் இப்படி மகளையும் மருமகனையும் போட்டு வாட்டிக்கொண்டு உட்கார்ந்திருக்கிறேமே வென்று தினமும் புலம்பிக்கொண்டேயிருந்தாள் இருளாயி.

கொடிப்பள்ளத்தில் பஸ் நின்றது. கரிச்சா மெதுவாக இறங்கி னாள். ஏனோ அவளுடைய கண்கள் கலங்கியன. தன்னுடைய

கணவனை விட்டுவிட்டு முதல்முறையாக இப்போதுதான் கோவித்துக் கொண்டு வந்திருக்கிறாள். எவ்வளவு சண்டை சச்சரவென்றாலும் கோபித்துக்கொண்டு போவதுமட்டும் கரிச்சாவிற்கு எப்போதுமே பிடிக்காது. கோபித்துக்கொண்டு போவதால் மட்டும் என்ன பயன்? திரும்பவும் வந்து அதே குடும்பத்தில் வாழ்ந்துதானே ஆகவேண்டும். சுற்றியலைந்து திரும்பியும் வந்து குட்டுப்படுவதை விடவும் பேசாமல் எது வந்தாலும் தாங்கிக்கொண்டு இருந்துவிடுவதுதான் நல்லதென்று நினைப்பாள். ஆனால் இன்று அவள் கோபித்துக்கொண்டு வந்திருப்பது கொஞ்ச நாளானதும் சமாதானப்படுத்தி அழைத்துக்கொண்டு போவார்கள் என்ற எண்ணத்தில்லை. இனிமேல் எக்காரணத்தைக் கொண்டும் வெள்ளைச்சாமியுடன் சேர்ந்து வாழ்வதில்லை என்ற முடிவோடுதான் வந்திருக்கிறாள். அவளை சமாதானப்படுத்தி அழைத்துச் செல்வதற்கும் கூட அவளுக்கு யாம் இருக்கவில்லைதான். தன்னுடைய வாழ்க்கை இத்தோடு முடிந்துவிட்டது என்பதை நினைத்துத்தானோ என்னவோ அவளுடைய கண்கள் கலங்கியது.

கரிச்சா வளசைக்குப் போய்ச் சேர்ந்த நேரம் அங்கு யாருமே இல்லை. சுற்றி வந்து பார்த்தாள் கரிச்சா. சற்று தூரத்தில் இருளாயி உட்கார்ந்திருந்தது தெரிந்தது. உப்புக்கண்டத்தை காயப் போட்டுவிட்டு காவலாய் நீண்ட குச்சியொன்றை கையில் வைத்துக்கொண்டு உட்கார்ந்திருந்தாள்.

இருளாயியை பார்த்தவுடன் கரிச்சாவிற்கு துக்கம் அதிகமானது. “அம்மா’ என்று அலறியபடி ஓடியவள் நீட்டியிருந்த அவளுடைய கால்களைப் பற்றிக்கொண்டு கதறினாள்.

இருளாயிக்கு ஒன்றும் புரியவில்லை. “எளும்பு சின்னாயா” என்று அவளை சமாதானப்படுத்தி உட்கார வைத்தாள். இருளாயியை நிமிர்ந்து பார்த்து தன் அழுகையை அடக்கிக்கொண்டாள் கரிச்சா. “என்னம்மா இப்புடி பெயிட்டிய? ஒளுங்கா சாப்புடுறியளா இல்லயா?” என்று அக்கரையோடு விசாரித்தாள்.

“எங்க சாப்புடுற? எளும்பி நடக்க முடியல. சூத்தால நக்கரிச்சிக்கிட்டே அங்குட்டும் இங்குட்டுமா ஒதுங்குறன்.”

“அக்கா மச்சான்ல்லாம் நல்லாருக்காகளா?”

“இருக்காக. யாம் மயகுடும்பம் நொடிச்சி ஒண்ணுமில்லாம பெயிட்டாயி. புள்ளகுட்டிய வச்சிக்கிட்டு யாம் மயளும் மருமயனும் படுற செருமய கங்கொண்டு காண சயிக்கல.”

“அப்பா எப்புடிருக்காகம்மா?”

அவுகளுக்கென்ன. கெட்ட எடயனுக்கு எட்டாடுங்குற மேரி எல்லா ஆடுகளயும் வித்துபொறுக்கிப்புட்டு எட்டே எட்டாட்ட வச்சிக்கிட்டு கொல்லகாரய்ங்க கால்லயெல்லாம் உளுந்துவாராரு.”

கரிச்சாவிற்கு இவர்களின் நிலையைப் பார்க்கப் பார்க்க மிகவும் பரிதாபமாக இருந்தது. நம்மை வளர்த்து ஆளாக்கிவிட்டவர்கள் சோத்துக்கும் தண்ணிக்கும் சிரமப்பட்டுக் கொண்டிருக்கிறார்களே என்று நினைத்து வேதனைப்பட்டாள். வெள்ளைச்சாமியிடம் எவ்வளவோ காசுபணம் இருக்கிறது. ஆனால் கொடுத்து உதவ அவனிடம் நல்ல மனது இல்லாமல் போய்விட்டதே என்று வருத்தப்பட்டாள்.

"அம்மா கவலப்படாதிய. எல்லாஞ் சரியாப் பெயிரும்" என்று ஆறுதல் கூறினாள் கரிச்சா. இங்கு வந்து பார்த்தபிறகு அவளுடைய சோகம் துக்கமெல்லாம் அவளுக்கு அவ்வளவு பெரிதாய்த் தெரிய வில்லை.

"யாஞ் சின்னாயா. ஒன்னப் பாக்கவே நல்லால்லயே. கண்ணு முளியெல்லாம் பஞ்சடஞ்சி போயிருக்கு. சாப்புட்டியா இல்லயா?" என்றாள் இருளாயி.

"சாப்புட்டம்மா."

"என்னத்த சாப்புட்ட? மொதல்ல சோத்த தின்னுட்டு வா. எதாருந்தாலும் அப்பறம் பேசிக்கிடலாம். ஒக்கா எனக்காவ கொஞ்சம் பளங்கஞ்சி வச்சிட்டுப் போனா பொலருக்கு. போ, அத எடுத்துக் குடிச்சிட்டு வா" விரட்டினாள் இருளாயி.

கரிச்சாவை பார்த்தவுடன் சட்டென்று இருளாயிக்கு எதுவும் புரியவில்லைதான் ஆனால் இப்போது எல்லா விஷயமும் புரிந்து விட்டது. கரிச்சா எளிதில் வீட்டைவிட்டு கிளம்பும் பெண்ணில்லை. அவள் இன்று இப்படி வந்திருக்கிறாளென்றால் நிச்சயமாக அதற்கு பெரியதொரு காரணம் இல்லாமலிருக்காது என்று தோன்றியது இருளாயிக்கு.

பொழுது போகும் நேரத்தில்தான் கீதாரியும் முத்தம்மாளும் வளசைக்கு வந்துசேர்ந்தார்கள். அதற்குள் வீட்டில் செய்யவேண்டிய வேலைகளையெல்லாம் செய்து வைத்திருந்தாள் கரிச்சா. கரிச்சாவைப் பார்த்ததும் 'வா' என்று அழைத்ததோடு சரி. அதற்குமேல் அவளிடம் எதுவும் விசாரிக்கவில்லை கீதாரி. அவளை பார்த்ததுமே அவருக்கு அடி வயிற்றில் பகீர் என்றது.

'நம்ப புள்ளக்கி ஏதோ தும்பந்தேங். அதேங் வந்துருக்கு' என்று புரிந்துகொண்டார். அவர் அவ்வப்போது தூரத்திலிருந்தே வெள்ளைச் சாமியைப் பற்றியும் கரிச்சாவைப் பற்றியும் விசாரித்துக் கொண்டே தானிருந்தார். அதை இருளாயியிடமும் சொல்லுவார்.

"எம்புட்டு செருமண்டாலும் நம்ம பொண்ணு சமாளிச்சிப் புடும்டி" என்று கரிச்சாவைப்பற்றி பெருமையாய் சொல்லிக் கொண்டி

ருப்பார். ஆனால் இன்று அவளே வந்துவிட்டாளென்கிற போது அவளிடம் விசாரித்து யாதொரு பயனுமில்லையென்று தோன்றியது கீதாரிக்கு. அவளே சொன்னால் சொல்லட்டும். நாமாகக் கேட்டு அவளை சங்கடப்படுத்தவேண்டாமென்று இருந்துவிட்டார். ஆனால் முத்தம்மாளால் அப்படி வாயை அடக்கிக் கொண்டு இருக்க முடியவில்லை. கரிச்சாவைப் பார்த்து அவளுடைய மனது பதறியது.

"சும்மாதேங் வந்தங்" என்று எவ்வளவோ முறை சொல்லியும் முத்தம்மாள் விடுவதாக இல்லை.

"அந்த சதிக்காரக் கும்ப ஒனக்கு என்ன கேடு பண்ணிச்சி சொல்லு" என்று துளைத்தெடுத்தாள்.

"ஓம் புருசன் சோத்தத் திங்கிறானா இல்ல வேற எதயாவுது திங்கிறானா? யாம் இப்புடி புத்திகெட்டுப் போயி அலயிறானாம்?"

"நான் சும்மாதாங்க்கா வந்தேன். அவுகள ஏன் ஏசுற?"

"மசுருதாண்டி மண்டய மறைக்கணும், மண்ட என்னத்துக்கு மசுர மறைக்கணும். அம்பட்டஞ் செறச்சிப் போட்ட மசுரவிட மானங்கெட்ட பயலுகடி அவனுக. இன்னம் என்னத்துக்கு அவன வுட்டுக்குடுக்காம பேசுறேங்குறன்?"

"......"

"சொல்லு சின்னாயா?"

"ஒண்ணுமில்லக்கா. ஏன் வூட்டுக்காரருக்கு மூத்தாரோட மச்சினிச்சிய கட்டிவக்கப் போறாகளாம்."

"நெசமாத்தாஞ் சொல்லுறியா?"

"தாலி, துணிமணியெல்லாங்கொட எடுத்தாந்துட்டாக."

"நீ ஒண்ணுமே சொல்லலயா?"

"நா என்னக்கா சொல்லுற? யான் வயத்துலதான் ஒரு புழுபூச்சிகொட தங்கலயே."

"....."

"புள்ள வேணுமுன்னு கட்டி வைக்கிறாக. நான் என்ன செய்யிற?"

"ஒன்ன என்ன செய்யிறதாம்?"

"ஒத்துக்கிட்டு ஒண்ணாருந்தா இருக்கலாமாம். இல்லாட்டி அத்துவுட்டுத்தான் கட்டப் போறாகலாம்."

"நீ ஒத்துக்கிட்டியா?"

"ஒத்துக்கவும் வேண்டாம் அத்துக்கவும் வேண்டாமுன்னு கெளம்பி வந்துட்டன்"

"அடி கட்டி வச்சிருவானுகடி அந்த படுபாவிப் பயலுக."

"கட்டி வக்கட்டுமே நாங்தேங் வந்துட்டனே."

"இனிமே போவமாட்டியா?"

"போயி என்ன செய்யிற?"

"...."

"யாம் மண்ட மடியிறளவும் நான் இஞ்சயே கெடந்தர்றங்க்கா. நான் இனிமே அங்கப் போவமாட்டன்"

கரிச்சாவும் முத்தம்மாளும் பேசிக்கொண்டிருந்ததை கீதாரி நின்று கேட்டுக்கொண்டேதானிருந்தார். அவருக்கு நெஞ்சு கொதித்தது. 'படுபாவிப் பயலுக இப்புடி எறக்கமில்லாம வங்கொல பண்ணுறானுகளே. கேப்பா பேச்சு கேட்டுக்கிட்டு இந்தப் பயலும் அறிவுகெட்டு அலயிறானே' என்று குமுறினார். கரிச்சாவிடமோ தன் மகள் முத்தம்மாவிடமோ எதையும் காட்டிக்கொள்ளவில்லை அவர். இரவு முழுவதும் தீவிரமான சிந்தனையோடு இருந்தார். விடிந்ததும் விடியாததுமாக யாரிடமும் சொல்லிக்கொள்ளாமல் கிளம்பி விட்டார்.

வெள்ளைச்சாமி மற்றும் அவனுடைய அண்ணன் பெரியசாமி, ஒடயப்பன் ஆகியோரின் குடும்பங்கள் சிதம்பரத்தை அடுத்துள்ள குமாரமங்கலத்தில் இருந்தன. மையமான ஓரிடத்தில் வளசைகளைப் போட்டுக் கொண்டு சுற்றியிருந்த வயல்களிலும் பக்கத்து பக்கத்து ஊர்களிலும் கிடை போட்டுக் கொண்டிருந்தார்கள். கீதாரி போன நேரம் எல்லோரும் வளசையிலேயே இருந்தார்கள்.

பெரியசாமி நிற்பதையோ ஒடயப்பன் நிற்பதையோ சிறிதும் கண்டுகொள்ளாமல் நேராகப் போய் வெள்ளைச்சாமியை கூப்பிட்டார்.

"ஏலேய் வெள்ளச்சாமி வாடாலே இஞ்ச" என்றார். மற்றவர்கள் என்ன சொல்லப் போகிறாரோவென்று திகைத்துப்போய் நின்றார்கள்.

"வாங்கண்ணே" என்றபடியே அருகில் வந்தான் வெள்ளைச்சாமி. அவனுக்கு உடல் லேசாக நடுங்குவதைப் போலிருந்தது.

"நா வாறது இருக்கட்டுமுடா. மொதல்ல ஒந் துணிமணியள எடுத்துக்கிட்டு கெளம்புடாலே நீ."

"எங்கண்ண?"

"எங்கன்னாலே கேக்குற? ஓம் பொண்டாட்டி அங்கருக்கக்குள்ள இஞ்ச ஏன்னாலே ஒனக்கு வேல? வா ஆட்டுவொளப் பத்திக்கிட்டு காலாகாலத்துல போயிச் சேருவம்."

வெள்ளைச்சாமிக்கு எதுவும் புரியவில்லை. என்ன செய்வதென்று தெரியாமல் விழித்துக்கொண்டு நின்றான். ஆனால் பெரியசாமியும் ஒடயப்பனும் அதற்குள் கீதாரியிடம் சண்டைக்கு வந்துவிட்டார்கள்.

"எலேய் திருட்டு நாய்களா, ஒங்கள எவண்டாலே கேட்டது. போங்கடா எட்டி. கிட்ட வந்தியளுன்னா கொல சீவுற கத்தியாலயே ஒங்க தலய சீவிப்புடுவஞ் சீவி" என்று அதட்டினார் கீதாரி.

"எலேய் மச்சான் பாத்தியாடா கௌட்டுப் பயலோட அதட்டல. யாருகிட்டடா வந்து காட்டுர ஒங் வீரத்த" என்று சொல்லிக்கொண்டே ராமுகீதாரியின் மீது பாய்ந்தான் ஒடயப்பன். அதே நேரத்தில் பெரியசாமியும் கீதாரியை தாக்க ஓடினான். மனதில் எவ்வளவுதான் தைரியமிருந்தாலும், கீதாரிக்கு வயதாகி விட்டதல்லவா. இவர்களின் பாய்ச்சலிலிருந்து தப்பிக்க நினைத்தவர் தடுமாறி கீழே விழுந்துவிட்டார். விழுந்து கிடந்தவரின் மீது கைவைக்க ஆரம்பித்தார்கள் இருவரும். அதற்குள் வெள்ளைச்சாமியும் சுற்றியிருந்த ஒருசிலரும் ஓடிவந்து அவர்களிருவரையும் விலக்கி விட்டார்கள். பெரியசாமியும் ஒடயப்பனும் நடந்துகொண்டது முறையில்லையென்று ஆளாளுக்கு கண்டித்தார்கள். அவர்களால் அதற்குமேல் ஒன்றும் செய்யமுடியவில்லை. கீதாரியை முறைத்தபடியே தூரமாய் போய்விட்டார்கள்.

நம்மால் இவருக்கு இப்படி ஆகிவிட்டதேயென்று வருத்தப் பட்டான் வெள்ளைச்சாமி. ஆனால் கீதாரி இதை எதிர்பார்த்து வந்த வரைப்போல அதை பெரிதுபடுத்தாமல் இருந்துவிட்டார். அவர் வெள்ளைச்சாமியை தன்னுடன் அழைத்துச் செல்வதிலேயே குறியா யிருந்தார்.

"ஏலேய் என்னலே இன்னம் வேடிக்கப் பாத்துக்கிட்டு நிக்கிற கௌம்புடாலே" என்று மறுபடியும் அதட்டினார் கீதாரி. அவருடைய கைகளும் கால்களும் நடுங்கிக் கொண்டிருந்தன.

கீதாரியுடன் கிளம்பிப்போய் விடுவோமா என்றுகூட ஒருகணம் யோசித்தான் வெள்ளைச்சாமி. ஆனால் அதற்குள் எங்கிருந்தோ ஓடிவந்த பெரியசாமியின் பெண்டாட்டி, "யார கூட்டிப்போக பாக்குறீக. இவுக யாந் தங்கச்சிய கட்டிக்கிறப் போறவுக. நீங்க எப்புடி கூப்புடலாம்?" என்றாள்.

"அடிச் செருப்பால நாயே. ஒந் தங்கச்சிய கட்டிக்கப்போறவுக யாரு? இவுகளா? இவுகளுக்கு தாலி கட்டுன பொண்டாட்டி ஒண்ணு இருக்கு தெரியாதா ஒங்களுக்கு?"

"சோத்துக்கும் தண்ணிக்கும் வளியில்லாம, வெவுத்துபோயி வந்து கூப்புடுறமுன்னு சொல்லுங்களேன். யாவ் அவுக பொண்டாட்டிய

பொதுவுல இளுக்குறீக." பெரியசாமியின் பெண்டாட்டி கேட்ட இந்த ஒரு வார்த்தையில் வாயடைத்துப் போய்விட்டார் கீதாரி.

"தீர்வ பணங்குடுத்துத்தாங் அத்தூடுவம். பயப்புடாதிய, அத வச்சி பொளச்சிக்கிறலாம்" என்றாள் கர்வமாய். கீதாரிக்கு வந்த கோபத்திற்கு அளவேயில்லை.

"த்தூ.. நாயே. மானங்கெட்ட நாயே. யாருக்கு வேணும் ஒந்தீர்வ?"

'அத்துபுட்டு கட்டீருவியளா? கட்டுங்க கட்டுங்க. "எலேய் வெள்ளச்சாமி. அத்துபுட்டு கட்டப் போறியாமுல்லடா!"

"ஒரு மூட்ட கோளி மசுரும் ஒரு லட்சம் பணமும் வக்காம நீ ரெண்டாந்தாலி கட்டிருவியாடாலே?"

"...."

"எலேய் வெள்ளச்சாமி ஒண்ணு சொல்லுறன்டா. மேட்டுக் கொல்லய கட்டுனவனும் கெட்டான், மேனாமினுக்கிய தொட்டவனும் கெட்டான்ம்பாகடா. ஒவ் விசயத்துல அது உண்மதான்டாலே. நீ எக்கெதியோ கெட்டு ஒழிடாலே. இனிமே நீ இருக்கியா செத்தி யான்னுகொட திரும்பிப் பாக்க மாட்டன்டாலே" என்று ஆத்திரத்தில் பேசியவர் துண்டை உதறி தோளில் போட்டுக்கொண்டு வந்த வழியே திரும்பிவிட்டார்.

25

மேகம் கருத்துக்கொண்டு வந்தது. கோட்டையில் உயரமாய் தெரிந்து கொண்டிருக்கும் பள்ளிவாசல் இப்போது தெரியவில்லை. அடர்த்தியாய் பெய்த மழை அதை மறைத்து விட்டது. கோட்டைக்கும் வளசையிருக்கும் காட்டுப் பகுதிக்கும் இடையே அதிக தூரமில்லை. அங்கு பெய்வது போன்ற மழை இங்கேயும் பெய்ய ஆரம்பித்துவிடும் என்பதற்கு அடையாளமாக ஓரிரு மழைத்துளிகள் அங்கொன்றும் இங்கொன்றுமாக விழுந்து கொண்டிருந்தது.

‘அய்யய்யோ மேகம் தெரண்டு வாறதப் பாத்தா போட்டு சாத்து சாத்துன்னு சாத்தும் பொலருக்கே. எல்லாம் பெயிருமாச்சே என்ன பண்ணுற இப்ப’ என்று பதறியவளாக நடந்தாள் கரிச்சா. கரிச்சாவின் தலையில் ஒரு குடமும் இடுப்பில் ஒரு குடமும் இருந்தது. வேகமாக நடக்கவே விரும்பினாள். ஆனால் இரட்டைக் குடத்தின் சுமை மட்டுமல்லாமல் உப்பிப் பருத்துப்போய் முன்னால் தள்ளிக்கொண்டு நின்ற அவளுடைய பெரிய வயிற்றை தூக்கிக்கொண்டும் அவளால் நடக்க முடியவில்லை. கரிச்சாவிற்கு இது எட்டு மாதம். இன்னும் இரண்டு மாதத்தில் ஆணோ பெண்ணோ பிறந்துவிடும். வயிற்றை விட்டு சுமை நீங்கிவிட்டால் இதுபோல் வேகமாய் நடப்பதற்கும் ஓடுவதற்கும் சிரமப்பட வேண்டியிருக்காதென்று தோன்றியது அவளுக்கு.

“அப்பயே ஆட்டுபுளுக்கய கூட்டி அள்ளிக் கொட்டிப்புட்டு வந்துருக்கணும். கொடத்த எடுத்துக்கிட்டு தண்ணி தூக்க வந்தது தப்பாப் பெயிட்டு” வாய்க்குள்ளேயே முனகிக் கொண்டாள்.

நான்கைந்து நாட்களாகவே காட்டில் மழைபெய்து கொண்டிருந்தது. விட்டுவிட்டு பெய்த மழையால் பட்டிக்குள் ஆடு நின்ற இடமெல்லாம் ஈரம்காயாமலிருந்தது. காயாத தரையில் கிடக்கும் ஈரப் புழுக்கையை கூட்டிக் குவிப்பது சிரமமாக இருக்குமென்பதால் சற்று நேரம் தரையும் புழுக்கையும் உலரட்டுமென்று போட்டு வைத்திருந்தாள். இன்று காலையிலேயே வானமும் வெளுத்துப்போய்தான் இருந்தது. வெயில் காட்டும் என்று நம்பித்தான் ஆட்டுப் புழுக்கையை முதலில்

கூட்டுவதை விட்டுவிட்டு கிணற்றிலிருந்து தண்ணீரை தூக்கிக்கொண்டு வந்துவிடலாமென்று கிளம்பினாள். வளசை போட்டிருந்த இடத்தி லிருந்து வெகு தூரத்திலிருந்தது கிணறு. அரசாங்கத்திற்கு சொந்தமான காட்டுப் பகுதியின் எல்லையில் வளசை போட்டிருந்தார்கள். காட்டுப் பகுதிக்கும் புறத்திலிருந்த பட்டா நிலங்களில் பாசனத்திற்காக கிணறு வெட்டியிருந்தனர் விவசாயிகள். அந்த கிணறுகளில் சற்று அருகிலிருந்த ஒரு கிணற்றிலிருந்து தான் தண்ணீர் தூக்கிக்கொண்டு வந்தாள் கரிச்சா. காட்டுப்பகுதிக்கு வந்துவிட்டாலே ஆட்டுக்காரர்களுக்கு, தண்ணீர்ப் பிரச்சனைதான் பெரும் பிரச்சனையாக இருக்கும். காட்டுப் பகுதிக்கு அவர்களால் வராமலும் இருக்க முடியாது.

மழை நாட்களில் ஊரின் வயல்வெளிகளில் ஆடுகளை வைத்துக் கொண்டு இவர்களால் இருக்கமுடியாது. ஆட்டிற்கு மேய்ச்சலும் இருக்காது, வயல்களிலெல்லாம் பயிரிட்டிருப்பதால் கெடையும் கிடைக்காது. தவிரவும் தண்ணீர் எல்லா இடங்களிலும் தேங்கியிருக்கு மென்பதால் ஆடுகளுக்கு கால்களில் புண்ணும் மற்ற நோய்களும் எளிதாக தொற்றும். அதனால் தான் மழை நாட்களில் மட்டும் காட்டுப்பகுதிக்கு ஆடுகளை ஓட்டிக்கொண்டு வந்துவிடுவார்கள். இங்கு மழைநீர் தேங்கி நிற்காது. ஆடுகளுக்கு நல்ல மேய்ச்சலும் குளிருக்கு ஏறி நின்று வெயிலில் காய பாறைகளும் நிறைய இருக்கும்.

காட்டிற்கு வருவதும்கூட இவர்களுக்கு சுலபமான விஷய மில்லைதான். காட்டிலாக்காவிடம் முதலில் அனுமதி பெறவேண்டும். ஒவ்வொருவரின் ஆட்டிற்கும் இத்தனை மாதங்களுக்கு மட்டுமே காட்டில் வைத்திருக்கலாமென்று தனித்தனியாக அனுமதி சீட்டும் பெறவேண்டும். அனுமதி அட்டைக்கான பணத்தைக் கொடுத்துவிட்டு அட்டையை பெற்றுவிடுவார்கள். காட்டிற்குள் செம்மறியாடுகளை மேய்ப்பதற்கு மட்டுமே அனுமதி அளிப்பார்கள். வெள்ளாடுகளுக்கும் கொடியாடுகளுக்கும் காட்டிற்குள் அனுமதி கிடைக்காது. அந்த ஆடுகள் காட்டில் உள்ள மரக்கன்றுகளை அழித்துவிடுமென்பதால் அனுமதிக்க மாட்டார்கள். ஆனால் பாலுக்காக ஓரிரண்டு வெள்ளாடுகளை வைத்திருக்கும் ஆட்டுக்காரர்கள் "ஒரேவொரு ஆடு மட்டும் கெடக்கி வளிகாட்ட வச்சிருக்குறமுங்க அதப் புடிச்சிக்கிறாதிக" என்று கெஞ்சி கூத்தாடி அதிகாரிகளை தலையாட்ட வைத்துவிடுவார்கள்.

"வளச போயி சேருறத்துக்குள்ளயே இன்னக்கி மள புடுச்சிக்கிறப் போவுதே. எப்ப போயி புளுக்கய கூட்டி அள்ளுற? ரவ மள பேஞ்சாலும் எல்லாம் நனஞ்சி மண்ணோட மண்ணா கலந்துருமே' என்று எண்ண மிட்டவளாக நடந்தாள்.

'கடவுளே இன்னஞ் செத்த நேரம் மானத்த நிப்பாட்டி ஒத்தாச பண்ணிரு. என்னய திண்டாட வுட்டுறாத. அந்தப் புளுக்கைக்காவத்தான்

நானும் அப்பாவும் ராவு பகலா கெடந்து அல்லாடுறம். அதயும் பாளாக்கிப்புடாத என்று மனதிற்குள் வேண்டிக்கொண்டாள் கரிச்சா.

வெள்ளைச்சாமியை விட்டு கோவித்துக்கொண்டு வந்த கரிச்சா அதன்பிறகு அவனிடம் திரும்பிப் போகவேயில்லை. அவனைப் பிரிந்து வந்த இந்த ஏழெட்டு மாதங்களில் என்னென்னவோ நடந்துபோய் விட்டது. அப்போது கோடை காலமென்பதால் இவர்களெல்லாம் சிதம்பரத்தை சுற்றியுள்ள ஊர்களில் கிடை போட்டுக் கொண்டிருந்தார்கள். கொடிப்பள்ளத்தில் கிடந்த கீதாரியின் மருமகன் கிடைக்கு அதிகமாய் கூலி கிடைக்கவில்லை. அதனால் வாயிக்கும் பாட்டுக்குமே கஷ்டப்பட்டுக்கொண்டிருந்த ராமுவின் குடும்பத்திற்கு மேலும் சுமையாய் தான் போயிருப்பதை நினைத்து வருத்தப்பட்டுக்கொண்டே இருந்தால் கரிச்சா. அவர்களை விட்டாலும் அவளுக்கு வேறு போக்கிடம் இல்லாமலிருந்தது. தன் செத்துப்போன அக்காவை நினைத்து அழுதபடி அங்கேயே இருந்தாள் கரிச்சா.

முத்தம்மாளுக்கு ஒத்தாசையாய் தன்னாலான உதவிகளை செய்து கொடுத்துக் கொண்டிருந்தாள் கரிச்சா. அந்த நேரம் பார்த்து இருளாயிக்கு உடம்பு மிகவும் மோசமாகிவிட்டது. சிதம்பரம் பெரிய ஆஸ்பத்திரியில் கொண்டுபோய் தங்க வைத்து வைத்தியம் செய்தார்கள். முத்தம்மாள் வளசைக்கும் கிடைக்குமாக அலைந்துகொண்டிருந்ததால் தன் தாயின் பக்கத்திலிருந்து அவளை கவனித்துக்கொள்ள முடியவில்லை. கரிச்சாதான் இருளாயின் அருகிலிருந்து அவளை பார்த்துக் கொள்ள வேண்டியிருந்தது. தன்னை எடுத்து வளர்த்த தாயிக்கு தன்னால் இந்த உபகாரத்தையாவது செய்ய முடிந்ததேயென்று நிம்மதி அடைந்தாள் கரிச்சா.

ஆஸ்பத்திரியில் இருளாயியை பார்த்துக் கொண்டிருந்தபோது தான் கரிசச்ாவிற்கு அது தெரிய வந்தது. இருளாயிக்கு ஊசிபோட வந்த நர்சிடம் மெதுவாக பேச்சு கொடுத்தாள் கரிச்சா.

''எனக்கு ஓயாம தலய சுத்திக்கிட்டேருக்கு நரசம்மா. அத நிப்பாட்டுறமேரி மாத்துர தாறியளா?'' என்று கேட்டாள் கரிச்சா.

அவளது கையைப் பிடித்துப் பார்த்த நர்சோ அவளை பெரிய டாக்டரிடம் அழைத்துக்கொண்டுபோய் நிறுத்தினாள். டாக்டர் சோதித்தப் பார்த்து விட்டுச் சொன்னதை கரிச்சாவால் நம்பவே முடியவில்லை.

“டாக்டரம்மா. நெசமாவா சொல்லுறிய?” படபடத்தாள் கரிச்சா.

“ஆமாம்மா நீ இப்ப மூணுமாசம் கர்ப்பமா இருக்குறம்மா” என்றார் டாக்டர்.

கரிச்சா கொஞ்சமும் எதிர்பார்க்காத விஷயமிது. கல்யாணமான இந்த ஐந்தாறு வருடத்தில் எத்தனையோ தடவை தவமாய் தவமிருந்து

எதிர்பார்த்ததும் ஏமாந்ததுமான ஒன்று இன்றைக்கு கொஞ்சமும் எதிர்பார்க்காதபோது வந்து வாய்த்திருக்கிறது. கரிச்சாவிற்கு வியப்பாகவும் சந்தோஷமாகவும் இருந்தது.

இந்த விஷயம் வெள்ளைச்சாமிக்குத் தெரிந்தால் என்ன செய்யு மென்ற ஒரு கணம் நினைத்துப் பார்த்தாள். 'ச்சே.. என்ன புத்தி, நம்ம புத்தி இப்புடியெல்லாம் நெனக்கிதே' என்று தன்னையே கடிந்து கொண்டாள்.

ஓடிப்போய் இருளாயியிடம் சொன்னாள். அரைகுறை நினை வோடிருந்த இருளாயியால் சந்தோஷப்பட முடியவில்லை. முத்தம்மாள் வந்தால் அவளிடம் சொல்லவேண்டுமென்று நினைத்தாள், முத்தம் மாளின் வருகைக்காக காத்திருந்தாள்.

கீதாரிக்கும் அவருடைய மருமகனுக்கும்கூட இந்த விஷயம் சந்தோஷமாகவேயிருந்தது.

'நீ மலடியா இருக்குறண்டு சொல்லித்தான மறுதாரம் கட்ட நிக்கிறான். இப்பப் போயி இத நீ சொன்னா என்ன செய்வான்? நிச்சயமா வெள்ளச்சாமி அந்தக்குட்டிய கட்டிக்கிற மாட்டான்." என்று சொன்னான் கீதாரியின் மருமகன். கீதாரியும்கூட இதை வாய்ப்பாய் வைத்து இருவரையும் சேர்த்து வைத்துவிட வேண்டுமென்று திட்ட மிட்டார். ஆனால் இதற்கெல்லாம் கரிச்சா ஒத்துக்கொள்ளவில்லை. இனியொருபோதும் தான் வெள்ளைச்சாமியுடன் சேர்ந்து வாழவே மாட்டேனென்று சத்தியவாக்கு செய்து கொடுத்தாள் அவள். கீதாரியால் கரிச்சாவை எந்த வகையிலும் கண்டித்து புத்திமதி ஏதும் சொல்ல முடியவில்லை.

இருளாயியின் நிலமை கவலைப்படும்படியாக இருந்தது. திடீரென்று ஒருநாள் நாடித்துடிப்பெல்லாம் நின்றுபோனது. சற்று நேரத்தில் உயிர் அடங்கியும் போய்விட்டது. கீதாரி கடைசியாய் தன்னிடமிருந்த ஆடுகளை பிடித்து விற்றுவிட்டு கார் எடுத்து உடலை ஏற்றிக்கொண்டு மேமங்களத்திற்குப் போனார். தன் சொந்த ஊரில் தன் பெண்டாட்டியின் உடலைப் போட்டு செய்யவேண்டிய சடங்குகளை யெல்லாம் செய்துவிட்டு வந்தார்.

கீதாரிக்கும் வயதாகிப் போயிருந்தது. அவரது உடல்நிலையும் முன்பைவிட மோசமாக இருந்தது. அவருடைய நடை தளர்ந்துபோனது. அவரிடம் சேமிப்பு சில்லறையென்று ஒரு சல்லிக்காசும் இருக்கவில்லை. ஆடுகளும் அற்றுப்போயிருந்தது. இருப்பினும் கரிச்சாவை நினைத்து மனதைத் தேற்றிக்கொள்ளலானார். அவளை தன்னந்தனியாக தவிக்க விட்டுவிடக் கூடாதென்று நினைத்தார்.

தானொன்றும் கொடுத்து உதவ முடியாதபோது தன் மருமகனுடன் ஒட்டிக்கொண்டு அவனுடைய சொற்ப வருமானத்தில்

வயிற்றை கழுவிக் கொண்டிருக்க அவருக்குப் பிடிக்கவில்லை. தவிரவும் கரிச்சாவை எப்படி பாதுகாப்பது என்ற எண்ணம்வேறு அவரை அலைக்கழித்தது.

கிட்டத்தட்ட கரிச்சாவும் இதேபோல்தான் சிந்தித்துக் கொண்டிருந்தாள். ஒருநாள் தன் மகளும் மருமகனும் இல்லாத சமயத்தில் கீதாரி கரிச்சாவிடம் இதுபற்றி பேசலானார்.

''மருமயன் ரொம்ப செருமப்படுறாக'' என்று பேச்சை ஆரம்பித்தார்.

"ஆமாம்ப்பா. மச்சானுக்கும் அக்காவுக்கும் நம்மளால வேற செரும."

"நம்ம தனியா பெயிரலாமான்னு நெனக்கிறன் சின்னாயா."

"நானும் அதாம்ப்பா நெனச்சன்."

"...."

''பத்து ஆடுகளாவுது மொதலாருந்தா பொளச்சிக்கிறலாம்'' என்றாள் கரிச்சா.

"பத்தாட்டுக்கு எங்க போற?"

"ஆடுக இல்லாம வேற வேல செய்யலாமாப்பா?"

"அது ஒத்துவராது ஆயி."

"..."

"ஆடுகள வச்சிருந்தா எந்த எடத்துலயாவுது கெடந்து எளும்பிடலாம். ஆடுக இல்லாம ஒரு நா அடுத்தவன் எடத்துல இருக்கமுடியுமா. வுடுவாகளா?"

"..."

"ஆடுகள வுட்டா வேற வேல செய்யிற வயசாயி எனக்கு. யாரு வேல குடுப்பாக. எனக்குத்தான் என்ன வேல செய்யத் தெரியுஞ் சொல்லு?"

"..."

"இன்னோரு வளியிருக்கு. ஆனா அது ஒத்துவருமான்னுதாந் தெரியல."

"என்னப்பா? சொல்லுங்க. நான் எவ்வள கஷ்டப்பட்டாலும் பரவால்ல. வயசான காலத்துல நீங்க நிம்மதியாருக்கணும் அதாங்."

"ஓட்டாடு ஓட்டி கெட கட்டலாம். கெடக் கூலி கெடக்கும். அத வச்சிக்கிட்டு கொஞ்ச நாளு ஓட்டுனமுன்னா, பெறவு பணங்காசி கெடச்சா குட்டி வாங்கி வுட்டுக்கிடலாம்."

“யாருப்பா நம்பளுக்கு ஆடு வுடுவா?”

எறநூறு முன்னூறு ஆடு வச்சருக்குறவுகளப் பாத்து கேட்ட முன்னா எரக்கப்பட்டு பத்தாடு பயிஞ்சாடுன்னு ஓட்டி வுடுவாக. அதுமேரி நாலஞ்சி பேருகிட்டேருந்து பத்திக்கிட்டு வந்து கெட கட்ட வேண்டியாங்.”

கீதாரி சொன்ன யோசனை கரிச்சாவிற்கு பிடித்திருந்தது. இதை விட்டாலும் வேறு வழிதான் என்ன இருக்கிறது இருவருக்கும்”

மறுநாள் கரிச்சாவிடம் சொல்லிவிட்டு கிளம்பினார் கீதாரி. அதிக ஆடுகள் வைத்திருக்கும் ஆட்டுக்காரர்களிடமெல்லாம் போய் நின்றார். கீதாரியின் பரிதாபமான இந்த நிலைமையைப் பார்த்துவிட்டு ஆட்டுக் காரர்கள் எல்லோருமே இரக்கப்பட்டனர். அவர்மீது மற்றவர்கள் வைத்திருந்த மதிப்பும் மரியாதையும் அவரின் மீதுகொண்ட நம்பிக் கையும் இல்லையென்று சொல்லாமல் கேட்ட ஆட்டை ஓட்டிக் கொடுக்க செய்தது.

“பத்தாடு பத்திக்கிட்டுப் போறன். நோய் நொடியின்னு ஆட்டுக்கு எதுவும் சேதமில்லாம அடுத்த வருசம் இருவது ஆடா ஓங்கக்கிட்ட வுட்டுருவன்” என்று நம்பிக்கையோடு வாக்களித்துவிட்டே ஒவ்வொரு வரிடமிருந்தும் ஆடுகளை பத்திக்கொண்டு போனார்.

இப்போது தனியாக வளசை போட்டுக்கொண்டு கீதாரியும் கரிச்சாவும் இந்த ஆடுகளோடுதான் ஓடிக்கொண்டிருக்கிறார்கள். ஆடுகளை மேய்த்து வளர்த்து ஆடுகள் போடும் குட்டிகளோடு அவற்றை மறு வருடம் ஆட்டுக்காரரிடம் ஒப்படைத்துவிட வேண்டும். அதுவரை ஆடுகள் போடும் புழுக்கை மட்டுமே இவர்களுக்கு சொந்தம். அந்த புழுக்கையைக் கொண்டுதான் இவர்கள் இப்போது பிழைத்துக் கொண்டு வருகிறார்கள்.

எனவேதான் மழை வருவதைப் பார்த்துவிட்டு கரிச்சா அவ்வளவு கலைப்படுகிறாள். தலையிலிருந்த குடத்தை எட்டிப்பிடித்திருந்த கையிலும் அவளின் நெற்றியிலும் மழைத்துளிகள் வந்து விழுந்தன. மழையில் நனைந்து கரைந்துபோவதற்குள் புழுக்கையை கூட்டி அள்ளி பாதுகாத்துவிட வேண்டுமே என்ற தவிப்போடு நடையில் வேகத்தை கூட்டினாள் கரிச்சா.

26

அந்த உயரமான வேப்பமரத்தின் பக்கக் கிளையில் புடவையை மாட்டி இழுக்கமுடியவில்லை கரிச்சாவால். ஆடுகளுக்கு தழை கழித்துப்போடும் வாங்குச்சியால் புடவையைத் தள்ளினாள். கிளையின் இரண்டு பக்கமும் சமமாக இருக்கும்படி இழுத்து முடிச்சு போட்டாள். முடிச்சை மேலே விட்டு ஏணையை விரித்துவிட்டு சரிபடுத்தினாள்

"ஏலேய் ராசாப்பயலே. ஆடுமேய்க்க வந்திட்டிகளா? அதுக்குள்ள என்னலே அவசரம்? யாங் குட்டிப் பயலுக்கு ஆடு வேணுமாக்கும். ஆடு பெருவுமாக்கும் கூட்டாளிக்கு. ஓட்டாடு ஓட்டி பொளக்கிறமுடா கூட்டாளி. சொந்தாடு எப்ப வாங்கித்தருவிகளாம்? வாங்கித் தருவிகளா.. இந்த கௌப்பயலுக்கு வாங்கித் தருவிகளா?" பிள்ளையை மடியில் வைத்துக்கொண்டு கொஞ்சிக் கொண்டிருந்தார் கீதாரி.

"அவனயெல்லாம் ஆட்டுப் பக்கமே நாட வுடக்குடாதுப்பா. நம்ப படுற செருமயோட இருக்கட்டும். அவனுக்கெல்லாம் வேண்டாம் இந்த பொளப்பு."

"படிக்க வக்க போறாகளாண்டா ஓங்க அம்மா. நீங்க படிச்சி பெரிய கலக்கிட்டுரா வருவியளோ. எங்களயெல்லாம் பாப்பியளா? இந்த கௌப்பயலுக்கு என்ன செய்விய?"

அவரின் நெஞ்சில் விழும்படி ஒண்ணுக்கு விட்டு அடித்தது குழந்தை.

"இஞ்ச பாருடாலே நா என்ன கேட்டா இவன் என்ன குடுக்குறாண்டு" என்றவராய் தன் மார்பு ஈரத்தை துண்டால் துடைத்துக் கொண்டார். அதைப் பார்த்து சிரித்துக்கொண்டே வந்த கரிச்சா பிள்ளையைத் தூக்கிக் கொண்டாள்.

"பள்ளிகொடம் போயி படிக்கப் போற புள்ளய பாத்து ஆடு வாங்குவியாடா ஆடு மேப்பியாடான்னு கேட்டுக்கிட்டுருந்தா பெறவு அவனுக்கு கோ்வம் வராது. அதான் வுட்டு அடிச்சிருக்கான்." மகனுக்காக கட்சிகட்டிப் பேசினாள் கரிச்சா

“ஆமேங். அப்புடித்தேங். கொண்டவுட்டன் அந்த மயவூட்டுப் பேரன. பள்ளிக்கொடத்துல இருந்து ஒளுங்கா படிச்சானா அவன். ‘நா படிச்சி பாளாப் போறதே ஆடு மேச்சி ஆளாவுறேந் தாத்தான்னு’ சொல்லிப்புட்டு இப்ப அப்பங்காரனுக்குத் தொணயா ஆட்டோட சுத்திவாராங். எந்த எடயனுக்காவுது படிப்புமேல நெகா வருமா? எல்லாம் அம்புட்டுப் பயலுகளா இருக்கயிலயே ஆட்டத்தேங் நெனப் பானுக. எடயனுக்கு புத்தி பொடரிலதேங் இருக்குமாம். சும்மா நடக்கக் கூடத் தெரியாது இவனுகளுக்கு. ரெண்டு குட்டியத்தூக்கி தோளுல போட்டாத்தேங் நடக்கவே வரும். இவனுகளாவுது பள்ளிக்கொடம் போயி படிச்சிறாவுது.”

“யாம் புள்ள படிப்பாம்ப்பா. எல்லார மேரியும் இருக்கமாட்டான் யாம்புள்ள.”

“படிக்கட்டும் படிக்கட்டும். யாரு இப்ப அவன மறச்சிக்கிட்டு நிக்கிறாக.”

கரிச்சாவிற்கு தன் மகனை பார்க்கப் பார்க்க அவ்வளவு சந்தோஷமாக இருந்தது. அச்சு அசல் வெள்ளைச்சாமியைப் போலவே இருந்தான். செக்கச் செவேலென்று பார்க்க அழகாயிருந்தான். ‘வளர்ந்து நடந்தால் என்னை இவனுக்கு தாயென்று யாரும் ஒத்துக்கொள்ள மாட் டார்கள் அவ்வளவு அழகாயிருக்கிறான் என் மகன் என்று நினைத்துக் கொண்டாள் கரிச்சா. முத்தம்மாளும்கூட அடிக்கடி அதையேதான் சொல்லிக் கொண்டிருந்தாள். கீதாரியின் மகள் முத்தம்மாள்தான் துணையில்லாத கரிச்சாவிற்கு துணையாய் வந்திருந்து, பிள்ளை பிறந்து குணமாகும் வரை கூடவேயிருந்து பார்த்துவிட்டுப் போனாள். அவள் மட்டும் இல்லாவிட்டால் கரிச்சா எவ்வளவு கஷ்டப்பட்டிருப்பாளோ தெரியவில்லை. கூடப் பிறந்த அக்காவை கொடுத்துவைக்க வில்லை யென்றாலும் இப்படி ஒரு அக்கா வாய்த்திருக்கிறாளே என்று நிம்மதி யடைந்தாள் கரிச்சா.

ஏணையில் போட்டு ஆட்டித் தூங்க வைத்தாள். ஆடுகள் தூரமாய் போய்க்கொண்டேயிருந்தன. அதைப் பார்த்த கீதாரி அவற்றை வளைத்து வரவென்று குச்சியை ஊன்றிக் கொண்டு எழுந்தார்.

“நிங்க புள்ளய ஆட்டி விடுங்கப்பா. நாம் போயி வளச்சாரன்” என்று சொல்லிவிட்டு குச்சியை வாங்கிக்கொண்டு ஓடினாள்.

“ந்த்தே.. ந்த்தே எங்க போயிக்கிட்டே இருக்கிய எல்லாரும்? ஒரு எடத்துல குமிஞ்சி மேய முடியலயா?” என்று சத்தம் போட்டுக் கொண்டே ஓடியவள் ஆடுகளை வளைத்துத் திருப்பிக் கொண்டு வந்து மேய்ச்சலில் விட்டாள். மறுபடியும் அவைகள் அந்தப் பக்கம் இந்தப் பக்கம் போய்விடக் கூடாதென்று அங்கேயே ஓரிடத்தில் நின்று கொண்டாள். ஏணை கட்டியிருந்த மரத்தடியைப் பார்த்தாள்.

ஏணையை ஆட்டியவாரே கீதாரி ஏதோ பாடுவது தெரிந்தது. தொட்டிலில் பிள்ளையைப் போட்டுவிட்டு வந்துவிட்டால் போதும். தாலாட்டு பாடி அவரே தூங்க வைத்துவிடுவார்.

கீதாரிக்கு மிகவும் வயதாகிவிட்டதால் அவரால் ஆட்டோடு ஓடிவர முடிவதில்லை. ஆள் அசந்தால் ஆடு எட்டு கொல்லைத் தாண்டும். ஓடி ஓடி விரட்ட முடியாமல் இவ்வளவு நாட்களும் கீதாரி நிறைய கஷ்டப்பட்டு போய்விட்டார். கரிச்சாவிற்கு குழந்தை பிறந்திருந்ததால் அவளால் மேய்ச்சல் கிடைக்கு வர முடியவில்லை. கீதாரியும் வரக்கூடாதென்று மறுத்துவிட்டார்.

ஒருநாள் கீதாரியால் ஆடு மறைக்க முடியாமல் போகவே பக்கத்து பயிர் பச்சையில் வாயை வைத்துவிட்டன. கொல்லைக்காரன் சும்மா விடுவானா, கீதாரியை வயதானவர் என்றுகூட பார்க்காமல் நான்கு தட்டு தட்டிவிட்டான். இதை கரிச்சாவிடம் சொல்லக் கூடாதென்றுதான் நினைத்திருந்தார். ஆனால் அடித்தவனின் அண்ணன்காரன், வளசை இருக்குமிடத்திற்கு தேடிக்கொண்டுவந்து, தன் தம்பி அடித்ததற்காக வருத்தப்பட்டதோடு இனிமேல் ஆடுகளை அதுபோல் விட்டு விடாதீர்கள் என்றும் கண்டித்துவிட்டுப் பேனாான்.

கரிச்சாவிற்கு இதை கேட்டது முதல் கவலையாக இருந்தது. தனக்காக கீதாரி படும் சிரமங்களை நினைத்துக் கலங்கினாள். மறுநாள்முதல் தானே ஆட்டில் போவதென்று முடிவு செய்துகொண்டாள். ஒரு மாத பிள்ளையைத் தூக்கிக்கொண்டு கரிச்சா ஆடு மேய்க்கப் போவதை கீதாரியால் ஒத்துக்கொள்ள முடியவில்லை. நினைத்துப் பார்த்தால் வேறு வழியிருப்பதாகவும் அவருக்குத் தெரியவில்லை. கரிச்சாவோடு தானும் மேய்ச்சல் கடைக்கு வந்துவிடுவார். கரிச்சாவின் பிள்ளையைப் பார்த்துக்கொண்டு ஒரேயிடத்தில் உட்கார்ந்துவிடுவார். கரிச்சாதான் ஓடி ஓடி ஆடுகளை வளைத்து மேய்ப்பாள்.

பகலில் ஆடுமேய்க்க வந்தாலும்கூட இரவில் கீதாரிதான் கிடைக்குக் காவலாய் படுத்திருப்பார். கரிச்சாவை பிள்ளையுடன் கூண்டைவிட்டு வரக்கூடாதென்று சொல்லி விடுவார்.

தொட்டிலில் கிடந்த பிள்ளை ஏனோ அழுதது. பாடுவதை நிறுத்திவிட்டு ஏணைக்குள் பார்த்தார். கொட்ட கொட்ட விழித்தபடி கிடந்தான் குழந்தை.

''ஏலேய் தூக்கம் வல்லயாடா ராசா? யாஞ் சொல்லப் பேராண்டியே தூங்குங்கடா. அளுவாதிகடா.''

குழந்தை தூங்குவதாகத் தெரியவில்லை. சற்றுநேரம் தூக்கி வைத்துக் கொள்ளலாமென்று நினைத்தவராக பிள்ளையைத் தூக்கினார். மடியில் துண்டை போட்டு பிள்ளையைப் போட்டுக்

கொண்டார். பிள்ளை குறுகுறுவென்று பார்த்தபடி படுத்திருந்தது. கைகால்களைப் போட்டு உதைத்துக் கொண்டது. அவனைப் பார்த்துக்கொண்டிருந்த கீதாரிக்கு வெள்ளைச்சாமியின் நினைவு வந்தது.

'எறக்கமில்லாத பய. தாம்பெத்த புள்ள மொவத்தக்கொட வந்து பாக்காம இருக்குறானே.' என்று நினைத்து வருந்தினார். இப்போ தெல்லாம் வெள்ளைச்சாமியைப் பற்றி கீதாரி தானாகப் போய் யாரிடமும் விசாரிப்பதில்லை. ஆட்டுக்காரர்கள் யாராவது கீதாரியைப் பார்க்கும்போது வெள்ளைச்சாமியைப் பற்றி ஏதாவது சொல்லிவிட்டுப் போவார்கள். அதையும்கூட அக்கறையில்லாதவரைப் போல்தான் கேட்பார். அவர் கேள்விப்பட்டதை கரிச்சாவிடமும் போய்ச் சொல்லுவார். ஆனால் கரிச்சா அதை ஏற்றுக்கொள்ளமாட்டாள்.

"மத்தவங்களப் பத்தி நம்ம யாம்ப்பா பேசணும்?" என்று ஒரே வார்த்தையில் பேச்சை நிறுத்திவிடுவாள்.

ஆனால் வெள்ளைச்சாமி இன்றுவரை வேறு கல்யாணம் பண்ணிக்கொள்ளாமல் இருக்கிறான் என்பது மட்டும் கீதாரிக்கு ஆறுதலளிக்கும் விஷயமாக இருந்தது. அவர் எப்படியாவது பிரிந்த குடும்பத்தை ஒன்றுசேர்த்து விடலாமென்ற நம்பிக்கையோடு இருந்து கொண்டிருந்தார். வெள்ளைச்சாமியாக இவர்களை தேடிக்கொண்டு வந்தால்தான் முடியுமென்றும் கீதாரிக்கு தெரிந்திருந்தது. ஏனென்றால் கரிச்சா எவ்வளவு உறுதியோடும் வைராக்கியத்தோடும் இருக்கிறா ளென்பது அவருக்கு தெரிந்திருந்தது.

எல்லாவற்றிற்கும் ஒரு நேரம் வரும் என்று, அந்த நல்ல நேரத்திற் காக காத்துக்கொண்டிருந்தார் கீதாரி.

"எலேய் அப்புடியே ஒன் ஒப்பன் வராட்டியும் ஒன்னய நா உட்டுற மாட்டன்டா. ஒருதரம் ஏமாந்தமேரி இன்னொரு தடவயும் ஏமாற மாட்டன்டா. அந்த திருட்டுப் பயல வளத்தமேரி ஒன்ன வளக்க மாட்டன்டா. இந்த ஆட்டுக்காரவுகள்லயே காணக்கெடைக்காத ஆளா ஒன்னய நா வளத்துக் காட்டுறண்டா பேராண்டி."

பிள்ளைக்கு தூக்கம் வருவதுபோல் தெரிந்தது. தூக்கத்திற்காக அழுதான். தூக்கித் தொட்டிலில் போட்டு ஆட்டினார் கீதாரி. இதை யெல்லாம் தூரத்திலிருந்து பார்த்துக்கொண்டேயிருந்தாள் கரிச்சா. இதுமேரி ஒரு மனுசன எடுங்க பாக்க முடியும்?' என்று கீதாரியைப் பற்றி நினைத்தாள். அவளுடைய கண்கள் கலங்கி நின்றது.

கரிச்சாவிற்கு குழந்தை பிறந்த நேரம் நல்ல நேரமாகத்தான் இருக்க வேண்டும். ஓட்டாட்டுக்கிடை என்றாலும்கூட கிடை கொஞ்சம் பெருகியது. கரிச்சாவும் கீதாரியும் அக்கறையோடு பார்த்துப்பார்த்து மேய்த்ததனால் உடல் குறையாமல் ஆடுகள் யாவும் கொழுகொழு

வென்று இருந்தன. ஆடுகளை ஓட்டிவிட்ட ஆட்டுக்காரர்களுக்கு இது மகிழ்ச்சியளிப்பதாக இருந்தது.

கிடையில் நின்ற ஆடொன்று பொன்னளந்தான் சுழியுள்ள குட்டியை ஈன்றது. சீதாரிக்கு அந்த குட்டியைப் பார்த்த உடனேயே நம்பிக்கையும் உற்சாகமும் ஏற்பட்டது. இனிமேல் தன்னுடைய கெடை பெருகும், வறட்சி அற்றுப் போகுமென்று நினைத்தார்.

"சின்னாயா ஓம் மயன் யோகத்தப் பாத்தியா. நம்ம கெடயிலயும் ஒரு ஆடு பொன்னளந்தாஞ்சுழி குட்டிப் போட்டுருக்கு."

"அது அடுத்தவுகளுக்குத்தேங். சந்தோஷப்பட வேண்டியது அவுகதான். பொன்னளந்தாஞ்சுழி குட்டியாருந்தாலும் அது போடுற புளுக்கத்தான் நம்பளுக்கு தெரியுமுல்ல?"

"அதுனால என்னாயி கெட்டுப் பெயிரப்போவுது? இந்த ஆட்டயும் குட்டியயும் இன்னம் ஒரு வருசத்துக்கு நாங்களே வச்சிக்கிருவ முன்னு சொல்லிப்புட்டு வச்சிக்கிறவேண்டிதுதேன்."

"அப்புறமும் ஆட்ட ஓட்டிவுட்டுத்தான ஆவணும்?"

"அதுக்குள்ள நம்மளுக்கு கெட நெலச்சிரும். சொந்த ஆடுக பெரு கிடும் பாரு."

கரிச்சாவிற்கும்கூட அதுபோன்றதொரு நம்பிக்கை இருந்து கொண்டுதான் இருந்தது. எப்படியாவது ஆடுகளைப் பெருக்கி தன் மகனுக்கு ஒரு குறையும் வைக்காமல் எல்லாவற்றையும் செய்து மற்றவர் களைப் போலவே தானும் பேரெடுக்க வேண்டுமென்று நினைத்தாள். சீதாரியின் முதுமைதான் அவளை பயமுறுத்திக் கொண்டிருந்தது. அப்பாவிற்கு ஏதாவது ஒன்று ஆகிவிட்டால்தான் என்ன செய்வது? எப்படித் தன் மகனை வைத்துக்கொண்டு தனியாய் வாழ்வது? என்று நினைக்க நினைக்க அவளுக்கு பயமாக இருந்தது. தன் மகனை வைத்துக் கொண்டு அவள் எல்லா வேலைகளையும் செய்துவிடுவாள். ஆனால் துணையில்லாமல் இருக்கமுடியுமா என்பதுதான் அவளுக்கு பிரச்சனை யாக இருந்தது.

'கடவுளே அப்பாவுக்கு இன்னம் நெறய ஆயுசக் குடு. அவர எங்க கிட்டேருந்து கூட்டிக்கிட்டுப் பெயிறாத. தள்ளம கட்டுலோட கெடந்தாலும் கெடக்கட்டும். ஆளுன்னு அவுக இருந்துட்டாப் போரும்' என்று வேண்டிக் கொண்டாள்.

காட்டுமன்னார் குடியை சுற்றியுள்ள வயல் வெளிகளில் கிடை கட்டிக் கொண்டிருந்தார்கள். நெல்லறுத்த வயல்களில் உளுந்து விதைத்து அதுவும் அறுவடையாகியிருந்தது. அந்த வயல்களில்தான்

கிடை கட்டிக்கொண்டிருந்தார் கீதாரி. அவருடன் இன்னும் இரண்டு மூன்று ஆட்டுக்காரர்களும் வந்திருந்தார்கள். ஊரைவிட்டு ஒதுங்கி யிருந்த வயல் வெளிகளில் வளசை போட்டுக்கொண்டிருந்தார்கள் எல்லோரும். பொறுக்கு வெடித்த வயல் வெளிகளில் வெடிப்புகளைத் தட்டி சமப்படுத்திக் கொண்டு கால் தூக்கிவிட்டு கூண்டுகளைத் கட்டிக் கொண்டார்கள். ஒவ்வொருவருக்கும் இரண்டிரண்டு கூண்டுகள் இருந்தன. பொருட்களை பாதுகாக்கவென்று பரண் கட்டி தூக்கிவிட்டு சுற்றிலும் நிறைச்சல் பிடித்த கூண்டு ஒன்றும், காற்றோட்டமாயிருக்க நிறைச்சல் பிடிக்காமல் தூக்கிவிட்ட கூண்டு ஒன்றுமாக இரண்டு கூண்டுகளை கட்டியிருந்தார்கள்.

ஆடு மேய்ப்பதில் கரிச்சா கீதாரிக்கு உதவியாக இருந்தபோதிலும் இரவில் மட்டும் கீதாரியே கிடையை காவல் காத்துவந்தார். ஆடுகளை வலைக்குள் அடைத்துவிட்டு காவலாய் பக்கத்தில் படுத்துக் கொள்வார் கள். அப்படியும் ஓட்டை விழுந்த வலைகளுக்குள் நாய்கள் நுழைந்து விடும். சகட்டுமேனிக்கு ஆடுகளைக் கடித்துக் குதறிவிடும் என்பதால் கீதாரி பெரும்பகுதி நேரம் தூங்காமலே கிடையை சுற்றிச்சுற்றி வந்துகொண்டிருப்பார். இப்போது கிடை கட்டியிருக்கும் பகுதிகளில் நரிகளின் நடமாட்டமும் அதிகமாக இருந்தது. எனவே ஆட்டுக் காரர்கள் எல்லோரும் பக்கத்தில் பக்கத்தில் கிடை கட்டுவது போல பார்த்துக் கொண்டார்கள்.

கீதாரிக்கு எந்த நேரமும் ஆட்டின் நினைவாகவே இருந்தது. எவ்வளவு அசதியானாலும் கீழே படுத்தால் தூங்கி விடுவோமென்று பயந்து இரவு நேரங்களில் நின்றுகொண்டும் நடந்து கொண்டுமே இருந்தார். தன் சொந்த ஆடுகளாயிருந்தாலும் பரவாயில்லை. எது நடந்தாலும் நடக்கட்டுமென்று அலட்சியமாக இருந்துவிடலாம். ஆனால் அவரின் கிடையாடுகள் முழுவதுமே இரவல் ஆடுகள். ஆட்டுக் காரர்களுக்கு ஆடுகளை முழுதாய்த் திருப்பிக் கொடுக்கவில்லை என்றால் மறுவருடம் ஓட்டிக்கொள்ள விடமாட்டார்களே. தவிரவும் கொடுத்த வாக்கை காப்பாற்றவும் வேண்டும். மற்றவர்கள் தூங்கினாலும் கீதாரி அவர்களின் கிடையையும் ஒரு நோட்டம் விட்டுக்கொண்டே இருப்பார்.

இரவு சாப்பாட்டை முடித்துவிட்டு கிடையில் படுப்பதற்காக லாந்தரை எடுத்துக்கொண்டு கிளம்பினார் கீதாரி. கோடை காலமென் றாலும்கூட அன்றைக்கென்று ஏனோ வானம் பகல் முழுவதும் சோனை போட்டுக்கொண்டு கிடந்தது. இருட்டும் நேரத்தில் மேகம் கறுத்து நின்றது. இரவு மழைபெய்யும் போலிருந்தது வானம்.

“மள வாறமேரி இருக்கேப்பா. ஆட்டுக் கெடயில எப்புடிப்பா படுப்பிய?” என்றாள் கரிச்சா.

“கெட அடயிற எடத்துல ஒரு மோட்டுரு கொட்டாவ இருக்கு சின்னாயா. நா அதுல படுத்துக்கிருவன். நீ புள்ளய போட்டுக்கிட்டு பத்தரமா படுத்துக்க” என்று சொல்லிவிட்டுப் போனார் கீதாரி.

கூண்டின்மீது போட்டிருந்த துணிமணிகள் மற்றும் வெளியில் கிடந்த பொருட்கள் எல்லாவற்றையும் நனைந்துவிடாமல் இருக்க கூண்டுக்குள் பொறுக்கிக் கொண்டுவந்து போட்டு ஒதுங்க வைத்தாள் கரிச்சா. கூண்டுக்குள் கட்டியிருந்த ஏணையில் பிள்ளையைப் போட்டு விட்டு உட்கார்ந்து சோறு சாப்பிட்டாள். ஆட்டில் கிடந்து அலைந்து விட்டு வந்து ஊர்பக்கம் போய் குளித்துவிட்டு தண்ணீர் தூக்கிவந்து, அலந்து மலந்து சோறாக்கி, குழம்பு வைத்து, கீதாரிக்கி கொடுத்து அனுப்புவதற்குள் அவளுக்கு போதும் போதுமென்று இருந்தது. அந்த வேலைகளால் ஏற்பட்ட அசதி இப்போதுதான் அவளை அழுத்தியது. பத்தாததற்கு இன்றைக்கென்று பார்த்து தலையை வேறு நனைத்துக் கொண்டு வந்துவிட்டாள். தூக்கம் கண்களை இழுத்துக்கொண்டு போனது.

சாப்பிட்டு முடித்தவள் காலாகாலத்தில் படுப்போமென்று நினைத்து, தலையை நன்கு தட்டி காய வைக்காமலேயே சம்மம்பாயை விரித்துப் போட்டுக்கொண்டு, பிள்ளையையும் கக்கத்தில் போட்டுக் கொண்டு படுத்துவிட்டாள்.

சிறிது நேரம்தான் தூங்கியிருப்பாள். சடசடவென்று கூரையில் மழைபெய்யும் சத்தம்கேட்டு திடுக்கிட்டு எழுந்தாள். மழை கொட்டோ கொட்டென்று கொட்டிக்கொண்டிந்தது. கூண்டிற்குள் மண் போட்டு உயர்த்தாமல் சம தரையாய் இருந்ததனால் வெளியே பெய்த மழை தண்ணீர் கூண்டுக்குள் வந்தது. பிள்ளையைத் தூக்கி ஏணையில் போட்டுவிட்டு நனைவதற்குள் பாயைச் சுருட்டி வைத்தாள். கூண்டின் வாசலை ஊறிய மண்ணை வழித்துக் கட்டினாள். கூண்டிற்குள் அதிகமாய் தண்ணீர் வந்துவிடக் கூடாதே என்பதற்காகத்தான் அப்படி வரப்பு கட்டினாள். இருந்தும் எந்தப் பக்கத்திலிருந்தோ தண்ணீர் வந்துகொண்டேயிருந்தது. உள்ளே வந்து தேங்கிய தண்ணீரை கையால் எத்தி எத்தி வெளியே இறைத்துவிட்டுக் கொண்டிருந்தாள்.

நிறைச்சலோரமாய் தேங்கியிருந்த தண்ணீரையும் வழித்து இறைத்துக் கொண்டிருந்தாள். பனை மட்டை நிறைச்சலிலிருந்து ஓலைகள் நீட்டிக்கொண்டிருந்தன. இவள் தண்ணீரை எத்தி இறைக்கும் போது அந்த ஓலைகள் கரிச்சாவின் கையில் உரசவேசெய்தன. அப்படி எத்திக் கொண்டிருந்தபோதுதான் கைவிரலொன்றில் ஏதோ சுருக்கென்று குத்தியது போலிருந்தது. பனை மட்டையிலிருக்கும் சிலாம்புதான் கையில் குத்தியிருக்குமென்று நினைத்து அலட்சியமாய் இருந்துவிட்டாள் கரிச்சா. ஆனால் அது பனைமட்டையின் சிலாம்பு அல்ல பாம்புதான் என்பது அவளுக்கு அப்போது தெரியவில்லை.

வயல் வெளிகளில் காய்ந்துபோன நிலத்தின் வெடிப்புக்குள் கிடந்தன. பாம்புக் குட்டிகள். மழைக்கு வெளியே வந்த அவை கூண்டின் நிறைச்சலில் வந்து அடைந்து கொண்டிருந்தன. கரிச்சா தண்ணீரை எத்தியபோது அடிபட்ட குட்டிப் பாம்புதான் கரிச்சாவின் விரலில் கடித்திருந்தது. இருட்டில் பனையோலைக்கும் பாம்புக் குட்டிக்கும் வித்தியாசம் தெரியாத கரிச்சா மழைவிட்டதும் பழையபடியே சம்மம்பாயை விரித்துப் போட்டுக்கொண்டு படுத்துவிட்டாள்.

விரலில் விஷம் ஏறியதிலிருந்து கடுத்துக்கொண்டேதானிருந்தது கரிச்சாவிற்கு. அதைப் பெரிதுபடுத்தாமல் படுத்துவிட்டதனால் விஷம் உடலெங்கும் பரவியது. தலை கனத்தது போலிருந்தது அவளுக்கு. பக்கத்து பக்கத்து வளசைக் காரர்களை எழுப்பினாள்.

"எனக்குத் தலய என்னமோ செய்யிற மேரிருக்கு. யாராவுது கெடக்கிப் போயி எங்கப்பாவ செத்த வரச் சொல்லுங்க" என்றாள். ஆனால் நல்ல தூக்கத்திலிருந்த மற்றவர்களுக்கு கரிச்சாவின் உண்மை யான நிலை தெரியவில்லை. "தல குளிச்சிட்டு வந்து ஈரம் காயிறத்துக் குள்ள படுத்தியில்ல. அதனாலதான் தலய கனக்குற மேரி இருக்கும். ஒண்ணும் பயப்புடாத. போயிப்படு" என்று அலட்சியமாய்ச் சொல்லி விட்டார்கள். அப்படிக்கூட இருக்குமோவென்று நினைத்தாள் கரிச்சா. என்ன ஆனாலும் ஆகட்டும் காலையில் பார்த்துக் கொள்ளலாமென்று மறுபடியும் பிள்ளையைத் தூக்கிப் போட்டுக்கொண்டு படுத்து விட்டாள்.

விடியற்காலையில் கரிச்சாவின் கூண்டுக்குள்ளிருந்து விடாமல் பிள்ளை அழும் சத்தம் கேட்டுக்கொண்டேயிருந்தது. நீண்ட நேரமாகியும் குழந்தையின் அழுகை அடக்காமலிருப்பதை கவனித்த மற்ற வளசைக்காரர்கள் ஓடிப்போய்ப் பார்த்தார்கள். வளசைக்குள் அசைவற்றுக் கிடந்தாள் கரிச்சா. பக்கத்தில் படுத்திருந்த பிள்ளை மட்டும் அழுது கொண்டிருந்தது. "ஐயய்யோ தெய்வமே" என்று அடித்துக்கொண்டு அழுதார்கள் மற்றவர்கள். ஆட்டுக்கெடைக்கு ஆள் ஓடியது. கீதாரி ஓடிவந்து பார்த்தார் வாயிலும் வயிற்றிலும் அடித்துக் கொண்டு அழுதார். கீழே விழுந்து புரண்டார். தன் பெண்டாட்டி இருளாயி செத்தபோதுகூட அழாத கீதாரி மகளாய் எடுத்து வளர்த்த கரிச்சா செத்ததற்காக இப்படி அழுகிறாரே என்று பேசிக் கொண் டார்கள்.

"இந்த பச்சப்புள்ளய என்ன செய்யிற? அனாதயா தவிக்க வுட்டுட்டுப் பெயிட்டாளே."

"செத்ததுதான் செத்தா இந்த புள்ள பொறக்குறத்துக்கு மின்னாடி செத்துருக்கக் கொடாது."

"அப்பங்காரன் இருங்குறான். வந்து ஏந்துக்கிடுவானா?"

"புருசங்கொட இனிமே போவவே மாட்டன்னா. வைராக்கியமா இருந்துட்டு செத்துட்டாளே." ஆளாளுக்கு ஏதேதோ பேசிக் கொண்டார்கள்.

"இன்னமும் வேற கல்யாணம் பண்ணிக்கிடாமத்தேன் இருக்கு றான் வெள்ளச்சாமி. அவனுக்கு ஆளுவுட்டா வரமாட்டானா?"

"பொண்டாட்டி மொவத்த கடசியா ஒருநட பாக்கணுமுன்னு கொடவா நெனக்க மாட்டான்? சொல்லிவுடுங்க அவனுக்கு."

"ஒடம்ப எங்க கொண்டு போயி அடக்கம் பண்ணுற?"

"அதயெல்லாம் பத்தி நீங்க யாங் கவலப்பட்டுக்கிட்டு கெடக்குறிய? வெள்ளச்சாமிக்கு சொல்லிவுடுங்க. அவன் வந்து பாத்துக்கிருவான் எல்லாத்தயும்."

யார் யாரோ வந்து ஏதேதோ சொல்லிக் கொண்டிருந்தார்கள். முத்தம்மாளுக்கும் வெள்ளைச்சாமிக்கும் ஆள் அனுப்பினார்.

யார் பேசியதும் கீதாரியின் காதில் விழுந்ததாகத் தெரியவில்லை. கரிச்சாவின் தலைமாட்டிலேயே சுருண்டு கிடந்தார் அவர். "தண்ணி குடிக்கிறியளாண்ண? மயக்கமா வருதாண்ண செத்த எட்டி எளும்பி வாறியளாண்ண' என்று கேட்டவர்களுக்கு எந்தப் பதிலையும் சொல்லவில்லை அவர்.

'அதிர்ச்சில வாயடச்சிப் போயி கெடக்குறாரு. என்னாவுமோத் தெரியல' என்றும் பேசிக்கொண்டார்கள். குழந்தையின் அழுகை பெரும்பாலான ஆட்டுக்காரர்கள் சிதம்பரத்தை சுற்றியுள்ள ஊர்களி லேயே இருந்ததனால் எல்லோரும் சீக்கிரமாய் வந்து சேர்ந்தார்கள். வெள்ளைச்சாமியும் முத்தம்மாளும்கூட வந்திருந்தார்கள். வெள்ளைச் சாமியைப் பார்த்த பிறகுதான் எல்லோருக்கும் நிம்மதியாக இருந்தது. கீதாரியையும் குழந்தையையும் இனிமேல் அவன் பார்த்துக் கொள்வா னென்று பேசிக்கொண்டார்கள் தன்னை கட்டிப்பிடித்துக் கொண்டு அழும் முத்தம்மாளையோ அவரின் கால்களில் விழுந்து கதறிய வெள்ளைச்சாமியையோ கீதாரி நிமிர்ந்துகூடப் பார்க்கவில்லை. தன் நிலையிலேயே தொடர்ந்து அப்படியே கிடந்தார்.

இதுவரை யாரிடத்திலோ இருந்த கரிச்சாவின் பிள்ளை திடீரென்று அழும் குரல் கேட்டது. கனவு கண்டவரைப்போல திடுக் கிட்டு எழுந்து உட்கார்ந்தார் கீதாரி. மெதுவாக எழுந்துபோய் கரிச் சாவின் மகனை தன் கைகளில் வாங்கிக்கொண்டார். அழும் குழந்தையை தோளில் போட்டு தட்டிக்கொடுத்தர்.

கீதாரியின் வாழ்நாள் இன்னும் நிறைய பாக்கி இருக்கிறது என்பதைச் சொல்வதுபோல அழுதுகொண்டிருந்தான் அவரது தோளில் கிடந்த கரிச்சாவின் மகன்.